சர்மாவின் உயில்

சர்மாவின் உயில்

க.நா. சுப்ரமண்யம்

டிஸ்கவரி புக் பேலஸ்
கே.கே.நகர் மேற்கு, சென்னை - 600 078.
(பாண்டிச்சேரி கெஸ்ட் ஹவுஸ் அருகில்)
Ph: 044-6515 7525 Mobile: +91 87545 07070

சர்மாவின் உயில் (நாவல்)
ஆசிரியர்: க.நா.சுப்ரமண்யம்©

First Edition: Dec - 2017
Pages: 192
ISBN: 978-93-86555-15-1

Discovery Book palace Pvt. Ltd
6, Mahaveer Complex, Munusamy Salai,
K.K.Nagar West,Chennai-600 078.
Ph: +91 - 44-6515 7525
Mobile: +91 87545 07070

E-mail: discoverybookpalace@gmail.com,
Website: www.discoverybookpalace.com

Rs. 160

முன்னுரை

இது என்னுடைய முதல் நாவல். 1938இல் சேலத்தில் ஒரு ஹோட்டலில் தங்கி முதல் பாடத்தை 15 நாட்களிலும், இந்த உருவத்தில் 21 நாட்களிலும் எழுதி முடித்தேன்.

சுதேசமித்திரன் வாரப்பதிப்பில் (நீலமேகம் ஆசிரியர்) எஸ்.பாஷ்யம் சாண்டில்யனின் சிபாரிசினால் தொடராக வெளிவந்தது. 1948இல் கலைமகள் காரியாலயத்தார் (அதிபர் ரா.நாராயணஸ்வாமி ஐயர்) விரும்பிக் கேட்டு வாங்கி வெளியிட்டார்கள்.

சிதம்பரம், கல்கத்தா, சென்னை, சுவாமிமலை என்று எனக்குத் தெரிந்த சில தளங்களை வைத்து என் குடும்பக் கதையையே எழுதினேன். "நம்மாத்துக் கதையையே எழுத வேண்டுமா?" என்று என் சித்தப்பா கேட்டதும், "வேறு என்ன எழுத முடியும்?" என்று என் அப்பா பதிலளித்ததும் நினைவிருக்கிறது.

எங்கள் குடும்பத்தை இரண்டு தலைமுறைகளுக்கும் அதிகமாக ஒருமையை உணரச் செய்த என் தகப்பனாரின் அம்மா (பாட்டி), அக்காவின் நினைவுக்கு இதைச் சமர்ப்பிப்பது நியாயம் என்று தோன்றுகிறது. அவள் தமிழ்ப் புலவர்கள் குலத்தில் உதித்தவள். அவளிடம் கேட்டுக் கேட்டு என் கதை சொல்லும் திறமையை (?) வளர்த்துக்கொண்டேன் நான் என்று சொல்லலாம். ஒன்பது வயதில் சிவகங்கையிலிருந்து சுவாமி மலைக்கு மணப் பெண்ணாக வந்து 88 வயது வரையில் (இடையில் சில காலம் லாகூர், கல்கத்தா, காசி என்பதுவாக) சுவாமிமலையிலேயே வாழ்ந்தவள்.

க.நா.சுப்ரமண்யம்

திருப்தி தந்த முதல் நாவல்

நான் பள்ளிக்கூடத்தில் படித்துக் கொண்டிருக்கும் போதே எழுத்தாளனாகி விடுவது என்பது தீர்மானமாகிவிட்ட விஷயம். இந்தத் தீர்மானத்தை என்னிடம் வளர்த்துவிட்டவர் தகப்பனார்.

என் தந்தையே இலக்கியாசிரியனாக வேண்டும் என்று ஆசைப்பட்டார். ஆனால் அவருக்கு ஏற்பட்ட குடும்பப் பொறுப்புகள் – என் தாத்தா என் தகப்பனாருக்கு இள வயதில் மூன்று தம்பிகளையும் இரண்டு தங்கைகளையும் விட்டு விட்டு மறைந்து போனார் – அவரை இலக்கியாசிரியராக அனுமதிக்க வில்லை. தபாலாபீஸில் உத்தியோகம் ஏற்று, சிறுவர்களை வளர்த்துப் பெரியவர்களாக உருவாக்கும் பொறுப்பு அவருக்கு ஏற்பட்டது. மாதம் பத்து ரூபாய், பதினைந்து ரூபாய் சம்பளத்தில் குடும்பம் எனும் பெரும் பளுவை அவர் ஏற்று நடத்த வேண்டியிருந்தது. 1903ஆம் வருஷ வாக்கில் அவர் எழுதி அவசரமாக வெளியிட்ட ஓர் ஆங்கிலக் கட்டுரை தபால் இலாகாவில், அவருடைய இரண்டு மூன்று வருஷத்திய வருஷாந்திரச் சம்பள உயர்வைத் தடைசெய்தது. அவர் தொடர்ந்து எழுதவில்லை.

ஆனால் நான் நாலாவது பாரம் வாசிக்கும்போதே எனக்கு இலக்கிய அறிவை ஊட்ட, இலக்கிய லட்சியத்தை ஏற்படுத்தித் தரப் போதிய இலக்கியப் பரிச்சயம் அவருக்கு இருந்தது. என்னுடைய பதினைந்தாவது வயதில் என் கையில் ஜாக் லண்டன் என்கிற அமெரிக்க ஆசிரியர் எழுதிய மார்டின் ஈடன் என்கிற நாவலைப் படிக்கத் தந்து, அதிலிருந்து ஓர் இலக்கியா சிரியன் எப்படிப்பட்ட போராட்டங்களையெல்லாம் மேற்கொள்ள வேண்டியதாக இருக்கும் என்பதை நான் அறிந்துகொள்ளவேண்டும் என்று அவர் விரும்பினார். இன்னமும்கூட இலக்கியாசிரியரின் வாழ்வு பற்றிய என் சிந்தனைகள் பலவும் அடிநாளில் அந்த நாவலைப் படித்ததால் ஏற்பட்டவைதான்.

கல்லூரியில் படிக்கும்போதே ஆங்கிலத்தில் கவிதைகளும், கதைகளும், கட்டுரைகளும் எழுதத் தொடங்கிவிட்டேன் நான். நான் வேலைக்குப் போக வேண்டிய அவசியமில்லாமல் என் தகப்பனார் பார்த்துக்கொண்டார். பிற்காலத்தில் என் தகப்பனாருக்குக் குடும்பபாரம் அதிகம் இல்லை – வருவாயும் தாராளமாக மாதம் இருநூறு முந்நூறு வந்தது. அவர் செலவோ சொல்பம்தான். மாதம் முப்பது நாற்பதுக்கு மேல் ஆகாது. பாக்கியை எனக்குத் தந்துவிடுவார். புஸ்தகங்கள் வாங்கிப் படிப்பதிலும், என் லட்சியத்தை வளர்த்துத் திடப்படுத்திக் கொள்வதிலும் அதைச் செலவிட்டேன் நான்.

கல்லூரிப் படிப்பை முடித்துக்கொண்டு ஒரு டைப்ரைட்டருடன் சென்னைக்கு வந்து, லைப்ரரி லைப்ரரியாகத் தேடிப் போய், வாங்க முடியாத நூல்களைத் தேடிப் படித்தேன். படிக்கிற இன்பத்துக்காகவே பல மொழிகளையும் நானாகவே கற்றுக் கொண்டேன். நாலைந்து ஆண்டுகளில் ஆங்கிலத்தில் எழுதிச் சிறிது வெற்றியும் கண்டேன். முக்கியமாக ஜான் ஹோம்ஸ் நடத்திய யூனிடி என்கிற பத்திரிகையில் என் கட்டுரைகள் சில வெளிவந்தன. அப்போது பிரசித்தமாக இருந்த கோல்டன் டிக் என்னும் இலக்கிய மாத சஞ்சிகையில் என் கதைகள் சில வெளிவந்தன. இந்தப் பத்திரிகையில் வெளியிட்ட ஒரு சிறு கதைக்கு நான் ஏராளமான குறிப்புகள் – நமது பழக்க வழக்கங்களை விளக்கி எழுத வேண்டி ஏற்பட்டது. அப்போதுதான் ஆங்கிலத்தில் எழுதுவதைவிடத் தமிழில், நம்மவர்களுக்காகவே எழுதலாமே என்கிற எண்ணம் எனக்கு ஏற்பட்டது. அந்த எண்ணத்தை என் தகப்பனார் ஆமோதிக்கவில்லை. தமிழில் எழுதுவது பயனற்ற வேலை என்று அவர் கருதினார். அவர் தலைமுறைக் கருத்து அது.

ஆனால் தமிழில் எழுதுவது என்கிற என் சிந்தனை வளர்ந்து வந்தது. அந்தச் சமயத்தில் பி.எஸ்.ராமையா நடத்திக் கொண்டிருந்த மணிக்கொடி பத்திரிகையும் என் கவனத்தைக் கவர்ந்தது. தமிழில் எழுதத் தொடங்கினேன். சிறுசிறு கதைகள் எழுதி மணிக்கொடியில் வெளியிட்ட பிறகு, எனக்குப் புதுமைப் பித்தனுடைய நட்பு கிடைத்தது. சிறு கதைகள் மட்டும் எழுதுவது போதாது, நாவல்களும் எழுத வேண்டும் என்று இருவரும் 1936, 1937 வாக்கில் எண்ணம் கொள்ளத் தொடங்கினோம். புதுமைப் பித்தன் மூக்கபிள்ளை, மூக்கபிள்ளை (ஒவ்வொரு தடவையும் அதில் 'ப்' எழுத்து வந்துவிடக்கூடாது என்று சேர்த்துச் சொல்வார்) என்று தாம் எழுத நினைத்த ஒரு நாவலைப் பற்றி பேசுவார். நான் என் மூதாதையர்கள் சென்னையையொட்டிய பிரதேசத்திலிருந்து

கிளம்பி, ஹைதர் காலத்தில் தஞ்சை ஜில்லாவில் திருவாலங்காட்டில் குடியேறியது பற்றி ஆங்கிலத்தில் எழுதுவதாகத் திட்டமிட்டிருந்த ஒரு நாவல் பற்றிப் பேசுவேன். (இந்த நாவலில் சில அத்தியாயங்கள் தவிரப் பாக்கி இன்னமும் தமிழிலோ, ஆங்கிலத்திலோ எழுதப் படாமலேதான் இருக்கிறது.)

இந்தச் சூழ்நிலையில் நான் 1938இல் இரண்டு மாதங்கள் சேலத்தில் ஒரு ஹோட்டலில் போய் உட்கார்ந்து கொண்டு ஒரு நாவலை எழுதி முடிப்பது என்று தீர்மானித்தேன். நாற்பத் தைந்தே நாட்களில் ஒரு நாவலை எழுதி முடித்துவிட்டு, அடுத்த பத்து நாட்களில் அதைத் திரும்பவும் எழுதிவிட்டேன். இந்த இரண்டாவது தடவை எழுதியது பல அநாவசியமான பகுதி களை அகற்றவும், நாவலைச் சுருக்கமாக எழுதவும் எனக்குப் பயன்பட்டது. அந்த நாவலுக்கு மையமாக அமைந்த அனுபவம் பின் வருவதுதான். என் சித்தப்பா ஒருவர் அடிநாளிலே என் தகப்பனார் ஆதரவில் படித்து மெட்ரிகுலேஷனுக்குப் பணம் கட்டிவிட்டு, என் தகப்பனார் ஏதோ காரணமாகக் கோபித்துக் கொண்டார் என்பதற்காகப் பரீட்சை எழுதாமலே வீட்டை விட்டு ஓடிவிட்டார். இந்தியா முழுவதும் சுற்றித் திரிந்து பல வேலைகளில் அமர்ந்து சொந்தமாக வியாபாரமும் செய்து, லட்சக்கணக்கில் பொருளீட்டினார். இருபது வருஷங்களுக்குப் பிறகுதான் அவர் இருப்பிடமே என் தகப்பனாருக்கும் பாட்டிக்கும் தெரிய வந்தது. என் பாட்டியின் வற்புறுத்தலுக்கிணங்கி அவர் ஒரு பெண்ணைத் திருமணம் செய்து கொண்டார். பானை பிடித்தவள் பாக்கியம். அவர் தேடியிருந்த பணமெல்லாம் பத்து ஆண்டுகளில் கரைந்து விட்டது. அவர் மனைவியும் முதல் பிரசவத்தில் இறந்து விட்டாள்; குழந்தையும் உயிருடனில்லை. இப்போது அந்தச் சித்தப்பாவுக்கு நான்தான் வாரிசு. ஆனால் எனக்குத் தருவதற்கு அவரிடம் சொத்து ஒன்றுமில்லை.

என் கல்லூரி விடுமுறை நாட்களை நான் கல்கத்தாவில் அந்தச் சித்தப்பாவுடன் கழிப்பது வழக்கம். ஏழையாகிவிட்ட என் சித்தப்பா மறுபடியும் ஏராளமாகப் பொருளீட்டுவது பற்றிக் கனவு கண்டு கொண்டிருந்தார். குதிரைப் பந்தயத்தில் சம்பாதிக்கலாம் என்பது அவர் நினைப்பு. அதற்கு அனுசரணையாக அவர் ஜோசியம் கற்றுக் கொண்டார். பணம் வரவில்லை; ஜோசியம் நன்றாக வந்தது. தம் ஜோசியத்தின் மூலம் என் எதிர்காலத்தைக் கண்டு சொல்ல நிறையவே வைத்திருந்தார். ஆனால் எதுவும் சொல்லவில்லை. சொல்ல மறுத்தார். இதை வைத்து நாவல் எழுதத் தீர்மானித்தேன் நான்.

நான் நாவல் எழுதுகிறபோது என் சித்தப்பா உயிருடனிருந்தார் (பின்னர் சந்நியாசம் வாங்கிக் கொண்டு பல வருஷங் களுக்குப் பிறகுதான் மறைந்தார்). அவர் தம் மறைந்த நாளைக் குறிப்பிட்டுவிட்டு, தம் வாரிசுக்கு விட்டுச் செல்லச் சொத்தில்லா விட்டாலும் ஒரு ஜோசிய பூர்வமான உயில் எழுதி வைத்தார் என்று கற்பனை செய்தேன். இதற்காகப் புதுசாகக் கல்யாண மான வாலிபன் ஒருவனை சிருஷ்டித்துக் கொண்டேன். அவன் லட்சியவாதி; இலக்கியாசிரியன். நல்ல உத்தியோகத்தை உதறித் தள்ளிவிட்டு, எழுதப் போகிறேன் என்று வந்துவிடுகிறான். ஆனால் அவன் மனைவிக்கு உள்ளதெல்லாம் சாதாரணமான ஆசைகள்தான் – உத்தியோகம் பார்க்கிற கணவன், வேலைக் காரர்கள், கார் பங்களா, சௌகரியங்கள் என்று. இலக்கிய லட்சியம் புரியாத மனைவி வந்து தனக்கு வாய்த்தது பற்றி வருத்தம் அவ்வாலிபனுக்கு. அவ்வருத்தம் தீர அவன் அத்தை மகள் ஒருத்தி வருவாள். அவன் இலக்கிய வாழ்விலே பங்கு கொள்கிறாள் – கன்னி விதவை. படித்துக் கொண்டிருப்பவள். இந்தப் போக்கின் முடிவைத்தான் ஜோசியர் கிருஷ்ணசாமி சர்மா தம் ஜோசியத்தினால் கண்டு உயிலாக எழுதித் தருகிறார் என்று கற்பனை செய்து கொண்டேன். அப்போது இருதாரமணத் தடுப்புச் சட்டம் இல்லை.

கதையைப் பூரணமாக உருவாக்க எனக்கு இன்னொரு அனுபவமும் உதவியது. நான் சேலம் போகுமுன் 1937 கடைசியில் சுவாமிமலையில் ஒரு சமயம் என் பாட்டி தனது எண்பதாவது வயதில் சாகக் கிடந்தாள். (அப்போது அவள் மறையவில்லை. இரண்டொரு வருஷங்கள் கழித்தே மறைந்தாள்.) ஆனால் அந்தச் சந்தர்ப்பத்தில் நான் முன்பின் பார்த்திராத உறவினர்கள், நண்பர்கள் பலர் வந்து போனார்கள். அதை மனத்தில் கொண்டு, குடும்பம் என்கிற தத்துவம் நம்மிடையே எப்படி ஆட்சி செலுத்துகிறது என்பதை என் நாவலில் விவரிக்க முற்பட்டேன்.

கதையோ, சம்பவங்களோ, ஜோசியமோ முக்கியமல்ல. ஆனால் குணசித்திரங்கள், மனப்போராட்டம், உலகமே ஒரு குடும்பம் என்கிற சித்தாந்தம் இவற்றில் நம்பிக்கை வைத்து நான் 1938இல் சேலத்தில் உட்கார்ந்து எழுதிய நாவல் சர்மாவின் உயில். எனக்குத் திருப்தி தந்த முதல் நாவல் அது.

●

(1960இல் கல்கி இதழில் வெளிவந்த கட்டுரை)

புஷ்பப் பல்லக்கு

அன்றிரவு புஷ்பப் பல்லக்கு. சிதம்பரத்தில் இருந்துகொண்டு வைத்தியநாதனின் மேளக் கச்சேரி கேட்காமலும் இருக்கலாமோ என்று சிவராமன் சாப்பிட்டானவுடன் எட்டரை மணிக்கே ஸ்வாமியைக் கிளப்பி அழைத்துவரக் கோயிலுக்குப் போய் விட்டான்.

“இந்தப் பனீலே..!” என்று ஒரு பெரிய ஆச்சரியக் குறியுடன் மாமனார்ப் பிராம்மணன் நைசாகச் சொல்லிப் பார்த்தார். பலனில்லை.

முந்திய இரவு நகர கதாகாலக்ஷேபக் கமிட்டி அங்கத்தின ராகக் கண்விழித்த சிரமம் வேறு. தவிரவும், கோர்ட்டிலே அன்று வழக்கத்துக்கு விரோதமாகக் கொஞ்சம் அதிக வேலையும் இருந்துவிட்டது. பல்லக்கு, தம் வீட்டிக்கு எதிரே வரும் வரையில் விழித்துக்கொண்டிருக்க வேண்டும் என்று வக்கீலுக்கு உத்தேசம்தான். எனினும், அவரால் முடியவில்லை. நாற்காலியிலிருந்து ஈஸிசேருக்கும், ஈஸிசேரிலிருந்து கட்டிலுக்குமாக நகர்ந்து சீக்கிரமே படுத்து, மணி பதினொன்று அடிக்கும் முன்னரே அவர் தூங்கிவிட்டார். ஆனால், தூங்குவதற்கு முன், ஜாக்கிரதை யாகத் தம் மனைவியை, “ஏய்! ஏய், உன்னைத்தானே!” என்று இரண்டு தரம் கூப்பிட்டு, “பல்லக்கு நம்மாத்துக்கு எதிரே வரச்சே என்னையும் எழுப்பு” என்று சொல்லிவைத்தார்.

புஷ்பப் பல்லக்கு கிளம்பும்போதே மணி பதினொன்றுக்கு மேல் ஆகிவிட்டது. வானிலே நட்சத்திரங்கள்கூடக் கண்ணில் படாமல் மேகத்திரை படர்ந்து மறைத்துக்கொண்டிருந்தது. “மழை வந்துவிட்டால் என்ன பண்ணுவது?” என்கிற பயம் ஒரு புறம் இருந்தாலும், பல்லக்கு மிகவும் மெதுவாகத்தான் நகர்ந்தது.

தவிரவும், வைத்தியநாதனுக்கு அது தன்னுடைய கடைசிப் புஷ்பப் பல்லக்குக் கச்சேரி என்று தெரியும் போலும்! என்றும் இல்லாதபடி, அவனையும் மீறியே அதி அற்புதமாக, அழகாக வாசித்தான். ஒரு கலைஞனுக்கு ஏற்ற ரசிகர்கள் அகப்பட்டு விட்டால், அவன் தன் கலையின் கோடிகளை எட்டிப் பிடித்துக் காட்டாமல் விட்டுவிடுவானா? தன்னைச் சுற்றி நின்ற சிலர் முகத்திலே ரசனை தாண்டவமாடுவதைக் கண்டு விட்டான் வைத்தியநாதன். அவ்வளவுதானே அவனுக்கு வேண்டியது!

மேளக்காரனும், ரசிகர் குழாமும், ஜனக்கூட்டமும் நகர்ந்து வழிவிட்டால்தானே ஸ்வாமியும் பல்லக்கும் நகரலாம்?

புஷ்பப் பல்லக்கு மேல வீதி திரும்பும்போது மணி இரண் டரை ஆகிவிட்டது. வானத்து மேகத்திரை சிற்சில சமயங்கள் உறுமுவதும், சரிகை வேலை செய்து காட்டுவதுமாகப் பய முறுத்திக்கொண்டிருந்தது. மழை பெய்வதானால்கூட மறுநாள்தான் பெய்யும்போல் இருந்தது. தவிரவும் ஜனங்களுக்கு, கானவர்ஷத்தில் ஈடுபட்டிருந்த ரசிகர்களுக்கு, மழை என்கிற ஞாபகமே வரவில்லை. மழை பெய்திருந்தால்கூட தலை நனைந்த பிறகுதான், சுயப் பிரக்ஞை வந்திருக்கும் அவர்களுக்கு.

இப்படியாக புஷ்பப் பல்லக்கு மேல வீதிக் கோடியில் உள்ள தபாலாபீஸை நெருங்கியபோது, மணி மூன்றரை ஆகிவிட்டது.

தபாலாபீஸுக்கு அடுத்தாற்போலத்தான் சிவராமனின் மாமனார் வீடு. வீட்டில் எல்லோரும் நித்திரையில் ஆழ்ந்திருந் தார்கள். சிவராமனின் மாமியார் மட்டும் அடிக்கடி விழித்துக் கொள்வதும் பல்லக்கு வருகிறதா, மேளச் சப்தம் கேட்கிறதா என்று கவனிப்பதுமாக இருந்தாள். பல்லக்கு மேலச் சந்நிதியைத் தாண்டுவதற்குள் ராதை அம்மாமி, வீட்டில் எல்லோரையும் எழுப்பி வாசலில் கொண்டுவந்து நிறுத்திவிட்டாள். அவள் பெண் ராஜமும் தூங்கிவழிந்த கண்களுடன் பல்லக்கின் வருகையையும், தன் கணவன் சிவராமனின் வருகையையும் எதிர்நோக்கி வாசல் குறட்டில் நின்றுகொண்டிருந்தாள்.

மூத்த பிள்ளை குஞ்சு போய் வக்கீல் நாராயணஸ்வாமி ஐயரைத் தட்டி எழுப்பினான். நாலு குரலுக்கு அவர் எழுந்திருக்கவில்லை. ஐந்தாவது கூக்குரலுக்கு விழித்துக்கொண்டவர், "என்னடா அது? அதுக்குள்ளே? பல்லக்கு இன்னும் கடைத்தெருவைக்கூடத் தாண்டவில்லை. அதுக்குள்ளே என்னடா?" என்று சொல்லிவிட்டு மறுபடியும் இழுத்துப் போர்த்திக்கொண்டு புரண்டு படுத்துத் தூங்க ஆரம்பித்துவிட்டார்.

வடக்கு வீதித் திருப்பத்தில் சிவராமன் நாதஸ்வரம் கேட்டுக் கொண்டு நின்றான். புஷ்பப் பல்லக்கு நாராயணஸ்வாமி ஐயர் வீட்டு வாசலில் நின்றது. வெளிச்சமும் சப்தமும் கடைசியில் நாராயணஸ்வாமி ஐயரின் தூக்கத்தையும் கலைத்தன. அவர் தாமாகவே எழுந்து வந்து, வாசல் கீழ்ப்படியில் நின்றுகொண்டு ஸ்வாமியைப் பார்த்து இரண்டு தரம் தாடையில் போட்டுக் கொண்டார். ஆறு மாதத்தில் வக்கீலாக தாம் செய்த பாபங் களுக்கெல்லாம் பிராயச்சித்தம் அது என்று எண்ணுபவர்போலத்

தாடையில் சற்று ஓங்கியே போட்டுக்கொண்டார்.

அடுத்த விநாடியே அவர் சிந்தனை ஸ்வாமியிடமிருந்து விலகிவிட்டது. "அப்பாடி என்ன பனி!" என்றார். அண்ணாந்து வானத்தைப் பார்த்துவிட்டு, "மழை வேறே பெய்யும்போல் இருக்கே" என்றார்.

அவர், 'என்ன பனி!' என்றது அவருடைய மனைவி காதில் 'என்ன மணி?' என்று விழுந்தது போலும்.

"மணி மூன்றரை" என்று பதில் அளித்தாள் ராதை அம்மாமி. இந்த வருஷத்தைவிடப் போன வருஷம்தான் பல்லக்கு அலங்காரம் ஜோராயிருந்தது" என்றாள்.

"புஷ்பப் பல்லக்குத்தான் எவ்வளவு அழகாயிருக்கு!" என்றாள் ராஜம். சிறிது நேரம் கழித்து அவள் மீண்டும் சொன்னாள்: "ஆனால், புஷ்பப் பல்லக்குப் பார்க்கிறதானால் தஞ்சாவூரிலே பார்க்கணும். எத்தனை பல்லக்கு வரும்! ராத்திரி பூரா, பகல் பூரா வந்துகொண்டே இருக்குமே! விதவிதமா அழகழகா ஜோடிச்சு வரும்."

மனசில் லேசான பொறாமையுடன் ஸ்வாமிக்குப் போட்டிருந்த நகைகளைக் கணக்குப் பார்ப்பதில் ஈடுபட்டாள் ராஜம். அந்தக் கணக்கு ஒரு வழியாக எடுத்து முடிந்ததும், வடக்கு வீதித் திருப்பத்திலே மேளக் கச்சேரி கேட்டுக்கொண்டு நின்ற கூட்டத்தில், தன் கணவனின் உருவம் தெரிகிறதா என்று கவனித்தாள். ஆனால், காஸ் லைட்டுகளின் வெளிச்சமும், ஜனக்கூட்டமும் ஒரு நிலையாக நிற்காமல், ஏற்கனவே, தூக்கத்தால் கலங்கியிருந்த அவள் கண்களைத் திகைக்கச் செய்தன.

குஞ்சு, வாசல் குறட்டில் போட்டிருந்த ஊஞ்சலில் உட்கார்ந்து சங்கிலியில் சாய்ந்தபடியே தூங்கிப்போய்விட்டாள். அவள் தம்பி துரைசாமி பல்லக்கு வீட்டெதிரே வந்து சேருவதற்கு கால்மணி நேரம் முன்னதாகவே உள்ளே போய்ப் படுக்கையில் சௌக்கியமாகப் படுத்துத் தூங்கிவிட்டான். பட்டு எழுந்து வரவே இல்லை. மறுநாள் காலையில் புஷ்பப் பல்லக்கைப் பற்றிய எல்லா விஷயங்களையும் பார்த்தவர்களைத் தீர விசாரித்து அவள் அறிந்துகொண்டு விடுவாள். கடைசிப் பையன் வெங்கிட்டுதான் அம்மா காலைச் சுற்றிக்கொண்டு வேடிக்கை பார்ப்பதில் ஈடுபட்டிருந்தான்.

உரக்க ஒரு கொட்டாவி விட்டார் நாராயணஸ்வாமி ஐயர். "மணியாறதே. என்ன, இன்னும் மாப்பிள்ளை வரவில்லையா?" என்று அவர் கேட்டுக்கொண்டிருக்கையில், "இதோ வந்து

விட்டேனே!" என்று கணீரென்று பதில் சொல்லிக்கொண்டே வாசற்படி ஏறி உள்ளே வந்தார் மாப்பிள்ளைவாள். ராஜமும், அவள் தாயாரும் வழிவிட்டு மரியாதையாக ஒதுங்கி நின்றார்கள். மாமனார், முன்னால் போய் காமிரா அறை விளக்கைப் போட்டார். சுவரில் மாட்டியிருந்த கடிகாரம் நாலடிக்க இன்னும் இருபது நிமிஷம் இருந்தது என்று காட்டிற்று.

"அப்பாடி, மணி நாலடிக்கப் போகிறதே! இப்படி ராப்பூரா பனீலே நின்னுண்டு கண் விழிச்சா உடம்புக்கு எப்படி ஒத்துக்கும்?" என்றார் நாராயணஸ்வாமி ஐயர்.

"பனி என்ன பண்ணும்? சில பேருக்குத்தான் உடம்புக்கு ஒத்துக்காது. எனக்குப் பழக்கம்தான் பனியெல்லாம். தவிரவும், மனிதன் உடம்புக்குப் பனி மிகவும் அவசியம். இதை யாராவது ஒரு மேல்நாட்டு டாக்டர் சொல்லி விட்டானானால் நம் ஊர்க்கா ராள் எல்லாரும் அப்புறம் பனீலே நிக்க ஆரம்பிச்சுடுவா" என்றான் சிவராமன்.

நாராயணஸ்வாமி ஐயர் ஒன்றும் பதில் சொல்லவில்லை. சிவராமன் மேலும் சொன்னான்: "பாட்டுச் சுகத்திலே நிற்கிற சிரமம்கூடத் தோணலை."

"தூங்கற இன்பம் தெரிஞ்சவா இப்படி எல்லாம் சொல்ல மாட்டா" என்றார் வக்கீல் விட்டுக்கொடுக்காமல்.

"அப்படிச் சொல்லலாமோ நீங்கள்? ராப் பூராவும் கண் விழிக்கறவனுக்குத்தான் தெரியும் தூக்கத்தின் அருமை. பட்டினி கிடப்பவன்தான்..."

"மணி அஞ்சாகப் போறது, விளக்கை அணைச்சுட்டுப் படுத்துக்கறேளா? நானும் போய்ச் சித்தே படுத்துத் தூங்கறேன்" என்று சொல்லிவிட்டு, நாராயணஸ்வாமி ஐயர் மாப்பிள்ளையின் பதிலை எதிர்பார்த்து நின்றால் உண்மையிலேயே மணி ஐந்தாகி விடுமோ என்று பயந்தவராக, அவசரம் அவசரமாக உள்ளே போய்விட்டார்.

சிவராமன் நாற்காலியில் உட்கார்ந்து சில நிமிஷ நேரம் நாதஸ்வர கீதச் சுவையின் ஞாபக இன்பத்திலே ஈடுபட்டவனாகச் சும்மா இருந்தான். பிறகு உரக்க, "ராஜீ! ராஜீ" என்று கூப்பிட்டான்.

வாசற் கதவைத் தாழிட்டுப் பூட்டிக்கொண்டு உள்ளே தன் தாயாருடன் படுக்கச் சென்றுகொண்டிருந்தாள் ராஜம். மீண்டும் தூக்கம் கெடுகிறது என்று கண்டு முகத்தைச் சுளித்துக்கொண்டு காமிரா அறைக்குள் வந்தாள்.

“என்ன?”

“ஒரு டம்ளர் தீர்த்தம் கொண்டு வாயேன் ராஜி.”

“ராத்திரி நாலு மணிக்குப் படுத்துக்கப் போறச்சே தீர்த்தம் எதுக்காம்?”

“நான் உடனே படுத்துக்கப் போறதில்லையே! கொஞ்ச நேரம் எழுதப் போறேன்” என்றான் சிவராமன்.

“நன்னா எழுதினேள், ராத்தூக்கம் இல்லாமே. சும்மாப் படுத்துக்கோங்கன்னா...” என்று செல்லமாகக் கடிந்து கொண் டாள் ராஜம்.

“உள்ளே போய்த் தீர்த்தம் கொண்டுவர உனக்குச் சோம்பலாயிருந்தால்...”

“பனீலே இவ்வளவு நாழி நின்னுட்டு வந்து தீர்த்தமும் சாப்பிட்டுட்டு ராப்பூராக் கண் விழித்தால் ஜலதோஷம் வரும்; ஜூரம் வரும். அப்போ ராஜி, ராஜி என்னுங்கோ, சொல்றேன்” என்று தன் கணவனைப் பயமுறுத்தினாள் ராஜம்.

“அப்போ சொல்றதுக்கும் கொஞ்சம் பாக்கியிருக்கட்டும். இப்போ ஒரு டம்ளர் தீர்த்தம் கொண்டு வா, போ” என்றான் சிவராமன், விவாதத்தை முடிக்கும் உத்தேசத்துடன் சற்றுக் கடுமையாகவே.

பதில் சொல்லாமல் உள்ளே போனாள் ராஜம். இரண்டு நிமிஷம் கழித்து ஒரு டம்ளரில் குளிர்ந்த ஜலம் டொப்பென்று மேஜைமேல் கொண்டுவந்து வைக்கப்பட்டது.

“டம்ளர் முழுசா இருக்கட்டும்” என்றான் சிவராமன் சிரித்துக் கொண்டே. தீர்த்தத்தைச் சாப்பிட்டுவிட்டுச் சொன்னான்: “இதோ பார்... ராஜி. நான் இப்போது என்ன கதை எழுதப் போறேன் தெரியுமா? புஷ்பப் பல்லக்கு என்று ஒரு கதை. அதிலே இரவு மூன்று மணிக்குப் புஷ்பப் பல்லக்குக் கூட்டத்திலே ஒரு...”

“நான் போய்ப் படுத்துக்கட்டுமா? தூக்கம் வர்றது எனக்கு” என்றாள் ராஜம்.

ஒரு நிமிஷம் ஒன்றுமே சொல்லாமல் சிவராமன் அவளையே பார்த்துக்கொண்டு உட்கார்ந்திருந்தான். பிறகு, தீர்மானமாக லேசாகக் கசப்பு தொனிக்கும்படியாக, ஆனால் புன்சிரிப்புடனே, “நீ ஒரு இலக்கியாசிரியனின் மனைவியாக இருப்பதற்கு லாயக்கற்றவள்!” என்றான்.

ராஜம் பதில் சொல்லத் தயங்கவில்லை. "ஆமாம், ஆனால் முதலில் நீங்கள் ஓர் இலக்கியாசிரியராக இருப்பதற்கு லாயக் குள்ளவர்தாமா என்பதே இன்னும் நிச்சயமாகி விடவில்லையே!" என்றாள்.

சிவராமனுக்குக் கோபம் வந்துவிட்டது. "உம், இந்தப் பேச்சைத்தான் கண்டது!" என்றான்.

"இல்லாவிட்டால் இலக்கியம் இலக்கியம் என்று சொல்லிக் கொண்டு, ஒருத்தரும் படிக்காத, ஒருத்தரும் பிரசுரிக்கக்கூடப் பிரசுரிக்காத கதைகளை எழுதி எழுதி..."

"வக்கீல் பெண் வேண்டாம், அது மிகவும் வாயாடி" என்று பாடினான் சிவராமன். பாடிவிட்டு, "உன்னைப் பிரம்மதேவன் ஏதாவது கொஞ்சம் மூளையோடு படைத்திருந்தால்தானே..!" என்றான்.

"ச் சொ ச்சொ... பெண் பார்க்க வந்தபோதே, மூஞ்சியைப் பார்த்த மாதிரி மூளையையும் பார்த்திருக்கக் கூடாதோ நீங்கதான்? யார் வேண்டாம்னது? இப்ப வேணுமானாலும் எனக்கொண்ணும் ஆட்சேபம் இல்லை. இலக்கியாசிரியனுக்குத் தகுந்தவளா ஒருத்தியைப் பிடிச்சுக் கல்யாணம் பண்ணிக்கலாமே நீங்க. பேஷாச் செய்யுங்கோ, நான் குறுக்கே நிக்கலே. மனசுக்குப் பிடிச்சவளா, படிச்சிண்டிருக்கிறவளா... ஏன் அத்தங்காளேதான் ஒருத்தி இருக்காளே..." என்று ஒரே மூச்சில் பேசி முடித்தாள் ராஜம்.

"ஆயிடுத்தா உன் பிரசங்கம்? போடி, அதிகப் பிரசங்கி? இந்த வாய்தான்..."

"உங்களோடு வாயாடிண்டு நிக்க எனக்கு மூளையும் போறாது... இப்போ போதும் கிடையாது. எனக்குத் தூக்கம் வர்றது. நான் போய்ப் படுத்துக்கப் போறேன். அவர் தலையெழுத்து; இலக்கியாசிரியர் கண் விழிக்கணும். அவர் பொண்டாட்டிக்கு என்ன வந்தது? நான் போறேன்" என்று சொல்லி விட்டுச் சிவராமனின் சமாதான முயற்சிக்கு சிறிதும் இடங்கொடாமல் ராஜம் உள்ளே போய்விட்டாள்.

நோட்டுப் புஸ்தகத்தைப் பிரித்து வைத்துக்கொண்டான் சிவராமன். ஒரு பக்கத்தில் மேலே புஷ்பப் பல்லக்கு என்று தலைப்பை எழுதி அதன் கீழே ஒரு கோடு கிழித்தான். சற்று நேரம் கழித்து இன்னொரு கோடு கிழித்தான். இன்னும் சற்றுநேரம் கழித்து மூன்றாவது கோடும் கிழித்தான். சற்று

முன் துருதுருவென்று துடித்துக்கொண்டிருந்த அவன் கற்பனை இப்பொழுது நகரவே மறுத்தது. ராஜம் அப்பொழுது அங்கு அறையில் இல்லை என்றாலும் அவள் வார்த்தைகள் அங்கிருந்தும், அவன் மனசிலிருந்தும் அகல மறுத்தன. சிவராமனின் சிந்தனைகள், விளக்கைச் சுற்றும் விட்டில் பூச்சிகளைப்போல ராஜத்தின் வார்த்தைகளைச் சுற்றிச் சுற்றி வந்தன.

ராஜத்தின் வார்த்தைகள் மட்டும் போதாது என்றுதான் ராதை அம்மாமி நினைத்தாள் போலும். தன் மாப்பிள்ளையின் காதில் விழவேணும் என்று எண்ணியவள்போல் அவள் சற்று உரக்கவே ஒரு குட்டிப் பிரசங்கம் செய்தாள். இந்தப் குட்டிப் பிரசங்கத்தின் அர்த்தபுஷ்டியான வார்த்தைகள் சில சிவராமனின் காதில் தெளிவாகவே விழுந்தன.

“என்ன எழுத்து வேண்டிக்கிடக்கு; எழுத்து! நூறு ரூபாய் சம்பளத்தையும் விட்டுத் தொலைத்துவிட்டு வந்து, ராப்பகலாத் தூக்கத்தையும் கெடுத்துக்கொண்டு உடம்பு கெட...” என்று பிரசங்கம் செய்துகொண்டிருந்தாள் ராதை அம்மாமி.

சிவராமன் விளக்கை அணைத்துவிட்டுக் கதவைத் திறந்து கொண்டு வெளியே போய், வெளி ஆளோடியில் கையைக் கட்டிக்கொண்டு குறுக்கும் நெடுக்குமாக உலாத்த ஆரம்பித்தான். அவர்கள் சொல்லியதெல்லாமும் ஒரு விதத்தில் நிஜந்தான் என்று அவனே ஒப்புக்கொள்ள வேண்டி இருந்தது. இலக்கியம் என்கிற ஒதுங்கி நிற்கும் தேவி ஒருத்திக்காக அவன் எவ்வளவு தியாகங்கள் செய்துவிட்டான்! நல்ல உத்தியோகம், பொருள், காலம் எல்லாவற்றையுமே அவன் இலக்கிய தேவியினுடைய பாத கமலங்களில் சமர்ப்பித்துவிட்டு நின்றான். லாபம் என்ன? பைத்தியக்காரன் என்று சாதாரண மக்களும், வக்கீல் ஐயாவும், அவர் சம்சாரமும் அவனை எண்ணினார்கள். அவ்வளவுதான் கண்ட லாபம்!

ஆனால், செய்ததெல்லாவற்றையும் தியாகம் தியாகம் என்று தானே கருதும் வரையில், வேறு என்ன, எப்படிப்பட்ட லாபம்தான் கண்டுவிடமுடியும் என்று ஒரு விநாடி தன்னையே நொந்துகொண்டான் சிவராமன்.

ஆறு மாதங்களுக்கு முன், தன் சொந்தக் காசு போட்டு சிவராமன் நாவல் ஒன்று பிரசுரம் செய்தான். “அந்த இரு நூறு ரூபாய்க்கு எனக்கு ஒரு ஜோடி வைர டோலக் வாங்கியிருக்கலாமே!” என்பது ராஜத்தின் கட்சி. அந்த நாவலைப் பத்திரிகை விமர்சகர்களும், ஒரு சில நண்பர்களும் வானளாவப் புகழ்ந்தும்,

விற்றது ஏதோ நூறு நூற்றைம்பது பிரதிகள்தாம். எஞ்சிய பிரதிகள் எல்லாம் அவன் வீட்டில் சிதறிக் கிடந்தன.

"உம்... இப்போ எழுதித்தான் என்ன ஆகணும்?" என்று சொல்லிக்கொண்டே சிவராமன் காமிரா அறைக்குள் வந்து, கதவைத் தாழிட்டுவிட்டு, விளக்கை ஏற்றாமலே விரித்திருந்த படுக்கையில் படுத்தான். கொசு வலையை அவிழ்த்துவிட்டான். திடீரென்று அவனைப் போலவே கொசு வலைக்குள் சிறைப்பட்ட கொசு ஒன்று ஆத்திரத்துடன் ரீங்காரமிட்டது.

உள் கூடத்தில், அவனுடைய மாமியாரும் தன் பிரசங்கத்தை முடித்துக்கொண்டிருந்தாள். அந்தப் பிரசங்கத்தின் கடைசி வார்த்தைகளும் அவன் காதில் விழுந்தன. "என்ன எழுத்து வேண்டிக்கிடக்கு? எல்லாம் நாளைக்கு எழுதிக்கலாம். படுத்துக்கச் சொல்லுடி."

'ராஜி தூங்கிவிட்டாள் போலிருக்கு. அதான் அவள் பதில் ஒன்றும் சொல்லவில்லை' என்று தனக்குள்ளேயே சிவராமன் சொல்லிக்கொண்டான்.

அப்போது கோயில் மணி 'டங், டங், டங், டங்,' என்று நாலு அடித்தது. ஆத்துக் கடிகாரத்தில் மணி நாலடித்துப் பத்து நிமிஷம் ஆகிறதே! வேகமாய்ப் போறது போல் இருக்கு!' என்று எண்ணினான் சிவராமன்.

கோயில் மணியின் இன்ப ஒலி சிவராமனுக்கு மீண்டும் வைத்தியநாதனின் நாதஸ்வர இன்பத்தை ஞாபகமூட்டியது. அந்த இசையையும்விட அதிகமாக இசையின் ஞாபகம் இன்பமூட்டியது. மனக்குரங்கு மற்றெல்லா விஷயங்களையும் நழுவ விட்டுவிட்டது.

சற்று நேரத்துக்குள், மனக்குரங்கு அவனுடைய அகக்கண்முன் அவனுடைய சிற்றப்பாவைக் கொண்டுவந்து நிறுத்தியது.

'அவர் இன்று இங்கே என்னுடன் இருந்தால் இந்தக் கச்சேரியை எவ்வளவு ரசித்திருந்திருப்பார்! அவர் உண்மையிலேயே ரசிகர், கலைஞர். எதிலுமே அவருக்கு ரஸனையும் ஈடுபாடும் அதிகம்தான். முன் ஒருதரம் – 1930இலா, 31இலா? நான் அண்ணாமலை சர்வகலாசாலையில் பி.ஏ. வகுப்பில் படித்துக்கொண்டிருந்தபோது, என்னைப் பார்க்க அவர் வந்திருந்தார். அன்றும் புஷ்பப் பல்லக்குத் தினம்தான். அன்றும் வைத்தியநாதனின் நாதஸ்வரம்தான். அவரும் நானும் அன்றிரவு நாதஸ்வரம் கேட்டுக்கொண்டே புஷ்பப் பல்லக்குடன் நாலு வீதியும் சுற்றி வந்தோம். ஹாஸ்டலை நோக்கித் திரும்பியபோது கிழக்கு வெளுத்துவிட்டது. காலையில்

ஹாஸ்டலில் காபி சாப்பிட்டபோது சித்தப்பா, 'ஏண்டா ராஜா, பல்லக்கு எப்படிடா இருந்தது?' என்று கேட்டார். சிரித்துக் கொண்டே நான், 'பார்க்கலையே சித்தப்பா!' என்றேன்... அவர் மட்டும் இன்று இங்கிருந்தால்..! ...ம். அவர் கண் விழிப்பதற்கு அஞ்சவே மாட்டார். இரவு முழுவதும் தூங்காமலே கழிப்பது அவருக்குச் சர்வ சாதாரணமான காரியம். இப்போதுதான் என்ன? மணி நாலாகிறதே! சிகரெட்டைப் பற்ற வைத்துக்கொண்டு, ஏதாவது சிந்தனையில் ஆழ்ந்து உட்கார்ந்திருப்பார். நான் இப்போது அவரைப் பற்றி நினைப்பதுபோல அவரும் என்னைப் பற்றி நினைத்துக்கொண்டிருக்கலாம். என்னிடம் அவருக்கு அலாதியான பிரியம்தான்... ம்... ஆமாம். சித்தப்பா இன்னும் தூங்கியிருக்க மாட்டார். கிரக சஞ்சாரம் எதையாவது கணித்துக் கொண்டிருப்பார்: விரல் விட்டு, விரல் விட்டுக் கணக்குப் பண்ணிக்கொண்டிருப்பார்; ஜோசியத்திலே நம்பிக்கை வைப்பது பிசகுதான் என்றாலும் அவர் சொன்னாரே – நான் வேலையை ராஜிநாமா செய்வதற்கு இரண்டு மாசங்களுக்கு முன்னதாகவே அவர் சொன்னாரே, 'பிறகு என்ன சித்தப்பா பண்ணுவேன்?' என்று கேட்டேன். 'பிறகா? பிறகு சொல்றேன்' என்றார்... ம்... எவ்வளவோ விஷயங்களில்...'

சிவராமனின் மனக்குரங்கும் நித்திராதேவிக்கு வசமாகிவிட்டது

O.

கல்கத்தாவில்

‘தென்னிந்தியா கிளப்’பை விட்டு அவ்வளவு சீக்கிரம் மணி பன்னிரண்டு அடிப்பதற்குள்ளாகவே கிளம்பிவிட கிருஷ்ணஸ்வாமி சர்மாவுக்கு மனசில்லை. ஆனால், அதற்காக முன்பின் சரியாகத் தெரியாதவர்களுடன் உட்கார்ந்து சீட்டோ, சதுரங்கமோ ஆடவும் அவருக்கு மனசில்லை. அவருக்கு ஆப்தமானவர்கள் ஏழெட்டுப் பேர்வழிகள்தாம். அவர்களுள் நாலைந்துபேர் மணி ஒன்பது அடிப்பதற்கு முன்னரே ஏதோ அவசர ஜோலியிருப்பதாகச் சொல்லிவிட்டுக் கிளம்பி விட்டார்கள். அதுவரையில் சர்மாவுடன் சீட்டாடிக்கொண்டு இருந்தவர்கள்கூட மறுநாள் காலையில் ஒன்பது மணிக்கு ஆபீஸ் போக வேண்டியவர்கள். ஆபிஸீல் வேலை ஏதாவது செய்யும் உத்தேசம் இருந்தால் இரவு ஐந்தாறு மணி நேரமாவது தூங்கினால்தான் சரிப்படும் என்று சொல்லி விடை பெற்றுக்கொண்டு போய்விட்டார்கள்.

போகிறேன் என்று கிளம்பியவர்களைத் தடுத்து நிறுத்த முயலவில்லை கிருஷ்ணஸ்வாமி சர்மா. அவருக்குக் காலையிலோ, மாலையிலோ ஆபீஸ் என்று ஒன்றும் இல்லை. அவருக்குக் கடை என்று ஒன்று இருந்தது உண்மைதான். ஆனால், அவர் கடைக்கு எப்போது போவார், எவ்வளவு நேரம் அங்கிருப்பார் என்பது யாருக்கும் தெரியாத விஷயம். அவருக்கே தெரியாது. அவர் கடைப் பக்கம் ஒரு மாசம் பூராவும் போகாமலே இருந்ததுகூட உண்டு. கடையைத் திறந்து வைத்துச் சரிவர நடத்த அவருடைய குமாஸ்தாவுக்கு – குமாஸ்தா என்று அவனைச் சொல்ல முடியாது. சர்மாவின் நெருங்கிய நண்பன் என்றுதான் சொல்ல வேண்டும், ஒரு சீனாக்காரன் – அறிவும் நாணயமும் இருந்தன. ஆகவே, கடையைப்பற்றி ஒருபொழுதும் கவலைப்பட்டு அறியார் சர்மா. எல்லாம் அவர் கவனியாமலே சரி வர நடந்துவிடும் என்கிற நம்பிக்கை அவருக்கு இருந்தது. கடைவைத்து, வியாபாரம் செய்து லாபம் சம்பாதிப்பதைக்கூட அவர், சதுரங்கம், சீட்டாட்டம் போல ஒரு விளையாட்டாக, இன்ப சாதனமான ஒரு கலையாகவே கருதினார்.

அவர் வாழ்க்கையையே ஒரு கலையாக, பொழுதுபோக்குக் கலையாகக் கற்றவர். தினசரி வாழ்க்கையில், ஒவ்வொரு விஷயத்தையும், ஒவ்வொரு காரியத்தையும், ஒவ்வொரு தொழிலையும்

கலையாக மதித்து அனுபவித்துச் செய்யப் பழகியவர். மனசில்லாத கோஷ்டியுடன் சீட்டாடுவதைவிட ஆடாதிருப்பதே மேல் என்று எண்ணுபவர் அவர். அதனால்தான், போகிறேன் என்றவர்களை நிறுத்த அவர் முயலவில்லை. போகட்டும் என்று விட்டு விட்டார். ஆனால், தமக்காகத் தம்முடைய ஆப்தமித்திரனான வேணுவாவது ஓர் ஆட்டம் சதுரங்கம் ஆடுவதற்குப் பின்தங்குவான் என்று அவர் எதிர்பார்த்தார். அன்று இரவு இரண்டு மணி வரையிலாவது சதுரங்கம் ஆடுவது என்று அவர் எண்ணி யிருந்தார். ஆனால், வேணுவின் மனைவி அன்று காலையில்தான் திருநெல்வேலியிலிருந்து ஆறுமாதக் கைக்குழந்தையுடன் கல்கத்தா திரும்பியிருந்தாள். இந்தச் சந்தர்ப்பத்தில் வேணு அவ்வளவு நேரம் கிளப்பில் தங்கியதே பெரிசு. அதற்கு மேல் அவன் தங்குவான் என்று எதிர்பார்ப்பது தவறு என்று எண்ணினார் சர்மா. தம்மையே சமாதானம் செய்து கொண்டார்.

'வேணுவின் மனைவி திரும்பியிருந்தாள். வேணு அவசரப் பட்டுப் பன்னிரண்டு மணிக்குள்ளாகவே வீடு திரும்பினான்' என்று எண்ணியபோது கிருஷ்ணஸ்வாமி சர்மாவின் மெல்லிய உதடுகள் ஒரு புன்சிரிப்பில் மலர்ந்தன.

சர்மா அவர் மனைவியுடன் சம்சாரம் நடத்தி ஏழு இல்லை எட்டு வருஷங்கள் ஆகிவிட்டன. அவர் சம்சார வாழ்க்கை அதற்கு மேலும் நடக்காததற்குக் காரணம் அவருடைய மனைவி லட்சுமியின் அகால மரணம்தான். லட்சுமி தன்னுடைய முதல் பிரசவத்தைத் தாண்டி ஏழு நாட்களே உயிருடன் இருந்தாள். நல்லவேளையாக அவளுடைய குழந்தையும், அவளுக்குப் பிறகு இருபது நாட்களே உயிருடன் இருந்தது. ஒரே அடியில் எல்லாத்தளைகளும் இற்று விழுந்துவிட்டது பற்றி, சர்மாவுக்கு ஒருவிதத்தில் பரம திருப்தி என்றுதான் சொல்ல வேண்டும்.

வாழ்க்கையையே கலையாகக் கற்று வாழ்ந்து ரசித்த சர்மாவுக்குக் கிருகஸ்தாசிரமத்தின் உண்மையான, நிரந்தரமான, அழகான அம்சங்கள் மட்டும் ஒன்றுமே பிடிபட்டதில்லை; புரிந்ததில்லை. இதற்குக் காரணம்: அவர் மிகவும் சொல்ப காலமே கிருகஸ்தராக இருந்தார் என்பது மட்டுமல்ல.

அவர் தம்முடைய பன்னிரண்டாவது வயதில் வீட்டைவிட்டு வெளியேறியவர். மெட்ரிகுலேஷன் பரீட்சைக்குப் பணத்தைக் கட்டிவிட்டுப் பரீட்சை எழுதாமலே ஓடிப் போய்விட்டார். பரீட்சைக்குப் பயந்து அல்ல; வீட்டில் சண்டை சச்சரவு என்றும் அல்ல. அவர் அவ்வளவு சிறு வயசில் வீட்டை விட்டு வெளியேறி

இருக்க வேண்டிய அவசியமே இல்லை. முத்தண்ணாவின் பராமரிப்பில் வெகு சௌக்கியமாக இருந்திருக்கலாம். ஆனால் என்னமோ – அவர் மனம் சுயேச்சையாக இருக்க விரும்பியது. அவர் வீட்டைவிட்டு ஓடிவிட வேண்டும் என்று விரும்பினார். ஒரு நாள் அப்படியே செய்துவிட்டார்.

பன்னிரண்டாவது வயசிலிருந்து முப்பத்து நாலாவது வயசு வரையில் அவர் யாருக்கும் எதற்கும் கட்டுப்படாமலே, மனம் போனபடியெல்லாம் பரந்த உலகிலே அலைந்து திரிந்தார். இரண்டு மூன்று தரம் ஐரோப்பிய நாடுகளில் எல்லாம் வியாபார நிமித்தம் சுற்றுப் பிரயாணம் செய்தார். ஏழெட்டுத் தடவை சீனாவுக்கும் நாலைந்து தடவை ஜப்பானுக்கும் போய் வந்தார். சர்க்கரை, தோல், உலோகங்கள், சிகரெட்டு இதுமாதிரியான பல வியாபாரத் துறைகள் மூலம் அவருக்குப் பெரிய பெயரும், நிறையப் பணமும் கிடைத்தன. முக்கியமாகத் தோல்பதனிடும் தொழிற்சாலைகளில் அவர் பெயருக்கு மதிப்பு அதிகம். அப்போ தெல்லாம் பணம் சம்பாதிப்பதும் செலவழிப்பதுமே அவருடைய வாழ்க்கை லட்சியங்கள் என்று சொல்லலாம். அந்த இருபத்திரண்டு வருஷங்களில் அவர் உலகத்தில் சுவைக்க வேண்டிய இன்பங்களை எல்லாம் சுவைத்துக் களித்து, படவேண்டிய கஷ்டங்களை எல்லாம் பட்டு, அலுத்துவிட்டார். வாழ்க்கையிலே அவர் சம்பந்தப்பட்ட வரையில் மிஞ்சியது சக்கைதான்.

சுயேச்சையான, யாருக்கும் அடங்காத மனிதர். திடீரென்று கொஞ்சம் மாறினார். அந்த மாறுதல் வடக்கே லாகூரில் இருக்கும்போது அவர் கிழத் தாயை அவருடன் கொண்டுபோய் வைத்துக்கொள்வதில் ஆரம்பமாயிற்று. அவருக்குக் கல்யாணம் செய்து பார்க்க வேண்டும் என்று அவர் தாயார் விரும்பியதில் ஆச்சரியம் ஒன்றும் இல்லை. ஆனால், அவர் கல்யாணம் செய்துகொள்ளச் சம்மதித்ததுதான் ஆச்சரியம்! எவ்வளவோ நாளாகத் தமிழ்நாட்டுப் பக்கமே வராதவர் தம்முடைய முப்பத்து நாலாவது வயதில் திரும்பி வந்து பதினாறு வயசுப் பெண் ஒருத்திக்குத் தாலிகட்டிவிட்டு, மீண்டும் வடநாடு திரும்பினார்.

அந்தப் பெண் லட்சுமி. நல்ல கருப்பு. தாய் தந்தையில்லாமல் சிறு வயசிலிருந்தே கஷ்டத்திலும் ஏழ்மையிலும் அடிபட்டுப் பண்பட்டவள். கொஞ்சமும் படிப்பு இல்லை என்றாலும் நல்ல சமர்த்துள்ளவள். கல்யாணமாகி இரண்டொரு வருஷங்களுக் கெல்லாம், லாகூரில் வியாபாரம் செய்து நிறையச் சம்பாதித்துக் கொண்டிருந்த தன் கணவனே கதி என்று வந்து சேர்ந்தாள். சந்நியாச ஆசிரமத்துக்குச் சித்தமாக இருந்த சர்மாவை – பொருள்

நிறைய சம்பாதிக்கத்தான் சம்பாதித்தார் ஏனினும், அவர் மனைவி அவரை வந்தடையும் வரையில், சந்நியாசி என்றேதான் சொல்ல வேண்டும் – முழு மனசுடன் தன்னுடைய கிருகஸ்தாசிரமத்தில் ஈடுபடச் செய்த பெருமை அந்தச் சிறுபெண் லட்சுமியையே சாரும். அது எவ்வளவு பெரிய விஷயம், எவ்வளவு பெருமையான விஷயம் என்பது அந்தக் காலத்தில் சர்மாவை அறிந்திருந்தவர்களுக்கே நன்கு தெரியமுடியும். அழகில்லை; படிப்பில்லை: ஆனால், பெண்மை என்கிற ஒரே தத்துவத்தைப் பக்கபலமாகக் கொண்டு அவள் தன் கணவனை முற்றும் தன் வசமாக்கிக்கொண்டாள். அதுவரையில் எந்தத் தனி ஸ்திரீயிடமும் சென்று லயிக்காத மனம் அவளிடம் லயித்துவிட்டது ஆச்சரியம்தான்!

லட்சுமி வந்து சேர்ந்த மறு வருஷம், கிருஷ்ணஸ்வாமி சர்மா வியாபாரத்தைப் பெருக்கும் உத்தேசத்துடன் தன் தலைமைக் காரியாலயத்தை லாகூரிலிருந்து கல்கத்தாவுக்கு மாற்றிக் கொண்டார். அப்பொழுது அவரிடம் இரண்டு மூன்று லட்சம் பணமும், அந்தத் துறையிலே நல்ல பெயரும் இருந்தன.

கல்கத்தா வந்த பிறகு, இரண்டு இரண்டரை வருஷங்களே லட்சுமி உயிருடன் இருந்தாள். அவள் இறந்தது தஞ்சாவூர் ஆஸ் பத்திரியில். அவள் கணவன் பக்கத்தில் இல்லை. முத்தண்ணா பட்டாபிராம ஐயரின் பிள்ளை சிவராமன் – கோவைக் கல்லூரியில் படித்துக்கொண்டிருந்தவன் – அவன்தான் கொள்ளிவைத்துக் கிரியை எல்லாம் செய்தான்.

லட்சுமி இறந்துவிட்டாள் என்று அறிவித்த தந்தி கிடைத்த விநாடி முதலே கிருஷ்ணஸ்வாமி சர்மா – அதை வேறுவிதமாக, எப்படிச் சொல்வது என்று தெரியவில்லை – எப்படியோ என்றும் இல்லாத விதமாகப் புது மனிதனாக மாறிவிட்டார்.

அதற்குப் பிறகு, அவருடைய வாழ்க்கைக்கு உற்சாகம் அளித்தவை நாலைந்து விஷயங்கள்தாம் – சீட்டு, சதுரங்கம், ஜோசியம், இலக்கியம், சகோதரர்களின் குழந்தைகள் – இவைதாம். அவருக்கு எவ்விதமான கவலையும் இல்லை; பொறுப்பும் இல்லை. கடையிலிருந்து தேவைக்கு அதிகமாகவே வருமானம் வந்தது. ஆனால், பணம் சேர்ப்பதிலும் செலவழிப்பதிலும்கூட அவருக்கு முன்போல் எல்லாம் ஆர்வம் இல்லை. வந்த லாபம் போதும் என்று நாளடைவில் வியாபாரத்தையும் சுருக்கிக் கொள்ள ஆரம்பித்துவிட்டார். நூற்றுக்கணக்கில் ஆட்கள் வேலை செய்த அவர் கடையிலே இப்போது ஏழெட்டு ஆட்களும் ஒரு குமாஸ்தாவுமே வேலை செய்தார்கள்.

இடையில் லட்சுமி இறந்து இரண்டொரு வருஷங்களுக்கெல்லாம், சர்மாவின் தம்பி வேங்கடராமையருக்குக் கல்கத்தாவில் வேலையாயிற்று. ஏதோ கம்பெனி மானேஜர்; மாசம் இருநூறு ரூபாய் சம்பளம். அதுவும் சர்மாவின் சிபாரிசில் கிடைத்ததுதான். வேங்கடராமையரும் அவர் மனைவி மதுராம்பாளும் அவர்களுடைய இரண்டு குழந்தைகளும் கல்கத்தா வந்து சேர்ந்தார்கள். சர்மாவின் புண்பட்ட மனசுக்கு ஏதோ கொஞ்சம் ஆறுதல் கிடைத்தது. அவர் தம் தம்பியுடன் வசித்தார். கடைக்குச் சற்றுநேரம் போவது, தென்னிந்திய கிளப்புக்குப் போவது, படிப்பது, ஜோசியம் பார்ப்பது, எஞ்சிய நேரம் எல்லாம் தம்பியின் குழந்தைகளுடன் குழந்தையாக விளையாடுவது என்று இன்பமாகவே தம் காலத்தைக் கடத்தி வந்தார் கிருஷ்ணஸ்வாமி சர்மா.

நண்பன் வேணுவின் மனைவி அன்றுதான் பிறந்தகத்திலிருந்து திரும்பி வந்திருந்தாள் என்று எண்ணியதும் கிருஷ்ணஸ்வாமி சர்மாவின் உதடுகள் லேசான புன்னகையால் மலர்ந்தன. தம் கிருகஸ்தாசிரமத்தைப் பற்றிய சிந்தனைகள் அவர் மனசில் ஓடின, ஓடி விளையாடின. பற்றற்ற சிந்தனைகள் அவை. சிந்தனைகள் அலைபாய்ந்து ஓயும்போது தம்மை எண்ணித் தமக்குள்ளேயே சிரித்துக்கொண்டார் அவர். “ஆம், நானும் ஒரு மனிதன்தான்; ஒரு மனிதன்தான்!” என்று தமக்கே நம்பிக்கை பிறக்கும் வண்ணம் சொல்லிக்கொண்டார்.

கடிகாரம் மணி பன்னிரண்டரை ஆனதை டங் என்று ஓர் அடி அடித்துக்காட்டியது. “ஆ, போகலாம்; இப்படி ரெண்டு மூணு மைல் மைதானம் வரையில் நடந்து விட்டு வீடு திரும்பினால் சரியாக இருக்கும்” என்று யோசித்தவராக சர்மா தென்னிந்தியா கிளப்பை விட்டுக் கிளம்பினார். கதர் துப்பட்டாவை விரித்துக் கதர்ஜிப்பா மேல் குளிருக்கு அடக்கமாகப் போர்த்துக் கொண்டு கிளம்பினார்.

ஒரு வாலிபனுடன் சதுரங்கம் ஆடிக்கொண்டிருந்த சங்கரையர், “இருங்களேன் சர்மா, சித்த நாழி. நானும் அந்தப் பக்கந்தானே போகணும்; வர்றேனே, சேர்ந்து போகலாமே” என்றார்.

சர்மா நிற்காமல், “நான் நேரே வீட்டுக்குப் போகவில்லை” என்று கூறிவிட்டு வெளியேறினார்.

சங்கரையருடன் சதுரங்கம் ஆடிக்கொண்டிருந்த வாலிபன் கல்கத்தாவுக்குப் புதுசு. போஸ்டல் என்ஜீனிரிங் சூப்பர்வைசராகப் பரீட்சையில் தேர்ந்தெடுக்கப்பட்டு, பயிற்சி பெற கல்கத்தாவுக்கு வந்தவன் அவன். கல்கத்தா வந்து வாரந்தான் இருக்கும். அங்கே

அவனுக்கு இன்னும் அதிகப் பேரைத் தெரியாது. சர்மாவைப் பற்றி அவனுக்கு ஒன்றுமே தெரியாது. சங்கரையரின் வாயைத்தான் கிண்டலாமே என்று அவன் கிருஷ்ணஸ்வாமி சர்மா போனபின், சிரித்துக்கொண்டே பரிகாசமாக, "ஏன் ஸார்? எங்கேயாவது போவார். நானும் வரட்டுமா என்று நீங்கள் கரடி விடலாமா?" என்றான்.

"சர்மாவை உனக்குத் தெரியாது, சும்மா இரு" என்று அவனுக்குப் பதில் அளித்தார் சங்கரையர்.

சங்கரையருடைய வார்த்தைகளைவிட அவருடைய குரலும், அவர் இதைச் சொன்னவிதமும் அவ்வாலிபனை ஆச்சரியத்தில் ஆழ்த்தின. பிறரைப்பற்றி எப்போதுமே ரஸாபாசமாக ஏதாவது பேசத் தயாராக இருக்கும் சங்கரையரே ஒருவரைப் பற்றி இப்படிப் பேசுவதானால்..! அந்த வாலிபன் சதுரங்கத்தையும் மறந்துவிட்டு, ஆச்சரியத்தால் வாயைப் பிளந்துகொண்டே உட்கார்ந்துவிட்டான்.

"நகர்த்தேன்டா, நாழியாறதே!" என்று சங்கரையர் அவனைத் தூண்டிவிட வேண்டியிருந்தது.

கிருஷ்ணஸ்வாமி சர்மாவுக்கு இதெல்லாம் ஒன்றும் தெரியாது. அவர் நேரே ரஸ்ஸா ரோடுக்குப் போய் ஒரு பஞ்சாபிக் கடையில் காய்ச்சின பால் வாங்கிக் குடித்துவிட்டு, சிகரெட்டு ஒன்றைப் பற்ற வைத்துக்கொண்டு மைதானத்தை நோக்கி விறுவிறு என்று நடந்தார். மைதானத்தில் விக்டோரியா மெமோரியலைச் சுற்றியிருக்கும் வெளிச்சுவரின் மேல் ஏறி உட்கார்ந்துகொண்டார். தூரத்தில் ஒரு மாதா கோயில் மணி ஒன்றோ, ஒன்றரையோ அடித்தது.

பனி ஜாஸ்தியில்லை. ஆனால், சிலுசிலுவென்று குளிர்ந்த காற்று மட்டும் வீசிக்கொண்டிருந்தது. நிர்மலமான வானத்திலிருந்து சந்திரன் பாலாகப் பொழிந்துகொண்டிருந்தான். எட்டிப் பிடிக்க முடியாத ஒரு லட்சியத்தை நோக்கிக் கையைக் காட்டிக்கொண்டு நிற்பதுபோல் நின்றது அந்த விக்டோரியா மெமோரியல். தாஜ்மஹால் என்கிற லட்சியத்தை எட்டிப்பிடிக்காத கட்டடம்தானே அது! அடிவானத்துக்கருகே சில நட்சத்திரங்கள் பளிச் பளிச்சென்று மின்னிக்கொண்டிருந்தன. மைதானத்தின் புல்தரை மேலே வீடு. விதியற்றோர் பலர் படுத்து நிம்மதியாக உறங்கிக்கொண்டிருந்தார்கள். நிலவுபோல அமைதியாக, இந்த இரவுபோல அசைவின்றிக் கிடந்தார்கள்.

கிருஷ்ணஸ்வாமி சர்மாவின் ஆத்மா நிஷ்களங்கமாய் அப்பொழுது பொழிந்துகொண்டிருந்த நிலவுபோல நிர்மல

மாய், வெண்மையாய் இருந்தது. அவர் மனசு நிச்சலனமாய்ச் சிந்தனையேயின்றி இருந்தது, கொஞ்ச நேரம். அலைகளேயின்றி நிலவு கொட்டும் வெட்ட வெளியாக இருந்தது அவர் உள்ளம். அகத்திலும் புறத்திலும் அவர் அப்போது வெண்ணிலவையேதான் கண்டார்! அறிவு, பேதமை, பொய், உண்மை, நல்லது, கெட்டது, அல்லது அச்சமயம் அவர் மனசையும் ஆத்மாவையும் விட்டுத் தூர விலகி நின்றன.

தூரத்து மாதா கோயில் மணி இரண்டடிப்பது, வேறு ஓர் உலகிலிருந்து வரும் இனிய கீதம்போல் லேசாகச் சர்மாவின் காதில் ஒலித்தது. தலையில் மயிர் நிறைய வைத்திருப்பவன், ஸ்நானம் செய்துவிட்டு மயிரில் தண்ணீர் தங்கிவிடாமல் தலையை ஆட்டுவதுபோல, சர்மா இரண்டு தரம் தலையை ஆட்டினார்; வேகமாக ஆட்டினார். அவருடைய பற்றற்ற, சிந்தனையற்ற, விகல்பமற்ற நிலை அத்துடன் கழன்று விழுந்து விட்டதுபோல் இருந்தது. சமாதி கலைந்து அவர் எழுந்து நின்றார். தம் மனசுக்குள்ளாகவே சொல்வதாக எண்ணிக்கொண்டு, அவர் சொன்ன ஒரு வாக்கியம் அவரும் அறியாமலே உரக்க வெளிவந்துவிட்டது.

“என்னில் பாதி அவள். மறுபாதி அவன்!” என்றார் சர்மா.

தன் இன்ப அலுவல்களை முடித்துக்கொண்டு அவசரம் அவரசமாக வீடு நோக்கிப் போய்க்கொண்டிருந்த ஒருவன் காதில் சர்மா உரக்கச் சொன்ன இந்த வார்த்தைகள் விழுந்தன. தன்னுடன்தான் பேசுகிறாரோ என்று எண்ணி அவன் திரும்பிப் பார்த்தான். நல்லவேளை; அவன் ஒரு வங்காள பாபு. சர்மாவுக்குத் தெரிந்தவனல்ல.

அந்த வேளையில் தனிமையையே விரும்பினார் கிருஷ்ண ஸ்வாமி சர்மா.

வீட்டுக்குப் போகலாமே என்று எழுந்து கிளம்பிய கிருஷ்ண ஸ்வாமி சர்மா மீண்டும் சுவரின்மேல் ஏறி உட்கார்ந்துவிட்டார். ஆனால், இவர் இந்தத் தடவை முன்போல மோனப் பரவெளியில் லயித்துவிடவில்லை. அவர் தம் மனக்குரங்கை அதன் இஷ்டப்படி ஓட விட்டுவிட்டு உட்கார்ந்திருந்தார். தம் ஞாபகத்தாலோ, பகுத்தறிவாலோ மனக்குரங்கை எட்டிப் பிடித்துக் கட்டுப்படுத்த முயலவில்லை அவர். எங்கெல்லாமோ சஞ்சரித்தது அவர் மனக்குரங்கு. இன்றைய உலகம், நேற்றைய உலகம், வேண்டாத உலகம், இருப்பவர் உலகம், இறந்தவர் உலகம் – என்று எங்கெல்லாமோ சுற்றித் திரிந்து அலைந்து திரும்பியது அவர்

மனம். அவர் அனுபவத்திலிருந்த ஐம்பது ஆண்டுகளையும் ஒரே விநாடியில் அடக்கிப் பார்க்க முயன்றது அது.

கிருஷ்ணஸ்வாமி சர்மா கொஞ்ச நேரம் இப்படி உட்கார்ந்திருந்தார். பிறகு, எழுந்து இவர் சட்டைமேல் போட்டிருந்த கதர்த் துப்பட்டாவை எடுத்து உதறிப் போர்த்திக்கொண்டு கிளம்பினார். அப்போது மாதா கோயில் மணி மூன்றடித்தது.

"மூன்றாகிவிட்டது; நாழிதான் ஆகிவிட்டது. தாங்காத அவசரம் இல்லையா இது? வெங்கிட்டுவிடம் சொல்ல வேண்டும். இன்று திருவாதிரைக்கு மறுநாள் அல்லவா?" என்று தம்மையே கேட்டுக்கொண்டார் சர்மா.

திருவாதிரை என்கிற ஞாபகத்துக்கும், சிதம்பரம் என்கிற ஞாபகத்துக்கும் அதிக தூரம் இல்லை. சிதம்பரம் என்கிற ஞாபகம் வந்ததும் அவருக்குச் சிவராமனின் ஞாபகம் வந்தது. திடீரென்று எப்போதோ நாலைந்து வருஷங்களுக்கு முன் சிவராமனுடன் சிதம்பரத்தில் புஷ்பப் பல்லக்குப் பார்த்தது ஞாபகம் வந்தது. அன்று கேட்ட நாதஸ்வர கீதம் இன்ப அலைகளாகக் காதில் ஒலிக்க நடந்தார் கிருஷ்ணஸ்வாமி சர்மா.

பவானிபூரில் பாகுல் பகன் ரோட்டில் ஒரு பெரிய வீட்டில் சௌகரியமான ஒரு பகுதியில் அவரும் அவர் தம்பியும் வசித்து வந்தார்கள். அவர் வீடு போய்ச் சேரும்போது மணி மூன்றரையும் அடித்துவிட்டது,

சர்மாவின் அகக் காதில் ஒலித்துக்கொண்டிருந்த நாதஸ்வரத்தின் அலைகள் ராஜத்தின் – வேங்கடராமையரின் பெண் ராஜத்தின் – அழுகுரல் அலைகளாக மாறின வீட்டை நெருங்கியதும்.

கதவைத் தட்டாமலே சர்மா, "ராஜம்" என்று ஒரு தரம் கூப்பிட்டார். ராஜம் தன் அழுகையை நிறுத்திவிட்டு கிடுகிடென்று முன் கூடத்துக்கு ஓடிவந்தாள். ஆனால், அவளுக்கு லைட் ஸ்விச்சோ, கதவுத் தாழ்ப்பாளோ எட்டாது. ஆகையால், இருட்டில் உள்ளே நின்றபடியே கதவுக்கப்பால் வெளியே நின்ற பெரியப்பாவிடம் அழுகையால் தடித்த குரலில் விம்மல்களுக்கிடையே சொல்லத் தொடங்கினாள்: "பெரியப்பா! பெரியப்பா! அம்மா என்னை..."

அதற்குள் அவள் அம்மா வந்து முன்கூடத்து விளக்கையும் போட்டு வாசற்கதவையும் திறந்துவிட்டு உள்ளே போனாள். கிருஷ்ணஸ்வாமி சர்மா உள்ளே நுழைந்ததும் ராஜம் ஓடிவந்து அவர்மேல் விழுந்து காலைக் கட்டிக்கொண்டாள். அவர் குழந்தையை எடுத்துத் தோள்மேல் சார்த்திக்கொண்டு சமா

தானப்படுத்தினார். "அழாதே ராஜம்!" என்று அவர் சொல்லி வாய்மூடுமுன் அவளுடைய அழுகை நின்றுவிட்டது. அதற்குப் பிறகு, அவளைச் சாந்தப்படுத்திச் சிரிக்கவைக்க அவருக்குச் சரியாக இரண்டே நிமிஷம்தான் பிடித்தது.

"அம்மாகிட்டப் போய் ஒரு டம்ளர் ஜலம் வாங்கிண்டு வா ராஜம். சமத்தோல்லியோ?" என்றார் சர்மா. ராஜம் உள்ளே போனாள். வாசல் கதவு திறந்தே கிடந்தது. வேலைக்காரன் விரித்திருந்த படுக்கையில் உட்காராமல் சர்மா ஒரு பெட்ஷீட்டை மட்டும் விரித்து அதில் காலை மடக்கிக்கொண்டு உட்கார்ந்தார்.

உள்ளே சமையல் அறையில் குடத்திலிருந்து ஜலம் எடுக்கப்படும் சப்தம் கேட்டது. பிறகு, "நான்தான் பெரியப்பாவுக்கு தூத்தங் கொண்டுபோய்க் கொடுப்பேன்; ...ம்..." என்று ராஜத்தின் குரல் உரக்கக் கேட்டது. அவள் தாயார், "மெதுவாகக் கீழே கொட்டாமல் ஜாக்கிரதையாகக் கொண்டுபோய்க் கொடு" என்றாள்.

ராஜம் கொண்டுவந்த ஜலத்தை வாங்கிக் குடித்துவிட்டுச் சர்மா, "வெங்கிட்டு டவுனுக்குப் போய்விட்டானா இன்னிக்கு, இங்கேதான் இருக்கானா?" என்று விசாரித்தார்.

"...ங்குட்டு தூங்கறான்!" என்று ராஜம் பதில் அளித்தாள்.

"போக்கிரி! அப்பாவை நீ வெங்குட்டுன்னு சொல்லலாமோ?" என்றார் சர்மா. பிறகு, "நீ போய் அப்பாவை எழுப்பிண்டு வா" என்றார்.

மதுராம்பாளுக்கு என்னவோ ஏதோ என்று அப்பவே மனசு திக்கென்றது. முன்னறைக்குள் எட்டிப்பார்த்தாள். அண்ணா, விரித்திருந்த படுக்கையில் உட்காராமல் தனியாக ஒரு பெட் ஷீட்டை விரித்துக்கொண்டு அதன்மேல் உட்கார்ந்திருக்கிறார் என்பதைக் கண்டாள். அவள் பயம் அதிகரித்தது. என்னவோ ஏதோ தெரியவில்லையே என்று குழம்பினாள். தன் கணவனை எழுப்பி அழைத்து வரப் படுக்கையறைக்குள் போனாள்.

சானுப் பாட்டி

சானுப் பாட்டிக்கு அன்றிரவு என்னவோ தூக்கமே வரவில்லை. பத்துமணிக்குப் படுத்தவள் புரண்டு புரண்டு படுத்துவிட்டுக் கடைசியில் தூங்கும்போது மணி பன்னிரண்டிருக்கும். அப்படி நேரங்கழித்துத் தூங்கியவள் இரண்டு மூன்று மணி நேரந்தான் சரியாகத் தூங்கியிருப்பாள். அதிசீக்கிரமே விழிப்புக் கொடுத்துவிட்டது. சிறிது நேரம் படுக்கையிலேயே விழித்துக் கொண்டே படுத்திருந்தாள். சாவித்திரி, பாகீரதி இருவரும் கவலையற்றுத் தூங்கிக்கொண்டிருந்தார்கள். குழந்தைகளும் ஆழ்ந்து தூங்கிக்கொண்டிருந்தன. சாவித்திரியின் இரண்டாவது பிள்ளை அம்பிப் பயல் மட்டும் இரண்டு தரம் புரண்டு புரண்டு படுத்தான். அவன் விழித்துக்கொண்டு அலற ஆரம்பித்தானானால் ஊரையே எழுப்பிவிடுவான் என்று சானுவுக்கு அனுபவ ஞானம் உண்டு. எனவே, அவள் சப்தம் செய்யாமல் எழுந்திருந்து, அம்பி பக்கத்தில் போய் உட்கார்ந்து, அவன் அசையாமல் தூங்கும் வரையில் தட்டிக் கொடுத்துக்கொண்டிருந்தாள்.

"விடிந்தால் புதன்கிழமை" என்று சொல்லிக்கொண்டே அம்பி தூங்கியபின் அவள் எழுந்திருந்தாள். விடிய இன்னும் ஏழெட்டு நாழிகையாவது இருக்கும்போல் இருந்தது. சானு கூடத்து அலமாரியண்டை போய் அதில் வைத்திருந்த கடிகாரத்தை உற்றுப் பார்த்துக் கொஞ்சநேரம் நின்றாள். அவளுக்குக் கடிகாரம் பார்க்கத் தெரியாது; கண்ணும் சரியாகத் தெரியாது, "சரிதான் மணி மூணு மூணரை இருக்கும்" என்று கடிகாரம் பார்த்துத் தெரிந்துகொண்டு இடைக்கட்டுக் கதவைத் திறந்துகொண்டு வாசல் பக்கம் போனாள்.

'எதிர் வீட்டுத் திண்ணையில், தன்னைப்போலவே தூக்கம் வராமல் அவஸ்தைப்பட்டுக்கொண்டு தன் தோழி அம்மணிப்பாட்டி உட்கார்ந்திருக்கமாட்டாளா? அவளுடன் ஆப்தமாகத் தன் குறைகளையும் நிறைகளையும் பற்றிச் சொல்லிக் கொண்டிருக்கலாமே' என்று சானுவுக்கு ஆவல். ஆனால், எதிர் வீட்டுத் திண்ணை காலியாக இருந்தது.

சானுப் பாட்டியின் மூத்த பிள்ளை பட்டாபிராமன் வீட்டுக் குட்டித் திண்ணையில் படுத்துக் குறட்டை விட்டுத் தூங்கிக் கொண்டிருந்தான். அவனுடைய குறட்டைச் சப்தத்தைத் தவிர,

சுவாமிமலை அக்ரஹாரத்தில் வேறு ஒரு சப்தமும் அப்பொழுது இல்லை. அமைதியாக, நிசப்தமாக இருந்தது. அந்த வருஷம் மழை அதிகமில்லையே தவிரக் குளிர் என்னவோ சற்று அதிகம்தான். தலைப்பை இழுத்து இறுகப் போர்த்திக்கொண்டு திறந்த வெளிக் குறட்டில் இறங்கி நின்றாள் சானுப் பாட்டி. வானம் நிர்மலமாக இருந்தது. சந்திர ஒளி பூர்ணமாகவே இருந்தது. அன்று பௌர்ணமிக்கு மறுநாள்; நிலவொளிக்குக் கேட்பானேன்? வானத்திலும் மரசு மறு இல்லை. சந்திர வெளிச்சம் இன்னும் மங்கி வெளிறடிக்க ஆரம்பிக்கவில்லை. ஆகவே, மணி நாலடிக்கவில்லை என்று நிச்சயமாயிற்று சானுப் பாட்டிக்கு. குறட்டுக்கு கீழே வாசல் 'கேட்டு'க்குக் காவல்போல இரண்டு தென்னை மரங்கள் ஓங்கி வளர்ந்திருந்தன. வானத்தை நோக்கித் தூக்கும் பூமாதேவியின் கரங்கள்போல அவை அசையாமல், ஆடாமல் நின்றன. அண்ணார்ந்து பார்க்க அந்த நிலவிலே தென்னை மட்டைகளும் தென்னங் குலைகளும் அழகாக இருந்தன. பாரிஜாதம் மலர்ந்து ஓய்ந்து, முழு வேகத்துடனும் இல்லாமல் மங்கிய வாசனை வீசிற்று. சிவராமன் பட்டணத்திலிருந்து காசு கொடுத்து வாங்கி வந்து சட்டியில் வைத்து வளர்த்திருந்த 'இரவு ராணி'ச் செடியும் கொத்துக் கொத்தாகச் சிறிய வெள்ளைப் புஷ்பங்கள் பூத்துக் குலுங்கி வாசத்தை அள்ளி வீசிக்கொண்டிருந்தது. காற்றே இல்லை. பிரபஞ்சம் முழுவதும் சலனமின்றித் தூங்கிக்கொண்டிருப்பது போல் இருந்தது. ஆனால், அது அதிசலனத்தின் சலனமின்மை என்பது தத்துவ விசாரம் செய்யாமலே, பள்ளிக்கூடம் போகாமலே, சைவ சித்தாந்தமோ வேறு சித்தாந்தங்களோ படிக்காமலே, சானுப் பாட்டிக்கு அனுபவபூர்வமாகத் தெரிந்த ஓர் உண்மை. அந்தச் சலனமின்மை வெறும் ஏமாற்று, புரட்டு, மகா மாயை – எத்தனையோ குழந்தைகள் அந்த வேளையில் பிறந்து குவா குவா என்று கத்தத் தொடங்கிக்கொண்டிருக்கும். எத்தனையோ மனிதர்கள் ஆண்களும் பெண்களும்; வயசானவர்களும் வயசாகாதவர்களும் – உலகின் பல பாகங்களில் அதே விநாடியில் இறந்துகொண்டுதான் இருப்பார்கள். சாவு என்கிற தத்துவம், யமன் என்கிற தெய்வம்...

உண்மையிலேயே மிகவும் குளிராகத்தான் இருந்தது. சானுப்பாட்டி திறந்த குறட்டிலிருந்து கூரைக்குக் கீழே நகர்ந்தாள். அம்மணிப் பாட்டியையும் காணவில்லை. வெளியே இருந்துதான் என்ன பயன் என்று உள்ளே போனாள். இடைக்கட்டுக் கதவைத் தாழிடாமல் ஒருக்களித்து வைத்துவிட்டுப் போனாள். இன்னும் ஒரு மணி நேரம் போனால் எல்லோரும் எழுந்திருக்க வேண்டியதுதானே!

க.நா.சுப்ரமண்யம் | 29

செய்யவோ காரியம் ஒன்றுமில்லை. சமையல் அறை எல்லாம் முதல் நாள் இரவே மெழுகித் துடைத்து ஆகிவிட்டது. தேய்க்கவும் பாத்திரம் ஒன்றும் பாக்கியில்லை. மறுபடியும், தூக்கமும் வராதபோது படுத்துப் புரளச் சானுவுக்கு மனசில்லை. கூடத்து அலமாரியிலிருந்து நெருப்புப் பெட்டியை எடுத்து மண் ணெண்ணெய்க் கைவிளக்கை ஏற்றினாள். பிறகு, குத்துவிளக்கில் இலுப்பெண்ணெய் இரண்டு கரண்டிமுட்ட எடுத்துவிட்டு, திரி போட்டு ஒரு முகத்தை மட்டும் ஏற்றிச் சமையலறைப் பக்கத்தில் இருந்த பூஜை அலமாரியண்டை கொண்டுபோய் வைத்தாள். பிறகு, மண்ணெண்ணெய்க் கைவிளக்கை அணைத்துவிட்டுத் தாழ்வாரத்துத் தூணில் சாய்ந்துகொண்டு, முற்றத்தில் காலைத் தொங்கவிட்டுக்கொண்டு யோசனையில் ஆழ்ந்தாள்.

சாதாரணமாக, அவளுக்குக் குளிர் தாங்காது. அன்று என்னவோ அந்தக் குளிர்கூட அவளுக்கு ஒரு பொருட்டாகத் தோன்றவில்லை.

சிதம்பரத்தில் வேட்டகத்துக்குப் போயிருந்த தன் பேரனைப் பற்றிய சிந்தனைகளே முதலில் அவள் மனசில் அலைபாய்ந்தன. அவன் பெயர்தான் சிவராமன் – பட்டாபிராமனின் ஒரே பிள்ளை. அவன் சிதம்பரம் போய்ப் பத்து பன்னிரண்டு நாளைக்குமேல் ஆகிவிட்டது. நாலைந்து நாளில் வந்துவிடுவதாகச் சொல்லிப் போனவன், வேட்டகத்து விருந்துச் சம்பிரமங்களில் மயங்கிப் பின்தங்கிவிட்டான் போலும்! இன்னும் வரவில்லை.

ஆனால், நாலைந்து நாளில் வந்துவிடுவான். அவசரம்தான் என்ன? வேலையையும் விட்டுவிட்டானாமே! சிறிசுகள் அசட்டுப் பிசட்டென்றுதான் இருக்கும் கொஞ்சநாள்! தன் மனைவியையும் அழைத்துக்கொண்டு கூடிய சீக்கிரமே திரும்பிவிடுவான் சிவராமன்.

அவனுக்குக் கல்யாணமாகி எட்டு, இல்லை ஒன்பது வருஷங்கள்கூட ஆகிவிட்டன. சாந்திக் கல்யாணமாகி ஏழு வருஷம் ஆகிவிட்டது. தன் பிள்ளைக்கு இன்னும் குழந்தை பிறக்கவில்லையே என்று பட்டாபிராமனுக்கும் வருத்தம்தான். சானுப் பாட்டிக்கும் அந்த விஷயத்தில் வருத்தம்தான். ராமேஸ்வரம் போய்விட்டு வந்தால்தான் பிறக்குமோ என்னவோ என்று எண்ணினாள் சானுப் பாட்டி. பட்டாபிராமனுக்கும் ராமேஸ்வரம் போய் வந்தபிறகுதான் குழந்தை பிறந்தது. வருகிற ஆடி அமாவாசைக்கு ராஜியையும் சிவராமனையும் அழைத்துக் கொண்டு தானும் ஒரு தரம், கடைசி தரம், ராமேஸ்வரம் போய் வந்தால் நல்லது என்று எண்ணினாள் சானுப் பாட்டி.

கல்யாணமாகி எவ்வளவு வருஷங்கள் ஆயிருந்துதான் என்ன? சிவராமனும் ராஜியும் இன்னும் குழந்தைகள் மாதிரிதான் இருந்தார்கள். அவர்களின் கலகலவென்ற பேச்சையும், பரிகாசத்தையும், விளையாட்டையும் முதலில் பார்ப்பவர்கள் யாரோ உறவினர்கள், ஒன்றாக வளர்ந்தவர்கள் என்று எண்ணு வார்கள். தவிர, கணவன்–மனைவி என்று எண்ணமாட்டார்கள். சங்கோசமில்லாதவள் ராஜம். சிவராமன் விளையாட்டுப் பிள்ளை – அவர்கள் கொஞ்ச நாள் – சிவராமன் உத்தியோகத்திலிருக்கையில் – திருவனந்தபுரத்தில் தனிக் குடித்தனம் பண்ணிய அழகைச் சானுப் பாட்டி போயிருந்து பார்த்ததில்லை. பட்டாபிராமனும் பிறரும் வர்ணித்துத்தான் கேட்டிருந்தாள். என்னவோ தெரியவில்லை. சானுவுக்கும் சிவராமன் மனைவிக்கும் ஒத்துக்கொள்ளவில்லை; அவ்வளவாக. அந்தப் பெண்ணும் அப்படி ஒன்றும் கெட்ட பெண் அல்ல. கொஞ்சம் வாய்த் துடுக்கு; அவ்வளவுதான். ஆசாரமும் மட்டுத்தான். ஆனால் இந்தக் காலத்தில் யார்தாம் அவ்வளவாக ஆசாரமாக இருந்துவிடுகிறார்கள்?

அதென்னவோ சானுப் பாட்டியின் பேரன் அகமுடையாள் சுவாமிமலையில் அந்த வீட்டில் அதற்குமுன் தங்கியபோதெல்லாம் ரகளையாகவே போய்விட்டது. அப்படிப் போனதுக்குக் காரணம் தன் பெண் மங்களமும் அங்கிருந்ததுதான் என்று சானுப் பாட்டி எண்ணினாள். மங்களம் ஒரு விதவை; அவளுக்குப் பிள்ளைகள் இல்லை; இரண்டே இரண்டு பெண்கள்தாம். அந்த இரண்டு பெண்களும் – அவர்கள் அதிர்ஷ்டம் – விதவைகள்தாம். மூத்தவள் – அவள் பெயர் சாவித்திரி – கொஞ்ச காலம் தன் கணவனுடன் வாழ்க்கை நடத்திவிட்டு விதவையானவள். இளையவள் – அவள் பெயர் பவானி – வாழ்க்கை இன்பத்தையே அறியாதவள். அவளுடைய பன்னிரண்டாவது வயதில் கல்யாணம் ஆயிற்று. கல்யாணமான ஏழெட்டு மாதங்களுக்கெல்லாம் அவள் கணவன் சென்னையில் ஏதோ ஒரு விபத்தில் அகப்பட்டு மாண்டுவிட்டான். அண்ணாவின் உபதேசப்படி தன் இரண்டாவது பெண்ணைச் சென்னையில் படிக்கவிட்டிருந்தாள் மங்களம். பவானி பி. ஏ. முதல் வகுப்பில் படித்துக்கொண்டிருந்தாள்; பெண்கள் ஹாஸ்டலில் வசித்துக் கொண்டிருந்தாள். அவளுக்கு வயசு இன்னும் இருபத்திரண்டு ஆகவில்லை என்று கணக்குப் பண்ணினாள் சானுப் பாட்டி. படித்தாளே தவிர, பவானி மிகவும் அடக்கமான பெண். சானுப் பாட்டிக்கு மிகவும் பிரியமான பெண், குணசாலி. குடும்பத்துக்கு மிகவும் லாயக்கானவள். அவள் பி.ஏ. படிக்க நேர்ந்ததைத்தான் தலைவிதி என்று சொல்ல வேணும் என்று எண்ணினாள் சானுப் பாட்டி.

மங்களம் வாய்த் துடுக்குக்காரி. அவளுக்கு யாருமே லட்சியம் இல்லை. பிள்ளையில்லாத குறை அவளுக்குப் பெரிய குறை. பத்தாம் பசலி ஆசாமி. அவள் சிதம்பரத்துப் பெண்ணை – வீட்டுப் புது மாட்டுப் பெண்ணை – பழைய காலத்து மாட்டுப் பெண்ணைப் பழைய காலத்து மாமியார் ஆட்டி வைப்பதுபோல ஆட்டிவைக்க முயன்றது பெரும் பிசகு. அது சிவராமனுக்கும் பட்டாபிராமனுக்கும், ஏன் சானுவுக்குக்கூடப் பிடிக்கத்தான் இல்லை. சொந்த மாமியார் இருந்துவிட்டால் அது வேறு விஷயம். மாமியார் பாடு, மாட்டுப்பெண் பாடு, நமக்கென்ன? என்று இருந்துவிடலாம். அதுதான் இல்லையே என்று எண்ணிப் பெருமூச்சுவிட்டாள் சானுப் பாட்டி. பட்டாபிராமனின் மனைவி விசாலம், தங்கமான பெண் – சானுப் பாட்டிக்கு மிகவும் பிடித்திருந்த மாட்டுப் பெண். அவள் ஒரே ஒரு பிள்ளையையும், ஒரு பெண்ணையும் பெற்று வைத்துவிட்டு, முப்பது முப்பத்திரண்டு வயசு ஆவதற்கு முன்னரே அகாலத்தில் மரணமடைந்து விட்டாள். சானுப் பாட்டிதான் சிவராமனை எடுத்து வளர்த்ததெல்லாம்.

சிவராமனின் மனைவிக்கு எப்படி எப்படி இருக்க வேண்டும், எப்படி எப்படி நடந்துகொள்ள வேண்டும் என்றெல்லாம் சொல்லித் தர யார் இருந்தார்கள்? அவளுடைய பிறந்தகத்தில் எதுவுமே சரியாக நடக்கும் என்று சானுவுக்குத் தோன்றவில்லை. அவள் தாயார் பணக்காரியாம்; தகப்பனாரையும்விட பணக்காரியாம். அதனால், அவளுக்கு எல்லோரிடமும் ஓர் அலட்சியம். பெண்களிடம் பணம் இருந்துவிட்டால் எப்பவும் இப்படித்தான். கணவனைக்கூட மதிக்க மாட்டார்கள். மொத்தத்தில் குடும்பத்தையே குட்டிச்சுவர் ஆக்கிவிடுவார்கள் என்று எண்ணினாள் சானுப் பாட்டி. அவள் கையில் தம்பிடிகூட இல்லை. இருக்க வேண்டும், வைத்துக்கொள்ள வேண்டும் என்று அவள் ஆசைப்பட்டதும் இல்லை. பணம் அவசியமில்லை அவளுக்கு. தன உள்ளத்தாலேயே எல்லாரையும் வசீகரிக்கக் கூடிய சக்தி பெற்றவள் அவள். ‘எதற்குப் பணமும் காசும்?’ என்று நினைப்பவள் சானு.

சிவராமனின் மனைவிக்கு அவ்வளவாகச் சரியான பயிற்சி இல்லை. அதுதான் பெரிய குறை. அவர்கள் கொஞ்சம் மட்ட மான ஜாதிதான். ஆனால், இந்தக் காலத்திலே ஜாதி, குலம் எல்லாந்தான் கவிழ்ந்து விட்டதே என்று எண்ணினாள் சானுப் பாட்டி. மட்டமான ஜாதியாக இல்லாவிட்டால் கல்யாணப் பந்தலில் அத்தனைப் புருஷர்களுக்கும் மத்தியில் சண்டைக்கு வந்திருப்பார்களா வீட்டு ஸ்திரீகள்? சிவராமனின் கல்யாணத்தில் மாலை மாற்றுவதற்கு முன் நடந்த அந்தச் சம்பவத்தை எட்டு

வருஷங்களுக்குப் பிறகு, எண்ணிப் பார்க்கும்போதுகூட சானுப் பாட்டிக்கு வெட்கத்தாலும், பெண்களின் எல்லை மீறிய அந்த நடத்தையாலும் உடல் குன்றியது. சம்பந்தி அம்மாவுக்கு அக்காவாம்; ஒருத்தி வந்திருந்தாள். விசுக் விசுக்கென்று நடந்து வந்து ஒரு பந்தலில் எல்லோருக்கும் எதிரில் கணவனை, "உலக்கை மாதிரி வெறுமே உட்கார்ந்திருக்கேளே" என்று ஏசிவிட்டு விசுக் விசுக்கென்று நடந்து உள்ளே போய்விட்டாள். அவள் கணவன் ஒரு டெபுடி கலெக்டராம் என்று எண்ண எண்ணச் சானுப் பாட்டிக்கு ஆச்சரியமாக இருந்தது.

அவளுடைய ஜனங்கள் எப்படியிருந்தால் என்ன? சிவ ராமனுக்குத்தான் என்ன வந்தது? பெண் சரியாக இருந்தால் சரிதான். சிவராமனுக்கு ஏற்ற மனைவியாக இருக்கச் சொல்லித் தர வேண்டியது தன் பொறுப்பு என்று சானுப் பாட்டி உணர்ந்தாள். இந்தத் தடவை அந்தப் பெண் வந்தால் அவளைத் தன்னுடன் ஒரு வருஷமாவது வைத்துக்கொண்டு சரியானபடி 'டிரெய்ன்' பண்ண வேணும் என்று தீர்மானித்தாள். சானுப்பாட்டிக்குப் போதிய பொறுமை உண்டு; அனுபவ ஞானமும் உண்டு. சிவராமனுக்கு எந்த எந்த விஷயங்களில் என்ன என்ன பிடிக்கும் என்று அவளுக்குத் தெரியும். பதினைந்து வருஷங்களாகத் தாயார் ஸ்தானத்திலிருந்து, அவனுக்கு வேண்டியதை எல்லாம் அன்புடன் செய்துவந்தது அவள்தானே! சிவராமனின் எதிர்கால வாழ்வு சௌகரியமாக இருப்பதற்கு வேண்டியதைச் செய்வதும் அவள் கடமைதான். இருந்தாலும் சிவராமனுக்கு முன்கோபம் சற்று அதிகம்...

பேரப் பிள்ளையைப்பற்றிச் சானுப் பாட்டியின் இந்தச் சிந்தனைகள், திடீரென்று யாரோ அருகில், "அக்காடியோ!" என்று கூப்பிடுவது போலக் காதில் விழவே, கலைந்தன. குரல் அவளுடைய இரண்டாவது பிள்ளை கிருஷ்ணஸ்வாமியின் குரல்போல இருந்தது. ஆனால், அவன் அப்போது கல்கத்தாவில் அன்றோ இருந்தான்? சானுப் பாட்டி திடுக்கிட்டுச் சுற்று முற்றும் பார்த்தாள். இடைக்கட்டுக் கதவு அவள் சாத்தியபடியே இருந்தது. கூடத்தில் படுத்திருந்தவர்கள் எல்லோரும் தூக்கத்தில் ஆழ்ந்திருந்தார்கள்.

சானுப் பாட்டிக்கு வீட்டில் அக்கா என்றுதான் பெயர். அவளுடைய மூத்தபிள்ளை பட்டாபிராமன் முதல் இரண்டு வயசாகாத சாவித்திரியின் பிள்ளைவரையில் எல்லோரும் அவளை அக்கா என்றுதான் அழைப்பார்கள். வீட்டில் எல்லோ ருக்கும் மூத்தவள் அவள்தான். ஆனால், பெயரில் மட்டும்தான் அக்கா அவள். அந்தக் குடும்பத்திலே அவளைத்தான் ஸ்ரீதேவி

க.நா.சுப்ரமண்யம் | 33

என்று சொல்ல வேண்டும். அந்தக் குடும்பம் அவளால்தான் ஒருமைப்பட்டுச் சரியானபடி நடந்தது என்று சொல்வது மிகையாகாது.

அவளுக்கு அக்கா என்று பெயர் வந்தது ஒரு விசேஷ காரணத்தால். அவளுக்குக் கல்யாணமானபோது – அது எப்போதோ, புராதன காலத்தில் நடந்த காரியம். அவள் விதவையாகி, இப்போது முப்பது வருஷங்களுக்கு மேல் ஆகி விட்டன. அவள் ஓர் அநாதை. தாயோ, தந்தையோ அற்ற ஏழைப் பெண். அநாதைத் தங்கையும் அவளுக்கு உண்டு. ஐந்தாறு வயசிருக்கும் தங்கைக்கு. அப்போது ஜானகி (பாட்டியான பின் சானுப் பாட்டி) கல்யாணமானபின் சிவகங்கையிலிருந்து புக்ககமான சுவாமிமலைக்கு வந்தபோது அவளுடன் அவள் தங்கையும் வந்தாளாம். போக வேறு இடம் அந்தத் தங்கைக்கு இல்லை. ஜானகி தங்கையை வளர்க்கும் பொறுப்பைத் தானே ஏற்றுக்கொண்டாள். அப்போது ஜானகிக்கு வயசு பதினைந் துக்குள்தான் இருக்கும். ஜானகியின் புக்ககத்தில், ஜானகியைக் கஷ்டப்படுத்தியவர்கள்கூட, ஜானகியின் தங்கை விஷயத்தில் வெகு பிரியத்துடனும் அன்புடனும் நடந்துகொண்டார்கள். ஜானகியின் தங்கை தன் குணங்களாலும், நடை, உடை பாவனைகளாலும் எல்லோரையும் வசப்படுத்திக்கொண்டாள். தன் ஸ்திதியை உள்ளபடி அறிந்து தன் வயசையும் மீறிய அறிவுடன் நடந்துகொண்டாள் அவள். ஜானகியின் தலைச்சன் பிள்ளை பட்டாபிராமன் பிறந்தான். இரண்டு மூன்று வருஷங்களுக்கெல்லாம் தன் ஞாபகார்த்தமாக அந்தப் பிள்ளைக்குத் தாயை "அக்கா" என்று அழைக்கச் சொல்லிக் கொடுத்துவிட்டுத் திடீரென்று பதினோராவது வயசில் இறந்துவிட்டாள் அவள். இப்போது அந்தக் குடும்பத்தில் உள்ளவர்களில் சானுப் பாட்டியைத் தவிர, யாருக்கும் அந்தத் தங்கையை பற்றி எதுவும் தெரியாது. ஆனால், அவள் ஞாபகம் அழியாமல் இருக்கும்படி, அதாவது சானுப் பாட்டி உள்ளவரையில் அழியாதிருக்கும்படியாக, அந்த 'அக்கா' என்ற பெயர் நிலைத்துவிட்டது.

அக்கா என்றுதான் சானுப் பாட்டியை அவள் பெண்ணும், பிள்ளைகளும், பேரன் பேத்திகளும், கொள்ளுப் பேரன் பேத்தி களும், மாட்டுப்பெண்களும்கூட அழைத்தார்கள். சிவராமன் மனைவி ராஜமும் அக்கா என்றுதான் அவளைக் கூப்பிடுவாள். அப்பெயர் சமயத்துக்கு ஏற்றபடி, கூப்பிடுகிறவருக்கு ஏற்றபடி மருவியும் சிதைந்தும் வழங்கின. 'அக்காடி' என்பது அவளுடைய இரண்டாவது பிள்ளை கிருஷ்ணஸ்வாமி அவளுக்கு இட்டிருந்த

செல்லப்பெயர். சிறு வயசிலிருந்தே அவன் தன் தாயை மற்றவர்களைப்போல் அழைக்காமல் 'அக்காடி' என்றுதான் அழைப்பான். ஏழெட்டு வயசு ஆகும் வரையில் அவன் மழலை மாறாமலே இருந்தது. அவன் மழலை பேசுவதைக் கேட்க வேண்டும் என்பதற்காகவே வேண்டுமென்று பலர் அவனிடம் பேச்சுக் கொடுத்து அவன் வாயைக் கிண்டுவார்கள். தேசிங்கு ராஜன் பாட்டை அவன் ராகம்போட்டுப் பாடும்போது கேட்க வேடிக்கையாக இருக்கும். சானுப் பாட்டியின் முகம் வெகு காலத்துக்கு முந்திய அந்த இன்பத்தின் ஞாபகத்தில் ஈடுபட்டு மலர்ந்தது.

அந்தப் பிள்ளை காரணமாகச் சானுப் பாட்டி பின்னர் எவ்வளவோ கஷ்டப்பட்டாள். வீட்டை விட்டுக் காரண மில்லாமலே ஓடிப்போன பையனைப்பற்றி இருபத்திரண்டு வருஷங்கள் தகவலே கிடைக்கவில்லை. தாய்மனம் எவ்வளவோ பாடுபட்டது. பின்னர், மீண்டும் பிள்ளையைப் பெற்றெடுத்ததைப் போலச் சந்தோஷப்பட்டாள். லட்சுமி என்கிற அபூர்வமான குணங்கள் படைத்த ஒரு பெண்ணை மணம் செய்வித்தாள். லட்சுமி இறந்தது மட்டுமின்றிப் பெற்றெடுத்த பிள்ளையையும் அழைத்துக்கொண்டு போய்விட்டாள். இரண்டாவது மணம் செய்துவைக்க வேணுமென்று சுானு முயன்றதெல்லாம் வீணா யிற்று. சந்நியாசி மாதிரி வடக்கே எங்கேயோ காலங்கழித்துக் கொண்டிருந்தான் அவன் – அவளுடைய இரண்டாவது 'குழந்தை.'

இப்போது அந்தக் குழந்தைக்கு வயசு ஐம்பது ஐம்பத்திரண்டு ஆகிவிட்டது. சானுப் பாட்டிக்கே வயசு கிட்டத்தட்ட எண்பது இருக்கும். ஆயுள் பூராவும், நாள் தவறாமல் உழைத்து உழைத்து, உறுதியும் வலுவும் பெற்று அவள் சரீரம் அவள் வயசுக்குத் தளராமலே இருந்தது என்றுதான் சொல்ல வேண்டும். அவளுடைய கண்கள் மட்டும் – அதுவும் ஆறேழு மாதங்களாகத்தான் கொஞ்சம் மங்கிவிட்டன. கிழத்தனத்தின் ஆர்ப்பாட்டங்கள் எதுவும் அவளிடம் அவ்வளவாகச் செலாவணியாகவில்லை. நல்லதோ, கெடுதலோ, கல்யாணமோ, சீமந்தமோ, சிரார்த்தமோ – எதற்குமே அவள் பிறர் உதவியை நாடாமல் தனியாகவே செய்ய வேண்டியதை எல்லாம் செய்துவிடுவாள். மனத் தெம்புடன் உடல் தெம்பும் போதியது இருந்தது அவளுக்கு.

சானுப் பாட்டியின் வாழ்க்கை பரிபூரணமானது என்றுதான் சொல்ல வேண்டும். குடும்பக் கவலைகளுக்கு என்றுமே குறைவில்லை அவளுக்கு. சதா யாராவது மாட்டுப் பெண்ணோ, பேத்தியோ பிரசவத்துக்கென்று சுவாமிமலையில் வந்து தங்கு

வார்கள். பட்டாபிராமனின் பெண் பாகீரதி வந்திருந்தாள் இப்போது. போன வருஷம் வெங்குட்டுவின் மனைவி மதுரம் வந்திருந்தாள். தன் பேரன் பேத்திகளைப் பெற்றெடுத்து வளர்க்க உதவுவதைத் தவிர, சானுப் பாட்டிக்கு வாழ்க்கை லட்சியம் வேறு என்ன இருக்க முடியும்?

வாழ்க்கை பூராவுமே இன்பமயமாக இருந்துவிடுமா? எத்தனையோ துன்பங்களும் உண்டு. கேட்க வேண்டுமா? வாழ்க்கையில் அவளுக்கு வெறுப்பளித்து அவளைச் சோர்வுறச் செய்து, திணறடித்த சம்பவங்களிலே முக்கியமான முதல் சம்பவம் முப்பத்தைந்து வருஷங்களுக்கு முன் நடந்தது. அவளுடைய மூன்றாவது பிள்ளை ராமஸ்வாமி காளைப் பருவத்தில், கண் காணாத இடத்தில், வேண்டியவர் யாருமே அருகில் இல்லாமல் அநாதை மாதிரி இறந்து வைத்தான். அதற்குப் பிறகு, ஒருவர் பின் ஒருவராக அவள் கணவன், மூத்தபிள்ளையின் பெண்டாட்டி, மாப்பிள்ளை, பெண் வயிற்றுப் பேத்தியின் கணவன், இரண்டாவது பிள்ளையின் பெண்டாட்டி இப்படி வரிசையாக நாலைந்து வருஷங்களுக்கு ஒருவராக குடும்பத்திலே சாவு. ஏதோ சாபக்கேடு போலத்தான் இருந்தது. இல்லாவிட்டால் சின்னஞ் சிறிசுகளையும், பிள்ளைக் குட்டிகளையும் அழைத்துப்போன யமன் கண்ணில் சானுப் பாட்டி இன்னமும் படாமல் இருப்பானேன்? அவள் இருப்பதால் யாருக்கு என்ன பிரயோசனம்?

"அக்காடியோ!" என்று மீண்டும் இரண்டாவது பிள்ளை கிருஷ்ணஸ்வாமியின் குரல் அவள் காதில் ஒலித்தது.

ஆச்சரியத்துடன் சுற்றுமுற்றும் பார்த்தாள் சானுப் பாட்டி.

"என்ன இது? ஏதாவது கெடுதல் நடக்காமல் இருக்க வேணுமே" என்று பிரார்த்தித்தவளாகப் பூஜை அலமாரிப்பக்கம் நோக்கினாள். அவள் சற்றுமுன் ஏற்றி வைத்திருந்த குத்துவிளக்கு அணைந்துவிட்டது. அதன் முகம் புகையைக் கக்கிக் கொண்டிருந்தது.

"அக்காடியோ!" என்று குரல் மீண்டும்? மூன்றாவது முறை தெளிவாக அவள் காதில் விழுந்தது.

"ஈசுவரனே! இன்றைப் போது நன்றாக விடிய வேணுமே!" என்று பிரார்த்திக்கொண்டே சானுப் பாட்டி குத்துவிளக்கை மறுபடியும் ஏற்றினாள்.

○

சர்மாவின் மரணம்

மதுராம்பாளுக்கு மனசு என்னவோ திக்கென்றது. முன்னறைக்குள் எட்டிப் பார்த்தாள். அண்ணா படுக்கையில் உட்காராமல் தனியாக ஒரு பெட்ஷீட்டை எடுத்துப் போட்டுக்கொண்டு, அதன் மேல் காலை மடக்கிக்கொண்டு, யோகாசனத்தில் வீற்றிருப்பவர்போல உட்கார்ந்திருந்ததைக் கண்டதும் அவள் பயம் அதிகரித்தது. தன் கணவனை எழுப்பி அழைத்துவர உள்ளே பாய்ந்து ஓடினாள்.

இரண்டு மூன்று நிமிஷங்களுக்கு அப்புறம்,"ஏன் அண்ணா? கூப்பிட்டாயாமே!" என்று கேட்டுக்கொண்டு பாதி மூடிய கண்களுடன் முன்னறைக்குள் வந்தார் வேங்கடராமையர். அவருக்குத் தூக்கம்; அப்படி அகாலத்தில் கூப்பிட்டது பற்றிக் கோபம் வேறு. தவிரவும், அப்பாவை எழுப்புகிற சாக்கில் ராஜம் அவர்மேல் விழுந்து புரண்டு ஏகப்பட்ட சப்தம் செய்து தொல்லை கொடுத்துவிட்டாள். இருந்தாலும் அவர் மனைவி வந்து, "அண்ணா கூப்பிடறார். எனக்கு மனசு என்னவோ பண்ணுகிறது" என்று சொன்னதும் எழுந்து அவசரமாகவே வந்தார். அகாலத்தில், காரணம் எதுவும் இல்லாமல் அப்படிக் கூப்பிடமாட்டார் அண்ணா என்று அவருக்குத் தெரியும்.

"மணி தூங்கறானா? அவனையும் எழுப்பிக் கூட அழைச்சிண்டு வாயேன்!" என்று கிருஷ்ணஸ்வாமி சர்மா சொல்லி வாய்மூடுமுன் தூங்கி வழிந்துகொண்டிருந்த மணியையும் மதுராம்பாள் பளிச்சென்று அங்கே கொண்டு வந்து நிறுத்திவிட்டாள். அவள் உள்ளம் என்னவோ ஏதோ என்று பதைத்தது போக இப்பொழுது நிச்சயப்பட்டுவிட்டது. அவள் பின்னறையில் பதுங்கிவிடாமல் முன்னறையிலேயே நின்றாள். அண்ணா விஷயமே இப்படித்தான். யாரிடமும் எதையும் வாய்விட்டுச் சொல்லாமல், கடைசி நிமிஷம் வரையில் காத்திருந்து சிரமப்படுவார். நல்லதோ கெடுதலோ – எல்லாவற்றையும், மனசிலேயே அடக்கி அமுக்கி வைத்துக்கொள்வதென்பது அவருக்கு வெகு நாளை பழக்கமாகிவிட்டது. ஆனால், யாரிடம் அவர் எதைச் சொல்வது? அவர் மனுஷ்யரென்று யார் இருந்தார்கள்? உடன்பிறந்த தம்பி இருந்தாரே தவிர, அவரால் அண்ணாவுக்கு ஒருவித லாபமும் இல்லை. தம்பி ஆபீஸில் வேலை பார்த்த நேரம் தவிர, பாக்கி நேரம் எல்லாம் சினிமா, கூத்து, நாடகம், நண்பர்கள் என்று போய்விடுவார். அது என்ன

அரட்டைக் கச்சேரியோ யார் கண்டார்கள்? தினம் நண்பர்களுடன் பேசுவதற்கு அப்படி என்னதான் விஷயம் இருக்குமோ! பாதி நாள் இரவில் வீடு திரும்புவதே சந்தேகம். டவுனிலே நண்பர்கள் அறையிலே தங்கினாலும் தங்கிவிடுவார். இப்படிப்பட்ட தம்பியால் அண்ணாவுக்கு என்ன பிரயோசனம்? அவர் இன்று வீட்டில் தங்கியிருந்ததுகூட ஏதோ தெய்வாதீனந்தான். அண்ணாவையோ, மனைவியையோ, குழந்தையையோ கவனிக்கக்கூட அவருக்குப் பொழுது இல்லை. மதுராம்பாளாக அண்ணாவுக்கென்று ஏதாவது கவனித்துச் செய்தால்தான் உண்டு. பேதைப் பெண்; அப்படி அவள் என்ன செய்து விடமுடியும்?

அண்ணாவின் மனைவி இறந்து எவ்வளவோ வருஷங்கள் ஆகிவிட்டன. முத்தண்ணாவும் தாயாரும் ஆயிரத்து இரு நூறு மைல்களுக்கு அப்பால் எங்கேயோ குக்கிராமத்தில் இருந்தார்கள். அவசரம் என்று தந்தி அடித்தால்கூட வந்து சேர மூன்று நாள் பிடிக்கும்? அவருக்குத் தங்கை ஒருத்தி விதவை, வாழ்க்கையிலே வேறு எவ்விதமான பந்தமும் இல்லாதவள் – இருந்தாள். சாப் பாட்டுக்கே கஷ்டப்பட்டுக்கொண்டு எங்கேயோ தனியாகச் சிரமப்பட்டுக்கொண்டிருந்தாள். அவள் வந்து இருக்கலாம். இந்த அண்ணாவிடம் அவளுக்கு அலாதியான பிரியமும் உண்டு. ஆனால், அவள் ஒரு வக்கிரம், நல்லது எதுவுமே செய்வதென்பது அவள் உடம்புக்கு ஒத்துவராது.

முத்தண்ணாவின் பிள்ளை சிவராமனும், தங்கையின் பெண் பவானியுமே அண்ணாவுக்கு மிகவும் ஆப்தமானவர்கள். அவர்கள் எப்போதாவது கல்கத்தா வந்துவிட்டால் கிளப்புக்கும் கடைக்கும் போவதை மறந்துவிட்டு அவர்களுடன் சளசளவென்று ஓயாமல் பேசிக்கொண்டே இருப்பார். இந்த அண்ணாவுக்கு இப்படியும் பேசத் தெரியுமா என்று ஆச்சரியமாக இருக்கும். சிவராமன் விஷயத்திலே மதுராம்பாளுக்கும் நல்ல அபிப்பிராயந்தான். ஆனால், பவானி ஒரு விதத்தில் அம்மாவுக்கு பெண் என்றுதான் சொல்ல வேண்டும். சிவராமனுக்கும் பவானிக்கும் அடுத்தபடியாக அண்ணாவுக்கு வேண்டியவர்கள் இந்தக் குழந்தைகள்தான்: ராஜமும் மணியும்தான்.

“என்னன்னு கேளுடா மணி” என்று தன் பிள்ளையைத் தூண்டினாள் மதுராம்பாள்.

“ஒன்றும் இல்லை” என்று மென்று விழுங்கினார் கிருஷ்ண ஸ்வாமி சர்மா. இரண்டு நிமிஷநேரம் மௌனமாக இருந்தார்.

“என்ன அண்ணா, உடம்பு ஏதாவது சௌகரியமில்லையா?

ஏதாவது பண்ணுகிறதா என்ன?" என்று பதைக்கப் பதைக்கக் கேட்டார் வெங்கடராமையர்.

"உடம்புக்கு எதுவுமில்லை. ஆனால்..."

"டாக்டரை வேணுமானால் கூப்பிட்டுக்கொண்டு வாருங்களேன்" என்றாள் மதுராம்பாள்.

"டாக்டர் வேண்டாம். இந்தச் சந்தர்ப்பத்தில் இப்போது நம்மிடையே யாரும் அந்நியன் வர வேண்டாம்" என்றார் கிருஷ்ணஸ்வாமி சர்மா.

"என்ன சந்தர்ப்பம் அப்படி? என்ன அண்ணா, நீ சொல்றது எனக்கு ஒண்ணும் புரியல்லையே?" என்று பதறிய குரலில் சொல்லிக்கொண்டே வேங்கடராமையர் அண்ணாவுக்கு அருகில் உட்கார்ந்து அவர் கையைப் பிடித்துப் பார்த்தார். கை சூடாக இல்லை; ஜில்லென்றுதான் இருந்தது. நெற்றியிலும் கை வைத்துப் பார்த்தார். நெற்றியிலே கை வைக்க முடியாதபடி ஒரே உஷ்ணமாக இருந்தது.

"டாக்டருக்குப் போன் பண்ணிவிட்டு வர்றேன்" என்று சொல்லி எழுந்தார் வேங்கடராமையர்.

"வேண்டாம்; இப்பொழுது யாரும் வேண்டாம். நான் சொல்றதைக் கேளு. வெங்குட்டு, நான் சொல்றேன்னு. நெனச்சுக் காதே. இதெல்லாம் சொல்றதுக்கு எனக்கு இனிமே வேறே சந்தர்ப்பம் கிடைக்காது. சொல்றேன்; சித்தே கேளு" என்றார் கிருஷ்ணஸ்வாமி சர்மா.

"இப்படி என்னிக்குமில்லாமே பேசறயே; எனக்குக் கஷ்ட மாக இருக்கே! என்ன அண்ணா இது?" என்று அழுகையின் ஆரம்பத்தால் தழுதழுக்கும் குரலில் சொன்னார் வேங்கட ராமையர்.

மதுராம்பாளும் தன்னையும் அறியாமலே கண்ணீர் பெருக்கினாள். கண்ணீர் ஏன் வந்தது, எப்போது வந்தது என்று அவளுக்கே தெரியாது. குழந்தைகள் இரண்டும், "பெரியப்பா, பெரியப்பா" என்று துக்கத்தால் துடித்த குரலில் அவர் முகத்தைப் பார்த்துக்கொண்டு கூப்பிட்டன. என்றுமில்லாமல் பதில் சொல்லாமலும் வாரி அணைத்துக்கொள்ளாமலும் இருந்த பெரியப்பாவின் போக்கு புது மாதிரியாக அன்று இருந்ததால், குழந்தைகளும் ஏமாந்து திகைப்புற்றன.

இதே சமயத்தில், சிதம்பரத்தில் சிவராமன் தன் சிற்றப்பாவையும்

அவருடன் வைத்தியநாதனின் மேளக்கச்சேரி கேட்டதையும் பற்றிச் சிந்திக்கத் தொடங்கினான். சுவாமிமலையில் இதே சமயத்தில் சானுப் பாட்டி ஏற்றிவைத்த குத்துவிளக்கு அணைந்து முகம் புகையத் தொடங்கியது! சென்னையில் பெண்கள் ஹாஸ்டலில் ஓர் அறையில் நிம்மதியாகத் தூங்கிக்கொண்டிருந்த பவானி விழித்துக்கொண்டு படுக்கையில் புரண்டு புரண்டு படுத்தாள். அவள் ரூம் மேட், "என்னடி பவானி?" என்று கேட்டவுடன் தூக்கம் பூராவும் கலைந்தது. "என்னவோ தெரியவில்லை. தூக்கம் வரவில்லை. எழுந்து படிக்கப்போகிறேன்" என்று சொல்லி எழுந்தாள்.

கல்கத்தாவில் மாதா கோவில் மணி நாலு அடித்தது.

கிருஷ்ணஸ்வாமி சர்மா மேலும் சொன்னார்: "இதோ பார் வெங்குட்டு. நீ இனிமேல் முத்தண்ணா மனசு கோணும்படியாக எதுவும் செய்யாதே – நடந்துகொள்ளாதே. உன்னைப்பற்றி முத்தண்ணாவுக்கு அவ்வளவாகத் திருப்தியில்லை என்று எனக்குத் தெரியும். முத்தண்ணா உன்னுடைய நன்மையையே நாடுகிறவர். தன்னலம் கொஞ்சமும் இல்லாதவர் என்று உனக்கும் தெரியும். அவர் மனசு கோணாதபடி நடந்துகொள்ள உன்னால் முடியவில்லை. இனி எது செய்வதானாலும் அவர் சொல்கிறபடியே கேட்டுச் செய். அதுதான் உனக்கு நல்லது. அவர் சொல்படி கேட்பதனால் உனக்கு நஷ்டமும் வராது."

வேங்கடராமையருக்கு என்ன சொல்வதென்று புரியவில்லை. கண்களைத் துடைத்துக்கொண்டார். மதுராம்பாள் விசும்பி விசும்பி அழவே தொடங்கிவிட்டாள். தாயார் அழுவதைக் கண்டு குழந்தைகளும் அழத் தொடங்கின.

மதுராம்பாளைப் பார்த்துக்கொண்டே கிருஷ்ணஸ்வாமி சர்மா குழந்தைகளை அருகில் அழைத்து அணைத்துக்கொண்டு, "அழாதே! எதுக்கு அழறே?" என்றார்.

பிறகு, "வெங்குட்டு, நீ மணியை சிவராமனிடம் ஒப்பித்து விடு. படிப்பு முதலிய எல்லா விதத்திலுமே அவன் சரியாகப் பார்த்துக்கொள்வான். நான் இருந்தால் எப்படிப் பார்த்துக் கொள்வேனோ அப்படிப் பார்த்துக்கொள்வான். அதுதான் நல்லது. சிவராமனின் மனைவி சிறிசு, அவளையும் சிவராமனையும் கொஞ்சநாள் கொண்டுவந்து வைத்துக்கொள். உன் மனைவியிடம் இருந்தால் சிவராமனின் மனைவி கெட்டிக்காரியாகிவிடுவாள். தவிரவும் அவளுக்குச் சொந்த மாமியார் இல்லை. அக்காவோ கட்டுப்பெட்டி."

வேங்கடராமையர் கண்களில் ஜலம் தேங்க, "அண்ணா அண்ணா?" என்று கதறினார். மதுராம்பாளின் கன்னங்களில் கண்ணீர் வழிந்தோடிற்று. அவளுக்கு எப்பொழுதுமே தன் மைத்துனன் ஜோசியத்தில் நம்பிக்கை உண்டு. அவளால் அழக்கூட முடியவில்லை. பேசவும் வாய் வரவில்லை. அவளுக்கு மாரிலே தாங்கமுடியாத பெரிய பாரத்தை தூக்கி வைத்தது போல் இருந்தது. மணியும் ராஜமும் பெரியப்பாவுக்கு இருபுறத்திலும் நெருங்கி உட்கார்ந்துகொண்டு, நடப்பது இன்னதென்று அறியமாட்டாமல் தங்கள் பெற்றோரின் முகத்தையும் பெரியப்பாவின் முகத்தையும் ஆச்சரியத்துடன் திரும்பத் திரும்பப் பார்த்துக்கொண்டே, ஆச்சரியமே உருவாக உட்கார்ந்திருந்தார்கள்.

திடீரென்று மணிக்கு ஞானோதயம் ஆயிற்று. "எங்கே பெரியப்பா போகப்போறே நீ!" என்று கேட்டான். ராஜத்துக்கும் உடனே புரிந்துவிட்டது. "நானும் வரேன் பெரியப்பா. அந்தப் பெரிய பெரியப்பா கிட்டத்தானே? நானும் வரேன்" என்றாள். சென்ற வருஷம் ஜோக்காக ரெயிலில் அந்தப் பெரிய பெரியப்பா கிட்டே சுவாமிமலைக்குப் போய்விட்டு வந்த ஞாபகம் அவளுக்கு. பெரியப்பா மீண்டும் சுவாமிமலைக்குத்தான் போகப் போகிறார், தானும் மணியும் உடன் போகலாம் என்று சந்தோஷத்துடன் நினைத்தாள்.

கிருஷ்ணஸ்வாமி சர்மா புன்சிரிப்புடன் இரு குழந்தைகளையும் நெருக்கி அணைத்துக்கொண்டார். முதுகைத் தடவிக் கொடுத்தார். மறுபடியும் பேச ஆரம்பித்தார். "எனக்கு இப்போது ஒரே ஒரு குறைதான் வெங்குட்டு. முத்தண்ணா இந்தச் சமயம் இங்கே இல்லாததுதான் என் குறை. ஆனால், அவர் இங்கிருந்தால் ரொம்பவும் கஷ்டப்படுவார். ஆகவே, அவர் இல்லாததும் நல்லதே. அக்காவும் கஷ்டப்படுகிறாள். என்ன பண்ணுவது? கஷ்டப்படப் பிறந்தவள் அவள். என்னாலேயே அவள் மிகவும் கஷ்டப்பட்டிருக்கிறாள். நடுவயசிலே வளர்ந்த ஒரு பிள்ளையை இழந்து கஷ்டப்பட்டாள். கிழவயசில் என்னையும் இழந்து கஷ்டந்தான் படுவாள். விதி; வேறு என்னதான் சொல்வது? பவானியும் சிவராமனும் இங்கிருந்தால் எனக்குச் சற்று நிம்மதியாக இருக்கும். ஆனால், அவர்கள் மட்டும் இங்கிருந்தால் என்னால் சுலபமாக, நிஷ்காம்யமாக உயிர்விட முடியாது. வாழ்க்கையிலே எனக்குள்ள பற்றுதல் சமீபகாலத்தில் அதிகரித்திருப்பதற்குக் காரணம் சிவராமனும் பவானியுமே."

மறுபடியும் ஒரு நிமிஷம் அங்கே மௌனம் நிலவியது. மதுராம்பாளின் விம்மல்களையும் பெருமூச்சுகளையும் தவிர,

அங்கே வேறு எவ்விதச் சப்தமும் இல்லை.

மறுபடியும் கிருஷ்ணஸ்வாமி சர்மா பேசத் தொடங்கினார். "நீ உன் குடும்பத்தை இன்னும் கருத்தோடு பார்த்துக்கொள்ள வேண்டும். சொல்லலாமா வேணடாமா என்று இவ்வளவு நாளாக யோசித்துக்கொண்டிருந்தேன். இந்தச் சந்தர்ப்பத்தில் நான் சொல்லலாம்; அவசியம் சொல்லித்தான் ஆக வேண்டும் என்று சொல்கிறேன். உனக்கு வாய்த்திருப்பவள் ஸ்திரீயல்ல – அவளைப் பெண்களின் தெய்வம் என்று சொல்ல வேண்டும். அவள் மனசும் முகமும் கோணாமல் வைத்துக்கொள்ள வேண்டியது உன் கடமை. அதை அறிந்துகொள்ளாமலே நீ இன்னமும் இருப்பது தவறு... அக்காடி.... ஹூம்.. சிரமமாக இருக்கு. எனக்கு இன்னொரு டம்ளர் ஜலம் கொண்டுவந்து தாயேன்... லட்சுமி, ஹூம்" என்றார்.

சுவர் ஓரமாக நகர்ந்து சுவரிலே சாய்ந்துகொண்டார். வேங்கடராமையர் தடுமாறிக் குழம்பிய குரலில், "அண்ணா! நான் போய் டாக்டரை அழைச்சிண்டு வரேனே அண்ணா!" என்றார்.

"டாக்டர் வந்து என்னடா பண்ணுவார் வெங்கிட்டு? டாக்டர் வர்றத்துக்குள்ளே எல்லாம் முடிந்துவிடும். எனக்குத் தெரியாதா? கவலைப்படாதே. ஹூம்... மனிதன் என்று பிறந்துவிட்டால் இறக்கத்தானே வேண்டும்!... எனக்காக நீங்கள் யாரும் அழுது மனசைப் புண்படுத்திக்கொள்ள வேண்டாம். சிவராமனே வந்து கருமங்களை எல்லாம் செய்யட்டும். அதுவரையில் என் சவத்தை..." என்று சொல்லிக்கொண்டிருக்கையில் ஜலம் கொண்டுவர உள்ளே போயிருந்த மதுராம்பாள் வருவதைக் கண்டு, அத்துடன் நிறுத்திவிட்டார்.

பாதியில் நிறுத்தப்பட்ட அந்த வாக்கியத்தின் அர்த்தத்தைப் புரிந்துகொண்டு வேங்கடராமையர் அப்படியே செய்கிறேன் என்கிற பாவனையில் தலையை அசைத்தார்.

மதுராம்பாள் கொண்டுவந்த ஜலத்தைக் கையில் வாங்கிக் கொண்டு அவளையே உற்றுப் பார்த்தார், கிருஷ்ணஸ்வாமி சர்மா ஒரு விநாடி. அந்தப் பார்வை அவள் அது வரையில் அவருக்குச் செய்தது எல்லாவற்றுக்கும் நன்றி அறிவிப்பதுபோலவும், கடைசியாகப் போய்வருகிறேன் என்று விடைபெற்றுக்கொள்வது போலவும் இருந்தது.

ஜலத்தைக் குடித்துவிட்டு, "சிரமமாயிருக்கு, படுத்துக்கறேன் சித்தே!" என்று விரித்திருந்த துப்பட்டியில் தெற்கே தலைவைத்துப் படுத்தார் கிருஷ்ணஸ்வாமி சர்மா. தன் தம்பியின் மனசில் இருந்ததை அறிந்தவர்போல, "புரோகிதருக்குக்கூட இப்போ

42 | சர்மாவின் உயில்

சொல்லியனுப்ப வேண்டாம். எல்லாம் சிவராமன் வந்த பிறகே ஆகட்டும்" என்றார்.

மணியும் ராஜமும் அவருடைய இரு கைகளையும் பிடித்துக் கொண்டு, "பெரியப்பா! பெரியப்பா?" அழுகையும் ஏக்கமும் கலந்த குரலில் நிமிஷத்துக்கு ஒரு தரம் கூப்பிட்டுக்கொண்டிருந்தனர். நடந்துகொண்டிருந்த விஷயம் என்ன என்று அறிந்துகொள்ளப் போதிய வயசாகவில்லை; தவிரவும், அவர்கள் அதற்கு முன் சாவைச் சந்தித்து அறியாதவர்கள். ஆனால், அவர்களுடைய குழந்தை உள்ளங்களிலே ஓர் ஏக்கம் வந்து குடியேறிவிட்டது.

"அண்ணா? ஒரு வேளை... டாக்டர் வந்து..." என்று ஆரம்பித்தார் வேங்கடராமையர்.

"யமன் காத்துக்கொண்டிருக்கும்போது டாக்டர் வந்து என்னடா பண்ணுவான்? டாக்டரும் வேண்டாம், புரோகிதனும் வேண்டாம். என் பாவங்களுக்கெல்லாம் பிராயச்சித்தம் நானே செய்துவிட்டேன். பிராயச்சித்தத்துக்குப் புரோகிதன் உதவி எனக்குத் தேவையில்லை" என்றார் கிருஷ்ணஸ்வாமி சர்மா.

"இருந்தாலும் டாக்டர்..."

"போடா, பொம்மனாட்டியாட்டமா?" என்று கேலி செய்து நகைத்தார் சர்மா.

மதுராம்பாள் அழுது அழுது சிவந்த கண்களுடன் அண்ணாவையே பார்த்துக்கொண்டு நின்றாள். டாக்டர் வந்து பிரயோசனம் இல்லை என்று அண்ணா சொன்னால் பிரயோசனம் நிச்சயமாக இராதுதான். இருந்தாலும், மனுஷ்ய உள்ளம் ஆசையை அடக்கப் பழகுவதில்லையே!

வேங்கடராமையர் எப்போதுமே அப்பாவி. என்ன செய்வது என்று அறியாமல் கைவிரல்களை ஒவ்வொன்றாக வளைத்து நிமிர்த்திச் சொடுக்கிக்கொண்டு நின்றார்.

அந்த மௌனத்திலே சர்மாவினுடைய மூச்சுகள், பெருமூச்சுகள் பயங்கரமாகச் சப்தித்தன.

அவருடைய கண்கள் படபடவென்று கிடுகிடென்று மூடிமூடித் திறந்தன. "வெங்குட்டு!.. வெங்கிட்டு எங்கே இருக்கே? இப்படிக் கிட்டவா... வா..." என்றார் சர்மா. அவர் குரல் மெல்லியதாக மிகவும் பலவீனமாக ஒலித்தது. அவர் பார்வை எப்படியோ ஒரே விநாடியில் குன்றிவிட்டது. அவர் முகத்திலே எவ்விதமான சலனமும் காணவில்லை.

"அண்ணா, அண்ணா, இதோ இருக்கேனே, அண்ணா, அண்ணா" என்று கூப்பிட்டுக்கொண்டே அண்ணா அருகில் நகர்ந்தார் வேங்கடராமையர்.

"அண்ணா!" என்று அலறிக்கொண்டே மதுராம்பாள் அருகில் வந்தாள்.

ஆனால், அவர்களுடைய குரல் கிருஷ்ணஸ்வாமி சர்மாவின் காதில் விழவே இல்லை. அவர் காதுகளில் மறுக்க முடியாத ஓர் அழைப்பு ஒலித்துக்கொண்டிருந்தது. வேறு ஓர் ஒலியும் இனி அவர் காதில் விழாது.

சர்மா இன்னும் பிரக்ஞை இழக்காமல், கண்களைத் திறந்து பார்க்க முயன்றார்; முடியவில்லை. ஆனால், ஒரு தரம் திறந்த பின் அவை திறந்தபடியே நின்றன. அவற்றில் ஒளியில்லை, காட்சியில்லை. மணியையும் ராஜத்தையும் அணைத்துக்கொண்டு தடவிக்கொடுக்கப் பார்த்தார். கைகள் நகர மறுத்தன. வெகு சிரமப்பட்டு அவர் மணியை அணைக்கத் தூக்கிய வலது கை தொப்பென்று துப்பட்டிமேல் விழுந்தது. சாதாரணமாக லேசாக வலித்திருக்கும் அப்படி விழுந்தால். ஆனால், அப்பொழுது வலி தோன்றவில்லை.

வேங்கடராமையர் தம் கைகளால் அந்தக் கையைப் பிடித்துக்கொண்டார்.

"அக்காடியோ!" என்றார் சர்மா மிகவும் ஹீனமான ஸ்வரத்தில். அவர் உதடுகள் அசைந்தன. ஏதோ சொல்ல விரும்புகிறார் என்று வேங்கடராமையரும் மதுராம்பாளும் அவர் உதடுகளண்டை காதை வைத்துக் கேட்க முயன்றார்கள்.

"போறேன், போறேன் வெங்கிட்டு. போறேன்... இதோ வந்துட்டேன்... சிவராமன்... ராஜம்... அண்ணா!" என்று மெல்லிய குரல் அவர் மூச்சுடன் வெளிவந்தது.

ஒரு தரம் வேகமாகத் தலை ஆடியது. மீண்டும் சிறிது நேரம் நிச்சலமாக இருந்தது. மீண்டும் உதடுகள் அசைந்தன. மதுராம்பாளும் வேங்கடராமையரும் அவர் என்ன சொல்கிறார் என்று மீண்டும் கவனித்தார்கள்.

"என் உயில்... உயில்..." என்று சர்மா சொன்னது அவர்கள் காதில் விழுந்தது. உயில் எழுதி வைத்திருப்பதாகவோ அல்லது உயில் எழுத விரும்புவதாகவோ அவர் சொன்னார்.

அவர் காதாண்டை வாயை வைத்து, "உயில் எழுத

வேண்டுமா? வக்கீலை அழைத்து வரட்டுமா?" என்று கேட்டார் வேங்கடராமையர்.

"அ...க்...கா...டி...யோ!" என்ற பெருமூச்சுடன் கலந்த பதில்தான் கிடைத்தது.

அதற்குமேல் கிருஷ்ணஸ்வாமி சர்மா ஒரு வார்த்தையும் பேச முயலவில்லை. அவருடைய பேச்சும் மூச்சும் நின்றுவிட்டன.

"பெரியப்பா என்னோட பேசமாட்டேங்கிறாளே!" என்று உரக்க அழ ஆரம்பித்தாள் ராஜம். அவளை அணைத்துக்கொண்டு, "அண்ணா! அண்ணா!" என்று அலறினாள் மதுராம்பாள்.

◯

காலேஜ் பெண்

சென்னையில் பெண்களுக்கென்று ஏற்பட்ட கல்லூரியை ஒட்டிய ஹாஸ்டலில் மாடி ஹாலில் உள்ள கடிகாரம் 'டங், டங், டங், டங்' என்று மணி நாலு அடித்தது. கொல்லன் பட்டறைச் சம்மட்டி அடிகள்போல இந்த நாலு 'டங்'குகளும் இரவின் அமைதியைக் கெடுத்துக்கொண்டு எழுந்து அலைமோதி ஓய்ந்தன. கடிகாரம் 'டிக் டாக்' என்று பின்னர் பேச ஆரம்பித்தது. அடிமேல் அடியாக அடித்து ஒலித்தது.

ஹாலுக்குப் பக்கத்து அறையில் துயின்றுகொண்டிருந்த இரண்டு பெண்மணிகளை இந்தச் சப்தம் விழித்துக்கொள்ளச் செய்தது. இரண்டு பேரும் "உம் உம்" என்ற முனகிக்கொண்டே புரண்டு புரண்டு படுத்தார்கள். லேடீஸ் ஹாஸ்டல் கட்டில்கள் அவர்களுடைய முனகல்களுக்கு இசைவாக முணுமுணுத்தன.

இருவரில் ஒருத்தி சற்று அதிகமாகவே புரண்டு படுத்தாள்; சற்று அதிகமாகவே முனகினாள். "ஏண்டி பவானி... பவானி! என்னடி அது!" என்ற மற்றவள் கேட்டாள்.

"ஒன்றும் இல்லை... உம்..." என்று பவானி பதில் அளித்தாள். சற்று நேரம் கழித்து இன்னும் இரண்டு தரம் புரண்டு புரண்டு படுத்தபின், "என்னவோ தூக்கம் கலைந்து விட்டது. படுக்கையில் தூக்கமில்லாமல் படுத்துக்கிடப்பதைவிட எழுந்து ஏதாவது படிக்கலாமா என்று தோன்றுகிறது" என்றாள். எழுந்து 'ஸ்விட்சைப்' போட்டு விளக்கை ஏற்றினாள்.

"படிக்கவா போறே நீ?" என்று கேலியாகக் கேட்டுச் சிரித்துவிட்டு இழுத்து முகத்தையும் போர்த்திக்கொண்டு திருப்பிப் படுத்தாள் பவானியின் சிநேகிதி.

விளக்கடியில் ஈஸிசேரில் சாய்ந்தபடியே பவானி கையை நீட்டி மேஜைமேல் கிடந்த புஸ்தகங்களில் அகப்பட்டதைக் கையில் எடுத்தாள். அகப்பட்டது 'அல்ஜீப்ரா.' அது தானாகவே திறந்த இடம், 'பைனோமியல் தீரம்' – அது என்னவோ நதி தீரம் என்று எண்ணி விடுகிறவர்களும் நம்மிடையே உண்டு என்பதற்காக அதைக் கொக்கிகளுக்குள் போட்டிருக்கிறது.

காலையில் நாலு மணிக்கு எழுந்து, 'பைனோமியல் தீரம்' என்கிற பகுதியைப் படித்துவிட முடியும் என்று உட்கார்ந்த தீரப்பெண்மணிதான் சிவராமனின் அத்தை மகள் பவானி. கல்யாணமான ஒரு வருஷத்துக்குள் கணவனை இழந்துவிட்டு வேறு வழியில்லாமல் படிப்பில் ஈடுபட்டவள். பி.ஏ. வகுப்பில் சென்னை ஸ்திரீகள் கல்லூரி ஒன்றில் படித்துக்கொண்டிருக் கிறவள். அவளுடைய முக்கியப் பாடம் பௌதீகம். இரண்டாம் பாடம் கணக்கு. அந்தக் கணக்கிலே உள்ள பல பகுதிகளிலே ஒன்று 'அல்ஜீப்ரா'. அந்த 'அல்ஜீப்ரா'விலே ஓர் அத்தியாயம், 'பைனோமியல் தீரம்' என்பது. பள்ளியில் ஏழெட்டு வருஷங்களும், கல்லூரியில் நாலு வருஷங்களும் படித்து, பி.ஏ. பட்டம் பெற்றபின் இந்தப் பவானி என்ன செய்யப்போகிறாள்? யார் கண்டது? அவளுக்கே தெரியாது!

அல்ஜீப்ராவிலே, பைனோமியல் தீரத்திலே, அத்தியாயத்தின் தலைப்பைத் தவிர, வேறு எதையும் படிக்கவில்லை பவானி. புஸ்தகத்தைப் பிரித்துக் கையில் வைத்துக்கொண்டு சிந்தனையில் ஆழ்ந்தாள்.

சாதாரணமாக, காலேஜ் பெண்களின் சிந்தனைகளுக்கும் பிற பெண்களின் சிந்தனைகளுக்கும் அதிக வித்தியாசம் இருக்க வேண்டிய நியாயம் இல்லைதான். இருந்தாலும், இன்று தமிழ்ப் பெண்களில் காலேஜ் பெண்கள் என்கிற ரகம் பல விதங்களில் தனி ரகமாகவே இருக்கிறது என்றுதான் சொல்ல வேண்டும். பழைய லட்சியங்களை எல்லாம் இழந்துவிட்டவர்கள் அவர்கள். புது லட்சியங்கள் இன்னும் தோன்றியபாடு இல்லை. படிப்பு என்பது ரத்தம் செத்த லட்சியமே தவிர வேறு அல்ல. கணவன் குடும்ப வாழ்க்கை என்கிற லட்சியங்கள், படிக்கும்போது, கேலிக்கு மட்டுமே ஏற்றவை என்று அவர்கள் அங்கீகரித்து விடுகிறார்கள். பாடங்களைப்பற்றி உற்சாகமற்ற பேச்சும், 'லவ்' என்கிற உலகத்திலேயே இல்லாத ஒரு விஷயத்தைப் பற்றி மேலுக்கு உற்சாகம் ததும்பும் பேச்சுதான் அவர்கள் கண்டதெல்லாம். வேறு எந்த விஷயத்திலும் அவர்கள் மனம் செல்வதில்லை.

சாதாரண காலேஜ் பெண்களுக்குப் பவானியை ஒரு விதத்தில் விதிவிலக்கு என்றுதான் சொல்ல வேண்டும். அவளுடைய சிந்தனைத் தேருக்கு எண்ணற்ற அச்சுகள் இருந்தன. அவள் சிந்தனைகளை அலைமோதும் கடலுக்கு ஒப்பிடலாம். அந்தக் கடலிலே எண்ணற்ற சிற்றாறுகள் வந்து கலந்தன. அவளுடைய விவாக நினைவும், கணவன் இறந்த நினைவும் ஒரு சிற்றாறு. அவளுடைய அம்மான் சேய் சிவராமனும் அவனுடைய

லட்சியங்களும் சிந்தனைகளும் ஒரு சிற்றாறு. சின்ன மாமா கிருஷ்ணஸ்வாமி சர்மாவும் அவர் வாழ்க்கையும் பேச்சும் உற்சாகமும் பணமும் வியாபாரமும் ஒரு சிற்றாறு. அக்கா சானுப் பாட்டி ஒரு பெரிய கிளை நதி – அவளையும் சிற்றாறு என்று சொல்லிவிடக்கூடாது! பள்ளியிலும் பின்பு கல்லூரியிலும் அவள் சந்தித்த ஒவ்வொரு பெண்ணும் ஒவ்வோர் உபாத்தியாயரும் ஒரு சிற்றாறு. சில சமயங்களில் அவை தெளிவில்லாமல் கலங்கி ஓடிய சிற்றாறுகள்தாம். எனினும், தனித் தனி ஆறுதான். எவ்வளவு குறுகியதாயினும் தனி ஆறுதான்! ஒவ்வொரு நாளும் புதுப்புது அனுபவங்களாக அவளுக்கு ஏற்பட்டுக் கொண்டிருந்தன. புதுப் புது உணர்ச்சிகள் பிறந்துகொண்டிருந்தன. இந்த அல்ஜீப்ராவும் பைனோமியல் தீரமும்கூடப் புது அனுபவங்கள்தாம்; புது உணர்ச்சிகள்தாம்; புதுச் சக்திகள்தாம்.

ஆனால், இருபதாவது வயசு தாண்டிக்கொண்டிருந்த யுவதிக்கு, அழகிக்கு, அல்ஜீப்ராவும் பைனோமியல் தீரமும், காலேஜ் வாழ்க்கையும் போதுமா? அவள் ஆத்மா, அவள் உள்ளம், அவள் இருதயம் இவை எட்டாத எதை எல்லாமோ எண்ணி எண்ணித் தவித்துக்கொண்டிருந்தன! அதிலே அதிசயப்பட ஒன்றுமில்லை என்றுதான் சொல்ல வேண்டும்.

ஈஸிசேரில் சாய்ந்து கிடந்த பவானிக்கு, 'பைனோமியல் தீரம்' இந்தச் சந்தர்ப்பத்தில் ஓடவில்லை என்பதில் ஆச்சரியம் ஒன்றுமில்லை. என்றாவது ஒருநாள் ஓடிற்று என்றால்தான் உலகறிந்தவர்கள், பெண் உள்ளம் அறிந்தவர்கள் ஆச்சரியப்பட வேண்டும். அன்று அதிகாலையில் விழித்தெழுந்த பவானியின் சிந்தனைகள் வழக்கத்தைவிட அதி மந்தகதியில் சென்றன என்பது மட்டும் அல்ல, சிந்தனைகள் சாவு என்கிற தத்துவத்தைப் பின்பற்றித் தொடர்ந்தன.

சாவு என்கிற தத்துவம் வெறும் தத்துவமாக இருக்கிற வரையில் அழகாகவே இருக்கிறது என்றுதான் சொல்ல வேண்டும். அதைவிடச் சிறந்த தத்துவம் மனித வாழ்விலே இல்லை என்பது நிச்சயமே! பிறந்ததெல்லாம் இறக்கத்தானே வேண்டும் என்று தத்துவமாகப் பகுத்தறிவை உபயோகித்து மறுக்க முடியாத ஓர் உண்மையை அழகாகச் சொல்லும்போது நன்றாகவேதான் இருக்கிறது. ஆனால், நெருங்கிய ஒரு நண்பனையோ, பந்துவையோ சாவு தொட்டுவிடும்போது, இந்த அழகான தத்துவம் எவ்வளவு கோரமான அனுபவமாக மாறிவிடுகிறது?

மனித உள்ளத்துக்கு மறதி என்ற ஒரு விதி ஏற்பட்டிருப்பது,

சாவு என்கிற இந்த அனுபவத்தின் கொடுமையை, கொடூரத்தை, வெப்பத்தைத் தணிப்பதற்கேதான் போலும்! ஆனால், ஞாபகங்கள்... ஞாபகங்கள் நித்தியமானவை. குழந்தைப் பருவத்திலே சாவின் நிழல் ஒருவனை எட்டித் தொட்டுவிடுமானால் அந்த ஞாபகம் ஒருவன் செத்து மண்ணாகும் வரையில் மறைவதே இல்லை. மறதி என்கிற விதி இதுமாதிரியான சந்தர்ப்பங்களில் உபயோகப்படுவதே இல்லை.

சாவைப்பற்றிய சிந்தனைகள், எண்ணங்கள் பவானியின் மனதில் நிறைந்து அலைமோதின.

அவளுடைய பிரக்ஞை மலர்ந்து விரியத் தொடங்கும் காலத்திலே ஏற்பட்டது அவளுடைய முதல் சாவு அனுபவம். அப்போது அவளுக்கு வயசு ஐந்து அல்லது ஆறுதான் இருக்கும். ஆனால், அவள் தகப்பனாரின் சாவைப்பற்றிய விஷயங்கள் எல்லாம், பாதி நேரில் பார்த்ததும், பாதி பின்பு பலர் சொல்லக் கேட்டதுமாகக் கலந்து அவள் மனதில் வேரூன்றிவிட்டன. ஆயுள் உள்ளவரையில் அவளால் அந்த அனுபவத்தை மறக்க இயலாது. எட்டு மாதங்கள் ஆஸ்பத்திரியிலே படுத்த படுக்கையாகக் கிடந்துவிட்டு மரித்தார் அவள் தகப்பனார். எட்டு மாதங்களில் இரண்டு மூன்று தடவைகள்தான் பவானி ஆஸ்பத்திரிக்குச் சென்று தன் தகப்பனாரைப் பார்த்தாள். கடைசித் தடவையாகப் பார்த்தது அவர் இறந்தபின். எப்பொழுதும் அன்பு ததும்பத் தன்னை அழைத்து அணைத்து உச்சி மோந்து விளையாடும் அந்த உடல், அசைவற்றுக் கிடந்ததைக் கண்டு பயந்துவிட்டாள் குழந்தை பவானி. குழந்தைப் பருவம் தாண்டிப் பெரியவளான பிறகும்கூட அந்தத் தோற்றம், பல தடவைகளில், அவள் கண்முன் தத்ரூபமாக வருவதுண்டு.

அதற்கு மறு வருஷமோ, அதற்கும் மறு வருஷமோ அவளுடைய அக்கா சாவித்திரியின் கணவன் இறந்தான். அந்தச் சாவையும் உடனிருந்து பார்த்தாள் பவானி.

அதற்குப் பிறகு, குடும்பத்திலே தூர பந்துக்களும் நெருங்கிய பந்துக்களுமாகப் பலர் இறந்தார்கள். ஒன்றும் பவானியின் ஞாபகத்தில் தெளிவாக இல்லை. அவர்கள் சாவெல்லாம் பவானியின் கண்முன் நேர்ப் பார்வையில் நிகழாதவை. ஆகவே, அவை அவளை அவ்வளவாகத் தொடவில்லை என்றுதான் சொல்ல வேண்டும்.

இப்படி, நிகழ்ந்தவற்றிலே முக்கியமானது அவளுடைய கணவனின் சாவுதான். கல்யாண ஞாபகம் எதுவும் அவளை

அதிகமாகப் பாதிக்கவில்லை. ஏதோ நடந்தது, யாரோ ஒருவனுக்குத் தன் உடலும் உள்ளமும் சொந்தமாகிவிட்டன என்று மட்டும் அவள் அறிந்திருந்தாள். அந்தக் கல்யாணச் சடங்கின் முழு அர்த்தமும் அவள் மனசில் பதியுமுன் அவள் கணவன் சென்னையில் ஒரு கோர விபத்தில் மாட்டிக்கொண்டு இறந்து விட்டான். அவ்வளவுதான். வேறு என்ன சொல்வது, என்ன நினைப்பது அந்தச் சாவைப்பற்றி என்று ஒன்றுமே பவானிக்கு இன்னமும் தெரியவில்லை. அதைப் பற்றி நினைக்காமலே இருப்பதுதான் நல்லது என்று அவள் எண்ணியதில் பிசகு எதுவும் இருந்ததாக அவளுக்கே தெரியவில்லை. யாரோ ஒருவன், ஏழு மாதங்கள் அவள் கணவன் என்று இருந்தவன் – வாழ்ந்ததும் இறந்ததும் அவளை வெறும் கனவுகளாகவே தொட்டன; கனவையும்விட லேசாகவே தொட்டன.

சென்னைக்கு வந்த புதிதில் ஒரு நாள் கல்லூரி மாணவிகள் பலருடன் பவானியும் அவள் கணவன் விபத்தில் அகப் பட்டுக்கொண்ட இடத்தைத் தாண்டி நடந்துபோக வேண்டி யிருந்தது. அந்த இடத்தைப் பற்றிப் பத்திரிகையில் படித்ததும், பின்பு பலர் சொல்லக் கேட்டதும் அவளுக்கு ஞாபகம் இருந்தன. அந்த இடத்திலே கண்ணை ஓட்டிக் காலை வைக்கும்போது அவள் உடலையும் மனசையும் என்னவோ செய்தது; தலை சுற்றிற்று. கீழே விழுந்து விடுகிறமாதிரி தடுமாறினாள். "என்னடி இது!" என்று மற்ற மாணவிகள் கேட்டதற்கு ஏதோ ஒருவிதமாகப் பதில் சொல்லித் தப்பித்துக் கொண்டாள். அதற்குப் பிறகு, அவள் அந்தப் பக்கம் போவதையே நிறுத்திக்கொண்டுவிட்டாள்!

ஆனால், அவளுக்குக் கல்யாணமானதும் கணவன் இறந்ததும் கல்லூரியில் அவளுக்கு மிகவும் நெருங்கிய தோழிகளுக்குக்கூடத் தெரியாது. தெரிய வேண்டியது அவசியம் இல்லை என்றே பவானி நினைத்தாள். அவர்களும் அதுமாதிரியான பல ரகசியங்களை உடையவர்களாகவே இருப்பார்கள் என்கிற நினைவு அவளுக்கு ஏற்படும்போது தன்னையும் அறியாமலே கண்ணீர் விடுவாள். இந்தக் கண்ணீர் – பிறர் துயரத்துக்காக அவள் விட்ட கண்ணீர் – அவள் துயரத்தை ஓரளவு துடைத்தது என்றே சொல்ல வேண்டும்.

அவளுடைய மாமா பிள்ளை சிவராமனும், சின்ன மாமா கிருஷ்ணஸ்வாமி சர்மாவுந்தான் அவள் உருக்குலையக்கூடாது, அவள் வாழ்வும் குலையக்கூடாது என்று அவளைப் பள்ளியில் சேர்த்தார்கள். சிவராமன் அவளுக்கு வெகு சிரமப்பட்டு ஆங்கிலமும் கணக்கும் சொல்லித் தந்தான். அப்படியும் எஸ்.எஸ். எல்.சி. பரீட்சையில் முதல் தடவையில் அவள் தேறிவிடவில்லை.

இரண்டாவது முறை பரீட்சைக்குப் போய்த் தேறினாள். 'இன்டர்' படிக்கும்போது அவளுக்குப் படிப்பில் சிந்தனையும் கருத்தும் ஏற்பட்டுவிட்டன. இன்டர் முதல் முறையிலே முதல் வகுப்பிலே நல்ல மார்க்குகளுடன் தேறினாள். பி.ஏ. வகுப்பு மாணவிகளில் அவளுக்கு நல்ல பெயர் – படிப்பிலும் சரி, நடத்தையிலும் சரி.

கணவன் இறந்து இரண்டொரு வருஷங்களுக்குப் பிறகு, பவானி வேறு ஒரு சாவுச் சமயத்தில் கூட இருந்தாள். அவளுடைய சின்ன மாமா கிருஷ்ணஸ்வாமி சர்மா மனைவி தஞ்சை ஆஸ்பத்திரியில் பிரசவித்தபோதும், அதற்குப் பின்னர் அவளுக்கு ஜன்னி வந்தபோதும், கூடமாட இருந்து எல்லாக் காரியங்களையும் செய்ய வேண்டிய பொறுப்பு, பவானியின் தலைமேல் விழுந்தது. சானுப் பாட்டி உடனிருந்தாள். ஆனால், பவானியைப்போல எதையும் ஓடியாடிச் செய்ய அவளுக்குப் போதிய தெம்பில்லை. ஆகவே, வேளைக்கு வேளை ஆஸ்பத்திரி செல்வதும், இரவுகளில் ஆஸ்பத்திரியில் தங்குவதும், மற்றபடி அம்மாமிக்குச் சுசுருஷை செய்வதும் எல்லாம் சிறுமி பவானியின் பொறுப்பாகிவிட்டன. எவ்வளவோ ஆசையுடன், சிரமத்தைச் சிறிதும் பாராட்டாமல், தன் வயசுக்கு மீறிய அறிவுடன்தான் எல்லாம் செய்தாள் பவானி. அந்தச் சாவு பவானிக்குக் கடவுள் இழைத்த அநீதி என்றே சொல்ல வேண்டும். சானுப்பாட்டியைத் தவிர வீட்டிலே பவானிக்குத் துணை, கோவையில் கல்லூரியில் படித்துவிட்டு லீவுக்குத் தஞ்சை திரும்பியிருந்த சிவராமன்தான். ஆஸ்பத்திரியில் அம்மாமி உயிர் நீத்த பின் அவள் குழந்தையை வீட்டுக்குக் கொண்டு வந்தார்கள். பத்துப் பதினைந்து நாட்களுக்குப் பிறகு, அது பவானியின் மடியிலே உயிர் நீத்தது. கிருஷ்ணஸ்வாமி சர்மாவின் மனைவியையும் குழந்தையையும் யமன் அப்படிக் கவர்ந்துகொண்டு செல்லும்படியாக அவர், சர்மா, தன் மாமா அப்படி என்ன தவறு செய்தார் என்று பவானி எவ்வளவோ யோசித்துப் பார்த்தும் அவளுக்குப் புரியவே இல்லை.

சின்ன மாமி இறந்ததைப்பற்றி எண்ணியவுடன் பவானிக்கு வேறு ஒரு ஞாபகம் வந்தது. அந்தச் சம்பவத்தை பற்றிச் சமீபத்தில் ஒரு பத்திரிகையில் சிவராமன் ஒரு கதை எழுதியிருந்தான். சொந்த விஷயம், நேரில் கண்ட விஷயம் என்பதனால் மட்டு மின்றி, இலக்கியபூர்வமாகவும் அந்தச் சிறுகதை மிகவும் சிறந்த கதையாக பவானிக்குத் தோன்றியது. அம்மாஞ்சி, தன் அம்மாஞ்சி இப்படி எல்லாம் கதைகள் எழுதுகிறான் என்பது பற்றி மிகவும் பெருமையாக இருந்தது பவானிக்கு. அந்தக் கதையைப் பாராட்டி சிவராமனுக்கு ஒரு கடிதம் எழுத வேண்டும் என்று பவானி

நினைத்தாள். அந்தக் கதையைப் படித்து ஒரு வாரத்துக்கு மேலாகியும் இன்னும் தான் கடிதம் எழுதியபாடில்லையே என்று ஞாபகம் வந்தது பவானிக்கு. ஆனால், சிவராமன் வேலையை விட்டு வந்த பிறகு, சிதம்பரம் போகப்போகிறான் என்று பெரிய மாமா எழுதியிருந்தார். அவன் சிதம்பரத்தில் இருந்தானோ, சுவாமிமலையில்தான் இருந்தானோ? நிச்சயமாகத் தெரிந்தபிறகு எழுதலாம் என்று எண்ணினாள் பவானி.

அவன் சிதம்பரத்தில் இருந்தால், அவனுக்குத் தான் கடிதம் எழுதுவதை அவன் வேட்டகத்தாரும் மனைவியும் தப்பாக எண்ணலாம். ஆகவே, கடிதம் எழுதாமல் இருந்ததே, இருப்பதே நல்லது; நேரில் பார்த்தால் சொல்லிவிடுவதுதான் சரி என்று நினைத்தாள் பவானி. சிவராமனின் மனைவி ராஜம் நல்ல பெண்தான், அழகிதான். எழுதப் படிக்கத் தெரிந்தவள்தான். ஆனால், சிவராமனின் கதைகளை ரசிக்க, ரசித்துப் பாராட்ட அவளுக்கு அறிவு போதாது. அந்த ஒரு விஷயத்தில் சிவராமனைத் துரதிர்ஷ்டசாலி என்றுதான் சொல்ல வேண்டும். அறிந்த மனைவியாக வந்திருந்தால் சிவராமனின் துரதிர்ஷ்டம் வேறு எந்த ரூபத்தில் அவனைப் பாதித்திருக்குமோ? யார் சொல்ல முடியும்?

ஓர் ஆழ்ந்த நீண்ட பெருமூச்செறிந்தாள் பவானி.

சில நிமிஷ நேரமாகப் பவானியையே கவனித்துக்கொண்டு படுக்கையில் படுத்திருந்த அவள் தோழி லட்சுமி, "என்ன, இன்றைக்குப் பெருமூச்சு மயமாக இருக்கு? காலைப்போதிலே 'லவர்' ஞாபகம் வந்துவிட்டதோ?" என்றாள்.

"யார் எனக்கு லவர்? உன் 'லவர்' தான் சீதாராமன். அவனைப் பற்றி எண்ணி எண்ணி ஏங்கிக்கொண்டு தூங்கமாட்டாமல் படுத்துக் கிடக்கிறாய் நீ; படுக்கை நொந்ததடி என்று! என்னைக் கேலி வேறு செய்ய வாயா உனக்கு?" என்றாள் பவானி.

"நீ பெருமூச்செறிந்துவிட்டு என்னைச் சொல்ல வந்துவிட்டாயே! கெட்டிக்காரியடி நீ!" என்றாள் லட்சுமி.

"என்னவோ அம்மா. எனக்கு லவர் என்று ஒருவனும் ஏற்படவில்லை."

"ஏற்படவில்லையோ! ஏற்படாமல் எத்தனை காலம் இருக்குமோ என்று எண்ணித்தான் பெருமூச்சு விட்டாயோ? அதைத்தான் சொல்லேன்?"

இதை முழுவதும் கவனியாமலே மீண்டும் சிந்தனையில் ஆழ்ந்துவிட்டாள் பவானி.

லட்சுமி சிறிது நேரம் பேசாமல் இருந்தாள். பிறகு, "நேற்றுக் கடிதம் வந்ததே, அது உன் காதலனிடமிருந்து வராமல் வேறு யாரிடமிருந்து வந்ததாம்?" என்று கேட்டாள்.

பவானி இதற்குப் பதில் சொல்லவில்லை. "உம்" என்று உறுமிவிட்டுத் தன் சிந்தனைகளில் ஈடுபட்டிருந்தாள்.

"காதலனிடமிருந்து வராவிட்டால் என்னிடங்கூடக் காட்டாமல் ரகசியமாகத் திரும்பத் திரும்பப் படித்துவிட்டுப் பெட்டியில் அப்படிப் பத்திரப்படுத்தி வைத்திருப்பாயா நீ?" என்றாள் லட்சுமி.

இதுகாறும் பவானியின் உள்ளத்திலே பெரிய கல்லாக, பாரமாக அழுத்திக்கொண்டிருந்த ஓர் ஏக்கத்தின் காரணம் சட்டென்று லட்சுமியின் வார்த்தைகளால் பவானிக்கு விளங்கியது. அந்தக் கடிதம் – முதல் நாள் வந்த அந்தக் கடிதத்தின் மர்மமான செய்திதான் அவள் உள்ளக் கிளர்ச்சிக்குக் காரணம் என்று அந்த விநாடியில் அவளுக்குத் தோன்றியது.

"அடி அசடே! அது என் மாமா எழுதிய கடிதமடி!" என்று சொல்லிக்கொண்டே எழுந்துபோய் பவானி, தன் பெட்டியைத் திறந்து அதில் பத்திரப்படுத்தி வைத்திருந்த அந்தக் கடிதத்தை எடுத்து வந்து மீண்டும் ஈஸிசேரில் சாய்ந்துகொண்டு, மறுபடியும் ஒரு தரம் அதைப் படிக்கத் தொடங்கினாள்.

ஆனால், அவளைப் படிக்கவிடாமல் குறுக்கிட்டாள் லட்சுமி. "மாமாவும் ஆச்சு! மருமானும் ஆச்சு! மாமாவைக் கல்யாணம் பண்ணிக்கிறவா, இல்லையோ?" என்றாள்.

பவானி சிரித்துக்கொண்டே, "என் சின்ன மாமாவுக்கு வயசு ஐம்பத்தைந்து" என்றாள்.

"அப்படியானால் உனக்கு ஏற்றவராக ஒரு பிள்ளையைப் பெற்று வைத்திருப்பாள் உன் மாமி."

"அவருக்குப் பிள்ளையும் கிடையாது குட்டியும் கிடையாது, பாவம்! பெண்டாட்டியை அவர் இழந்து வருஷக்கணக்காக ஆகிவிட்டது" என்றாள் பவானி.

"பிள்ளை ஸ்தானத்திலே யாராவது ஒருவனை..."

"நான்தான் அவருக்குப் பெண்மாதிரி! என் மூத்த மாமா பிள்ளை சிவராமன்தான் அவருக்குப் பிள்ளை மாதிரி."

"மாப்பிள்ளை மாதிரியில்லையா?" என்றாள் லட்சுமி. உடனே எழுந்து வந்து புடைவையைச் சரிப்படுத்திக்கொண்டு பவானியின்

ஈஸிசேரண்டை நின்றாள். பவானியின் தலைமயிரைக் கையால் கோதிவிட்டாள். குனிந்து பார்த்துச் சிரித்தாள். "ரகசியம் வெளியாகிவிட்டதே! சிவராமன்தானே உன் சாய்ஸ்?" என்றாள்.

"நான் அவனைத் தேர்ந்துகொள்வதற்கு முன்பே ஒரு பெண் அவனைத் தேர்ந்தெடுத்துக் கட்டிக்கொண்டுவிட்டாள். அப்படி நான் சொல்வதுகூடத் தவறு. அவனாக அவளைத் தேர்ந்தெடுத்தான் என்று சொல்வதுதான் பொருத்தம். அவள் அழகி; உன்னைவிடக்கூட அழகி என்றாள் பார்த்துக்கொள்ளேன்" என்றாள் பவானி.

அவளையும் அறியாமல் பவானியின் குரலில் ஒரு சோகம் புகுந்துவிட்டது. இதைக் கவனித்த லட்சுமி இவ்விஷயம் பற்றி அதிகமாக விளையாடக்கூடாது என்று அறிந்துகொண்டவள் போலப் பேச்சை மாற்றினாள். "சின்ன மாமா அப்படி என்ன உனக்குக் கடிதம் எழுதியிருக்கிறார்? திருப்பித் திருப்பி நேற்றும் படித்தாய் இன்றும் படிக்கிறாயே, ரகசியமாக? ஏதாவது முக்கிய மான விஷயமா? என்னிடம் சொல்லக்கூடாத விஷயமானால் சொல்ல வேண்டாம்" என்றாள்.

"அப்படி ஒன்றும் ரகசியமில்லை. நீதான் பாரேன் கடிதத்தை, இந்தா" என்று கடிதத்தை எடுத்து லட்சுமியிடம் கொடுத்தாள்.

ஒரே ஒரு நீலக் கடிதத்தில் நடுவில் மணிமணியாகத் தமிழிலே ஏழெட்டு வரிகள் எழுதியிருந்தன.

சௌ. பவானிக்கு,

ஆசீர்வாதம். நாளை தபாலில் உனக்கு ஒரு கடிதம் கிடைக்கும். அதை ஒருவிதத்தில் என் உயில் என்று சொல்வேன்; அது உன் கையில் கிடைத்துச் சரியாக ஒரு வருஷம் கழித்துப் பிரித்துப் பார். அதற்குள் அவசரப்பட்டுப் பிரித்து விடாதே. உனக்கு அனுப்பலாமா சிவராமனுக்கு அனுப்பலாமா அதை என்று யோசித்தேன். எனக்கு மிகவும் வேண்டியவர்களான, நெருங்கியவர்களான உங்கள் இருவரையும் பற்றிய விஷயம்தான் அது. சிவராமனுக்கு அனுப்புவதைவிட உனக்கு அனுப்புவதே நல்லது என்று எண்ணி அனுப்புகிறேன். நீ அதைப் பிரிக்கும்போது சிவராமனும் உடன் இருந்தால் நல்லது. இது விஷயத்தை அவனிடம்கூட இந்த வருஷ காலம் முடியும் வரையில் சொல்ல வேண்டாம்.

மணி, ராஜம் சௌக்கியம். வேறு விசேஷம் இல்லை.

– கிருஷ்ணஸ்வாமி சர்மா"

கடிதத்தைப் படித்துவிட்டு உறையில் போட்டு பவானியின் கையில் கொடுத்தாள் லட்சுமி. "புது மாதிரியான புதிராக இருக்கிறதே? எனக்கு ஒன்றும் புரியவில்லையே!" என்றாள்.

"இதைப் பற்றித்தான் சிந்தித்துக்கொண்டிருந்தேன்!" என்றாள் பவானி.

கடிதத்தை மீண்டும் பெட்டிக்குள் வைத்துவிட்டு பவானி தன் தோழியின் கையைப் பிடித்துக்கொண்டாள். கை கோத்த படியே இருவரும் வெளியே 'பால்கனி' கதவைத் திறந்துகொண்டு போனார்கள்.

சந்திர ஒளி வெளிறிட்டுக்கொண்டிருந்தது. எதிரே கடல் அலைகள் வெள்ளியாகவும் தங்கமாகவும் எழுந்து எழுந்து ஓய்ந்துகொண்டிருந்தன. கடலின் பேரிரைச்சல் மனித வாழ்க்கைக்குப் பின்னணி கீதமாக இசைந்துகொண்டிருந்தது. அந்த இசை சோகமானதா, ஆனந்தமானதா என்று யார்தான் சொல்ல முடியும்!

கிழக்கு வெளுக்கத் தொடங்கிவிட்டது.

○

இரண்டாம் பாகம்

விவாதங்கள்

செல்வ விநாயகர் தெரு மிகவும் சிறியது, ஆனால் அழகியது. தெரு சென்னையிலுள்ள சௌகரியங்களெல்லாம் படைத்த தெரு. அதிலே ஒரு சிறிய வீட்டின் ஒரு பகுதிக்கு மாசம் இருபத்தைந்து ரூபாய் வாடகை கொடுத்துக்கொண்டு குடி ஏறினார்கள் ராஜமும் சிவராமனும். மிகவும் அழகான வீடு. பங்களா மாதிரி. முன்புறத்தில் ஒரு சிறிய தோட்டம் இருந்தது; ரொம்பச் சின்ன தோட்டம் - பதினைந்து இருபது குரோட்டன்ஸ் செடிகள் ஓங்கி வளர்ந்திருந்தன. கமான் வளைவின் மேலே முல்லைச் செடி அடர்ந்து படர்ந்து பூத்துக் குலுங்கிக் கொண்டிருந்தது. தெற்குப் பார்த்த வீடு. மாடியில் மட்டுமின்றிக் கீழேயும் சதா ஜிலுஜிலுவென்று காற்று அடித்துக் கொண்டிருக்கும்.

சென்னையில் குடித்தனம் என்றால் சுலபமாக இருக்கிறதா? இரண்டே பேர்வழிகள்தாம் என்றாலும் இரண்டு பேரும் சுகசௌகரியங்களுக்குப் பழக்கப்பட்டவர்கள். நன்றாகச் சாப்பிட வேண்டும். தினம் மூன்று வேளை காபி; இரண்டு வேளை டிபன்; இரண்டு வேளை சாப்பாடு; தவிரப் பால் பழம் முதலியன எப்போதும் வேண்டும். வாரத்துக்கு ஒரு பாட்டுக் கச்சேரி கேட்க வேண்டும் அல்லது நாட்டியச் கச்சேரி பார்க்க வேண்டும். அது தவிர வாரத்தில் ஒரு சினிமா - நல்லதோ கெட்டதோ, தமிழோ, ஹிந்தியோ - தெலுங்கோ, ஆங்கிலமோ - பார்க்காமல் இருக்கலாமா, சென்னையில் இருந்துகொண்டு?

டிக்கெட் செலவுமட்டும்தான் என்றால் அவ்வளவாக ஒன்றும் ஆகிவிடாது; இருபது முப்பது ஆனால் ஜாஸ்தி. ஆனால், மாதத்தில் எட்டுத் தடவை வெளியே கிளம்ப வேண்டுமானால், பெட்டியில் முப்பத்திரண்டு புடைவைகளும், நாற்பத்தெட்டு ஜாக்கெட்டுகளும், இல்லாவிட்டால் முடியுமா? கல்யாணத்துக்கும் பிற சந்தர்ப்பங்களுக்கும் வாங்கிப் பெட்டியில் அடுக்கியிருந்த புடவைகள் எல்லாம் கர்நாடகமாக இருந்தன - ஒன்பது கஜம்; தவிரவும் ஒரே ஜரிகையாக உடம்பெல்லாம் உறுத்தின. ஒவ்வொரு தடவையும் சினிமாவுக்கோ கச்சேரிக்கோ போய்த் திரும்பும்போது ஒரு புடவை, நாலைந்து ஜாக்கெட்டுத் துணிகள் என்று வாங்கிக்கொண்டு வந்தாக வேண்டும்.

சிவராமனுக்கு வேண்டியதெல்லாம் நாலு முழம் கதர் வேஷ்டியும், ஒரு பனியனும், ஒரு ஜிப்பாவுந்தான். ஆறு மாசத்திற்கு இரண்டு செட் வாங்கினால் போதும்.

யாரைச் சொல்லி என்ன பயன்? அவர்கள் இருவரும் சென்னையில் குடித்தனம் நடத்துவதற்குக் குறைந்தபட்சம் மாதம் இருநூறு ரூபாயாவது வேண்டியிருந்தது.

"செலவாகிறது, செலவாகிறது என்று சொல்லி என்ன பிரயோசனம்? செலவாகிறது என்பதால் மட்டும் செலவு குறைந்துவிடுமா! எப்போ செலவாகிறது என்று தெரிந்திருக்கிறதோ, அப்போ செலவுக்கு ஏற்றபடி சம்பாதிக்கவும் முனைந்துதான் ஆக வேண்டும். மாசத்தில் ஒரு கதை எழுதிவிட்டு, மற்றபோதெல்லாம் சும்மா கையைக் கட்டிக்கொண்டு உட்கார்ந்திருப்பதால் பயன் என்ன?" என்று கேட்டாள் ராஜம்.

பதில் சொல்வது சிரமம்தான். ஆனால், இதற்குப் பதில் சொல்லாமல் இருந்துவிட முடியுமா? சிவராமன் சொன்னான்: "செலவு செய்வது பற்றி ஆட்சேபம் இல்லவே இல்லை. ஆனால், சம்பாதிக்க ஆரம்பித்த பிறகு செலவு செய்தால் சரியாக இருக்கும். சம்பாதிக்க ஆரம்பிப்பதற்கு முன்னாடியே செலவு செய்ய ஆரம்பித்துவிட்டால் சிரமந்தான்; ஆயுள் பூராவுமே சரிக்கட்டி வராது."

பணக் கஷ்டத்திலிருந்து விடுதலை பெற ராஜத்துக்குச் சுலபமான வழி ஒன்று தெரியும். அவர்கள் சென்னையில் குடித்தனம் நடத்திய ஏழெட்டு மாசங்களுக்குள் அவள் இந்த வழியை நூறு தடவையாவது வற்புறுத்தியிருப்பாள். "அப்பாவுக்கு எழுதுங்களேன் தேவையான பணம் அனுப்புகிறார்" என்றாள்.

சிவராமன் சற்றுப் பெருமிதமாகச் சொன்னான்: "இப்ப சத்தியமாக நான் என் அப்பாவிடமிருந்து ஒரு தம்பிடிகூட வாங்கிக்கொள்ளப் போவதில்லை. இத்தனை நாள் பட்டணத்துக்கு வந்த பின், செலவு செய்ததெல்லாம் நாலு வருஷம் உத்தியோகம் பார்த்துச் சம்பாதித்ததில் மிச்சம் பிடித்து வைத்திருந்த பணம்தான். வயசு முப்பதாகப் போகிறது. இன்னும் அப்பாவைப் பணம் என்று கேட்டுக்கொண்டிருக்க எனக்கு இஷ்டமில்லை."

"அப்பா பணம் எல்லாம் எப்படியும் உங்களுக்குத்தானே?" என்றாள் ராஜம்.

"இருக்கலாம்; ஆனால் அதைப்பற்றி நான் கவலைப்படவில்லை. நானே சம்பாதிக்கப் போகிறேன் – சாப்பிடப் போகிறேன்.

யாரிடமிருந்தும் பணத்தை எதிர்பார்த்து நிற்கப் போவதில்லை நான். முடிகிறதா இல்லையா என்றுதான் பார்க்கலாமே!" என்றான் சிவராமன்.

"அதான் முடிகிறதே! எட்டு மாசமாய் பார்க்கிறோமே" என்றாள் ராஜம் கேலியாக.

சிவராமன் மனசில் இந்தக் கேலி உறைத்தது. ஆனால், பதில் சொல்வதற்கு எதுவும் இல்லை என்று அறிந்துகொண்டு பேசாமல் இருந்தான்.

ராஜம் மேலும் சொன்னாள்: "கல்கத்தாவுக்கு நீங்கள் போய்விட்டு வந்த பிறகு, சென்னையில் குடித்தனம் வைத்து இப்போ ஏழெட்டு மாசங்களில் உங்கள் எழுத்து மூலம் எவ்வளவு ரூபாய் வந்திருக்கும்? எழுபது வந்திருக்குமா?" என்று கேட்டாள்.

"எவ்வளவு வந்தால் என்ன? மாசம் இருநூறு முந்நூறு செலவாவது நிற்கிறதா?" என்று கேட்டான் சிவராமன்.

ராஜம் கேலியாக நகைத்தாள். சிவராமன் தொடர்ந்து சொன்னான்: "போன ஏழு மாசம் போகட்டும்; இனி வருகிற ஏழு மாசத்தில் பார்க்கலாமே?"

"கதை எல்லாம் ஒன்றைவிட ஒன்று அழகாகத்தான் எழுதறேள்! ஆனால், இந்தச் சின்ன விஷயம்கூட உங்களுக்குத் தெரியவில்லையே! போன ஏழு மாசங்களைப் போலத்தான் இருக்கப் போகிறது வருகிற ஏழு மாசங்களும். சந்தேகம் என்ன? இன்னும் சற்றுச் சிரமமாகக்கூட இருக்கும். பாங்கில் இருந்த பணத்தை எடுத்துச் செலவு செய்தாகிவிட்டது. வருகிற ஏழு மாசத்தில் பாங்கில் வாங்க என்ன இருக்கிறது? பணத்துக்கு எங்கே போவது? அப்பாவுக்கு எழுத வேண்டியதுதான்!" என்றாள் ராஜம் தீர்மானமாக; வேறு வழி இல்லை என்று அறிந்தவளாக.

"எது எப்படியானாலும் அதுமட்டும் நடக்காத காரியம்" என்று திடமான குரலில் சொன்னான் சிவராமன்.

"அப்படிப் பிடிவாதமாக நீங்க உங்கப்பாவுக்கு எழுத மறுத்துவிட்டால் நான் எங்க அப்பாவுக்கு எழுதிப் பணம் வர வழைக்க வேண்டியதுதான்!" என்றாள் ராஜம்.

சிவராமன் சிரித்தான். "உன் கடிதம் கண்டவுடனே பணத்தை அனுப்பிவிட்டுத்தான் வேறு காரியம் பார்ப்பார் உங்கப்பா!" என்றான். சிறிது நேரம் கழித்து அவன் மீண்டும் சொன்னான்: "நீ பணம் கேட்டு எழுதியிருக்கிற கடிதத்தைப் பார்த்தவுடனேயே

உங்கப்பா பிராணனை விட்டுவிட மாட்டாரா?"

"ஏதாவது தத்துப் பித்துன்னு, நீங்க கதை எழுதற பாணியிலே அபசகுனமாச் சொல்லாதேங்கோ!" என்றாள் ராஜம். ஆனால், அவளும் மனசுக்குள் சிவராமன் சொன்னது உண்மைதான் என்றே அறிந்திருந்தாள். அவள் அப்பா – வக்கீல் நாராயணசாமி ஐயர் பணத்துடன் உயிரை விட்டுவிடக் கூடியவர்தாம். இந்த விஷயத்தில் அவள் மாமனார் எவ்வளவோ தேவலை. ஆனால், அவருக்குக் குடும்ப பாரம் குறைவு. ஒரே பிள்ளைதான். பெண்ணுக்குக் கல்யாணமும் ஆகிவிட்டது. கவலைப்பட வேண்டியதில்லை அவர். ஆனால், அவள் அப்பாவுக்குச் சின்னஞ் சிறிசுகளான பிள்ளைகளும் பெண்களும் இருந்தனர் – இன்னும் பிறக்காது என்கிற நிச்சயமும் இல்லை. பணத்தைப்பற்றி அவர் ஜாக்கிரதையாக இருந்ததில் தவறில்லைதான்!

தன் கணவன் சொன்னது உண்மையென்று உணர்ந்திருந்த தனால்தானோ என்னவோ ராஜத்துக்கு அளவுக்கு மீறிய கோபம் வந்தது. "எங்கப்பா கருமிதான். கருமியாக இல்லாவிட்டாலும் சம்பாதிக்கக் கையாலாகாவிட்டால் அவர் கொடுக்க வேண்டு மென்று என்ன கட்டாயம்?" என்ற ரோஷத்துடன் கேட்டாள்.

சிவராமன் சாந்தமாகவே பதிலளித்தான். "அவரையோ என் அப்பாவையோ பணம் கொடுக்கச் சொல்லி நான் கேட்கவில்லையே! நீ சொன்னதுக்குப் பதில் சொன்னேன் அவ்வளவுதான்."

சிறிது நேரம் ராஜமும் ஒன்றும் பேசவில்லை; சிவராமனும் ஒன்றும் பேசவில்லை.

பிறகு, துக்கம் தொனித்த குரலில் சிவராமன் சொன்னான்: "கணவனால் சம்பாதிக்கக் கையாலாகவில்லை என்று தெரிந்திருந்தும் அத்து மீறிச் செலவு செய்கிற ஸ்திரீயை என்னவென்று சொல்வது?"

ராஜத்தை விவேகம் இல்லாதவள் என்று சொல்ல முடியாது. இந்த வாக்கியத்தைச் சொன்னபோது தன் கணவனின் குரலில் தொனித்த துக்கம் ராஜத்தின் மனசை ஊடுருவியது. சதா அப்படிக் கையாலாகாதவன் கையாலாகாதவன் என்று இடித்துக் கூறிக்கொண்டிருப்பது எவ்வளவு பிசகு என்பதை உணர்ந்து கொண்டாள். வேறு யாராவது இந்த மாதிரி சொல்லியிருந்தால் அதன் பலனை ஆயுள் பூராவும் அனுபவிக்க நேர்ந்திராதா என்று சிந்தித்துப் பார்த்தாள். பிறகு, சற்றுப் பணிவாகத் தாழ்ந்த குரலில், "உங்களாலேயா சம்பாதிக்க முடியாது? மனசு வச்சால் ஆயிரம் இரண்டாயிரம்னு சம்பாதிப்பேளே! என்னவோ நான் பண்ணின பாவம்! இப்படி நீங்கள் இலக்கியம் இலக்கியம்னு ஏதோ

கவைக்குதவாத விஷயங்களைக் கட்டிக்கொண்டு வாழ்நாளை வீணாக்கிவிடறேளே என்றிருக்கு, எனக்கு! என் கஷ்டம் இதுதான். நமக்கென்ன குறைவு? எதிலே குறைவு? எதற்காக நாம் எப்ப பார்த்தாலும் குறைப்பட்டுக்கொண்டே இருக்க வேண்டும்? மத்தவாளைப்போல, மத்தவாளை எல்லாம்விட மேலாக நாமும்..."

சிவராமன் குறுக்கிட்டான்: "மத்தவாளைப்போல இல்லையே நான்! அதுதானே கஷ்டம்! பித்தம்னா தூக்கி அடிக்கிறது எனக்கு!"

"போங்கோன்னா! சும்மா எனக்குப் பதில் சொல்லிக் கொண்டிருந்தால் என்னத்துக்காச்சு?" என்றாள் ராஜம்.

"பைத்தியக்காரனைப் பார்த்துக் கல்யாணம் பண்ணிக்கொண்டு விட்டாய் நீ! என்ன பண்றது?" என்று புன்சிரிப்புடன் கூறினான் சிவராமன்.

"யாரு, நானா பைத்தியக்காரனைப் பார்த்துக் கல்யாணம் பண்ணிண்டிருக்கேன்! என் ஆத்துக்காரரைப் போன்ற புத்திசாலி வேறே யாரு?" என்று பெருமை ததும்பச் சொன்னாள் ராஜம்.

சிவராமனுடைய மனம் வேறு ஏதோ சிந்தனையைப் பின்பற்றித் தாவிவிட்டது. அவன் பதில் சொல்லவில்லை. "நேற்றுகூட லீலா சொன்னாள்... நீங்கள் எழுதியிருந்த கதையைப் படித்துவிட்டு..." என்று சொன்னாள்.

"கதை எழுதினாப்லே என்ன ஆச்சு! பணம்! சம்பாதிக்கத் தெரிய வேண்டாமா?" என்றான் சிவராமன். அவன் மனசிலிருந்த ஆத்திரமும் ஏக்கமும் ஒரு பெருமூச்சிலே எதிரொலித்தன.

மீண்டும் கோபம் வந்துவிட்டது ராஜத்துக்கு. அவள் சொன்னாள்: "என்ன சொல்லுங்கோ! நான்தான் பைத்தியம்! இலக்கியம் என்றால் என்ன, இலக்கியாசிரியர் என்றால் எப்படி என்றே அறியாமல், எழுத்து வாசனைகூட இல்லாதவளாக இருக்கிறேன். அடுத்தாப்லே உங்க அத்தாங்காள் இருக்கிறாளே பவானி! அவள் வந்துவிட்டால் அவளோடு எவ்வளவு கலகலப்பாக உங்களாலே பேச முடியறது! இங்கிலீஷிலும் தமிழிலுமாக இரண்டு பேரும் பொளந்து கட்டறேளே. எனக்கு என்ன தெரியறது? நான் கர்நாடகம் – கட்டுப்பெட்டி. நான்தான் பைத்தியம்!" என்றாள் ராஜம்.

கொஞ்ச நாட்களாகவே ராஜத்துக்கும் சிவராமனுக்கும் இடையே, இந்த அத்தங்காள் பவானியின் நிழல் வராத நாள் இல்லை. 'அந்த அத்தங்காளைக் கண்டால் இவளுக்கு ஏன் இவ்வளவு விரோதமாகவும், வெறுப்பாகவும், பொறாமையாகவும்

இருந்தது? என்ன காரணம்?' என்று ஆச்சரியப்பட்டான் சிவராமன். அத்தங்காள்... பாவம் என்று சொல்வதைத் தவிர, அவளைப் பற்றி வேறு என்ன சொல்வதற்கு இருந்தது? வாழ்க்கையை வாழ ஆரம்பிப்பதற்கு முன்னரே அதற்கு முற்றுப்புள்ளி வைத்துவிட்டுப் பெண்மையின், சிறந்த நாட்களைக் காலேஜில் பாடங்கள் படிப்பில் கழித்துக்கொண்டிருந்த அந்தப் பேதையைப் பற்றி எண்ணிப் பொறாமைப்பட்டு, ராஜம் விரோதம் கொண்டாட, என்ன இருந்தது?

ஆனால், ராஜம் சொன்னதும் என்னவோ ஒரு விதத்தில் உண்மைதான். பவானியிடம் பேச முடிந்ததுபோலச் சிவராமனால் தன் மனைவி ராஜத்திடம் பேச முடியத்தான் இல்லை. பவானிக்கு ரசனை இருந்தது என்பது உண்மைதான். வாழ்க்கையிலே அவள் எதையும் ரசித்து அனுபவித்துவிடக் கூடாது என்று பிரம்மதேவன் அவளைப் படாத பாடுபடுத்தி வைத்திருந்தான். ஆனால், ரசனையை மட்டும் அளவுக்கு மீறியே கொடுத் திருந்தான். இலக்கியத்திலும் சரி, மற்றும் 'உணர்' கலைகளிலும் சரி, பவானிக்கு ஈடுபாடிருந்தது; ஞானம் இருந்தது. எழுத வேண்டும் என்றுகூட அவள் ஆசைப்பட்டாள் என்பதைச் சிவராமன் உணர்ந்துகொண்டிருந்தான். அவள் அதுவரையில் மனம் திறந்து எதுவும் சொல்லவில்லையே தவிர, உள்ளூர எழுத வேண்டும் என்கிற ஆசையைப் பாராட்டி வளர்த்துக்கொண்டிருந்தாள் என்பதைச் சிவராமன் சுலபத்திலேயே கண்டுகொண்டுவிட்டான். அவளை எழுதச் சொல்லித் தூண்டி ஊக்கம் ஊட்ட வேண்டும் என்று சிவராமன் தீர்மானித்திருந்தான். நன்றாகவே எழுதுவாள். எழுதுவதற்கு வேண்டிய திறமையும் உணர்ச்சிகளும் அவளுக்கு இருந்தன என்றுதான் சிவராமன் எண்ணினான்.

ஆனால், எட்டு ஒன்பது வருஷங்களாக அவனும்தான் எழுதிக்கொண்டிருக்கிறான். எழுதி எழுதி அவன் கண்ட பலன்தான் என்ன? ஆத்ம திருப்தி ஒன்று இருந்தது உண்மைதான். அந்த ஆத்ம திருப்தியைத் தவிர, வேறு லாபம் என்ன இருந்தது? அவன் மனைவிக்குக்கூடத் திருப்தியில்லை.

பெருமூச்செறிந்தான் சிவராமன்.

சும்மா முடிவற்ற ஒரு விஷயத்தைப்பற்றிப் பேசிக்கொண்டு நிற்பதிலே லாபம் என்ன? மாடிக்குப் போய் உட்கார்ந்தால் ஏதாவது இரண்டு பக்கம் எழுதினாலும் எழுதலாம். மாடிப்படியை நோக்கி நகர்ந்தான் அவன்.

ராஜம் அவ்வளவு சுலபமாக அவனை விட்டுவிடுவதாக இல்லை.

தொடர்ந்து வந்து, "அத்தங்காள் பேச்சை எடுத்து விட்டால் போதும். உடனே வாயை மூடிக்கொண்டுவிடுவார் அம்மாஞ்சி. அப்படி மௌனம் சாதிக்கும்படியாக அந்த அத்தங்காளைப்பற்றி அவர் மனசிலே என்னதான் இருக்குமோ? நல்ல அத்தங்காள், நல்ல அம்மாஞ்சி!" என்றாள்.

இப்படி ராஜம் சொல்லிக்கொண்டிருந்ததைக் கேட்டுக் கொண்டே அத்தங்காள் பவானி சமயத்துக்கு அங்கே வந்து விட்டாள். "என்ன? அம்மாஞ்சியும் அம்மாஞ்சி மன்னியும் என்னை ஏதோ வாயாறத் திட்டிண்டிருக்காப்லே இருக்கே. எனக்கு ஆயுசு நூறுதான்! சமயத்துக்கு வந்துட்டனே!" என்றாள்.

பவானியைப் பற்றித் தன் கணவனிடம் வேண்டுமானால் ஏதாவது சொல்லிச் சண்டை போடுவாளே தவிர, ராஜத்துக்குப் பவானியிடம் அளவு கடந்த பிரியம்தான். தன் சொந்தச் சகோதரியிடம் போல அவள் அவளிடம் அன்புரிமை கொண்டாடினாள். அவளும் சென்னையில்தான் இருந்தாள் என்றாலும் அடிக்கடி தன் வீட்டுக்கு வருவதில்லையே, வந்து பழகுவதில்லையே என்று ராஜத்துக்கு வருத்தம்தான்.

ஆனால், இந்த வருத்தத்துக்கு மாற்றாக ராஜம் தன் அப்பா அம்மா சொல்லியிருந்த புத்திமதியை அடிக்கடி ஞாபகப் படுத்திக்கொள்வாள். அவளுடைய அப்பாவும் அம்மாவும் உலக அனுபவம் வேண்டிய மட்டும் படைத்தவர்கள். அவர்களுக்குப் பவானி என்கிற பெண்ணைப் பற்றிப் பயம்தான். சிவராமனும் ராஜமும் சென்னையில் குடித்தனம் வைக்கப் போகிறார்கள் என்பது நிச்சயமானவுடனே, ராஜத்தின் அம்மா, 'அந்தக் காலேஜ் பொண்ணு, அவர் அத்தங்காள், அடிக்கடி ஆத்துக்கு வந்து உறவு கொண்டாடாமல் பார்த்துக்கோ. அவரும் சிறிசு! அதுவும் சிறிசு! எப்படி இருக்குமோ என்னவோ? ஜாக்கிரதை!" என்று தன் பெண்ணை உஷார்படுத்தியிருந்தாள்.

தாயார் சொன்னதையும் மீறியே ராஜத்தினுடைய மனசில் பவானியிடம் அன்பு ஜனித்திருந்தது. அவள் இந்தத் தடவை தான் சொன்னது பூராவையும் கேட்டுக்கொண்டு வந்து விட்டாளே, என்ன நினைப்பாளோ, என்று உள்ளூரப் பயம்தான் ராஜத்துக்கு. ஆனால், அதை வெளியே காட்டிக்கொள்ளாமல் எப்படியாவது சமாளித்துக்கொள்ளலாம் என்று தீர்மானித்தாள். "உங்க அம்மாஞ்சி கதை எழுதப் போறார் மாடிக்கு. எனக்கு பேச்சுத் துணைக்கு இனி நீயாச்சு! சமயத்துக்கு வந்தாயே! பவானி, வா. நம் ராஜ்யத்துக்கு நாம் போவோம். நீயும் இருந்து சாப்பிட்டுவிட்டுச் சாயங்காலமாகப்

போகலாமோல்லியோ?" என்றாள்.

தன் மனைவி சொன்னதெல்லாவற்றையும் கேட்டுக் கொண்டுதான் வந்திருப்பாளோ பவானி என்று சிவராமனுக்குப் பயம்தான். அவன் சிரித்துச் சமாளிக்க முயன்றான்.

"நான் தப்பிச்சேன் இன்னிப் போதுக்கு" என்று சிரித்துக் கொண்டே சொன்னான் சிவராமன். "பேசுவதற்கு யாராவது ஆள் அகப்படாவிட்டால் என்னை அரித்து விடுகிறாள்!" என்றான். மாடிப்படி ஏறிப்போக முயன்றான்.

பவானி அவனைப் பார்த்து, "இப்படி அரிப்பதெல்லாம் கொஞ்ச நாள்தான்! கவலைப்படாதே. ஒரு குழந்தை பிறந்து விட்டால் அப்புறம் அவள் உன்னோடு பேச வரப் போறாளா? 'ராஜம்! ராஜம்'னு கூப்பிட்டுண்டு நீதான் போவே" என்றாள்.

சிவராமன் பதில் எதுவும் சொல்லாமல் மாடிப்படி ஏறிப் போனான். மேல் படியில் நின்று திரும்பிப் பவானியையும் ராஜியையும் பார்த்துச் சிரித்துவிட்டு, மாடியில் மறைந்துவிட்டான்.

"பெரியவாள்ளாந்தான் இப்படிக் கேலி செய்து என் வயிற்றெரிச்சலைக் கொட்டிக்கொள்வது என்று ஆரம்பிக்கிறார்கள்? நீயும் என்ன புதுசா, அவாளிடம் கத்துக்கொண்டு வந்துட்டாயோ?" என்றாள் ராஜம்.

"புதுசா என்ன? வயிற்றெரிச்சல் என்ன இதிலே? தானே பிறந்துடறது குழந்தை. உள்ளதைத்தானே சொல்றேன் நான். குழந்தையும் குட்டியுமாகக் குடித்தனம் நடந்தால்தான் குடித்தனம் நன்னாயிருக்கு! இல்லையா? குடும்பத்திலே ஆம்படையானும் பொண்டாட்டியும் மாத்திரம் இருந்தால் அவாளவாள் பரஸ்பரம் எவ்வளவுதான் பிரியம் வைத்திருந்தாலும், ஒரு சமயம் இல்லாவிட்டால் இன்னொரு சமயம் சலிப்பாய்த்தான் இருக்கும் அலுத்துத்தான் போய்விடும்! காலாகாலத்திலே..." என்று பவானி சொல்லி அந்த வாக்கியத்தை முடிக்குமுன் ராஜம் குறுக்கிட்டாள். "எல்லாம் சரியாகக் காலாகாலத்திலே நடந்துண்டுதானே இருக்கு?" என்றாள்.

அவள் இதைச் சொன்ன குரல் பவானியின் உள்ளத்திலே ஊடுருவிப் பாய்ந்து தைத்தது. "கவலைப்படாதே ராஜம். ஏதோ தானே பிறந்து விடுகிறது. பிறக்காமல் போய்விடுமா? தவிரவும் இந்தக் குடும்பத்திலேயே எப்பவும் குழந்தை நாள் கழித்துத்தான் பிறக்கும். டாக்டர்களைப் பார்க்கலாம்... ராமேஸ்வரம் போகலாம்..."

"ஏதேது? என்னைப் பிரமாதமாகக் கேலி செய்யத்

தொடங்கிவிட்டாயே பவானி. நீயும்! ராமேஸ்வரத்துக்குக் கிளம்புன்னு சொல்றதுக்கு முன்னாடியே கிளம்பிவிட்டுத்தான் உன் அம்மாஞ்சி மறுகாரியம் பார்ப்பார். இல்லையா?" என்றாள்.

"அதெல்லாம் நான் சொல்லிக் கிளம்பச் சொல்றேன் பாரேன்" என்றாள் பவானி.

"நீ இன்னும் உன் அம்மாஞ்சியை சரியாகத் தெரிந்து கொள்ளவில்லை; அவ்வளவுதான்" என்றாள் ராஜம்.

"என்னவோ, என் அம்மாஞ்சி நான் சொன்னால் கேட் பான்னுதான் நெனைக்கிறேன். எப்படியோ? ஆனால், நீ தெரிஞ் சிண்டிருக்கிற மாதிரி சிவராமனை நான் தெரிஞ்சுக்க முடியுமா என்ன?" என்றாள் கேலியாக.

"நான் சொன்னால் நிச்சயமாகக் கேட்கமாட்டார் அம்மா. அவ்வளவுதான் எனக்குத் தெரியும். நீ சொன்னால் எப்படியோ?" என்றாள் ராஜம்.

பதில் சொல்லாமல் சிறிது நேரம் அவள் முகத்தையே பார்த்துக்கொண்டிருந்தாள் பவானி. "நான் வருவதற்கு முன் நீங்கள் இருவரும் ஏதாவது சண்டை போட்டுக் கொண்டிருந்தீர்களோ? நீ இப்போ பேசறதைப் பார்த்தால் அப்படித்தானே இருக்கு?" என்றாள் பவானி.

"நான் சண்டை பிடிக்காத நாள் உண்டா என்ன? காலண் டரிலேயே கிடையாதே! அதுவும் வக்கீல் பெண் வாயாடி, வாயாடின்னு தினம் ஒரு தரம் உன் அம்மாஞ்சிதான் எனக்கு ஞாபகப்படுத்திக் கொண்டிருக்கிறாரே!" என்று அழாத குறையாகச் சொன்னாள் ராஜம்.

"வாயிருக்கிறது தப்பா என்ன? போடி பைத்தியக்காரி! அவன் வாயாடின்னானாம், இவள் அழலாமான்னு யோசிக்கிறாளாம். அசடு" என்று கேலி செய்வதுபோலப் பிரியமாகப் பேசி அவள் தோள்மேல் கை போட்டுத் தன்னுடன் சேர்த்து அணைத்துக்கொண்டாள் பவானி.

"இன்னிக்குக் கிருத்திகை; ஸ்நானம் பண்ணிவிட்டு மடியாக இருக்கணும்னு நெனைச்சேன்; இனிமே மடிதான்" என்றாள் ராஜம்.

"நானும் மடிதாண்டி யம்மா!" என்று சிரித்துக்கொண்டே சொன்னாள் பவானி. பிறகு ஒரு விநாடி கழித்துச் சொன்னாள்: "இதோ பார், நீ என்ன நெனச்சுண்டாலும் சரிதான். ஆனால், என் அம்மாஞ்சி இருக்கானே அவன், ராஜம் ராஜம்னு உன் பேரிலே

உசுரா இருக்கான்னு எனக்குத் தெரியும். நிச்சயமாகத் தெரியும்" என்றாள்.

"நீதான் மெச்சிக்கணும் போ!" என்று சொல்லிச் சிரித்தாள் ராஜம்.

"என் அம்மாஞ்சி அசடுதான்! அம்மாஞ்சியோல்லியோ! அசடாகத்தான் இருப்பான். இவ்வளவு நல்ல பெண்டாட்டியை, அழகியை, புத்திசாலியை, பிரியமுள்ளவளைத் திருப்திப்படுத்திச் சரியாக வைத்துக்கொள்ளத் தெரியாத அம்மாஞ்சியை என்ன சொல்றது?" என்றாள் பவானி.

"போடியம்மா போ! ஆரம்பிச்சுட்டாயே உன் வேலையை. நீ படிச்சவ; உனக்குத் தெரியறது. அவரைச் சொல்றமாதிரி ஏதோ சொல்லி என்னைக் கேலி பண்ண ஆரம்பிக்கறே. உனக்குப் பதில் சொல்ல எனக்குத் தெரியாதம்மா! போறும், என்னை விடு; நான் போய்ச் சமையல் காரியத்தைப் பார்க்கிறேன்" என்றாள் ராஜம்.

"எனக்கும் இன்னிக்கி இங்கேதானே சாப்பாடு? நானும் உன்னோட கூடமாட வேலை செய்யறேன்" என்றாள் பவானி.

இதற்குள் பவானியின் கையிலிருந்த ஒரு கற்றைக் கடிதங்களைப் பார்த்துவிட்டாள் ராஜம். "என்ன பவானி அது?" என்று கேட்டாள்.

"இதுவா... இது... இது... ஒரு கதை" என்று சற்றுத் தயங்கியே பதிலளித்தாள் பவானி.

"உன் அம்மாஞ்சி எழுதியதா?"

"இல்லை, இல்லை. நான்தான் எழுதினேன். அசட்டுப் பிசட்டுன்னு ஒரு கதை. அதை அம்மாஞ்சி கிட்டேக் காட்டலாம்னு கொண்டுவந்தேன்" என்றாள் பவானி.

பழைய மனநிலை மீண்டும் திரும்பிவிட்டது ராஜத்துக்கு. இந்தப் பாழும் இலக்கியம்தான் தன் சுகவாழ்வுக்கு குறுக்கே நிற்கிறது என்கிற எண்ணம் அவள் மனசிலே மீண்டும் தலை தூக்கியது. "எனக்கென்னம்மா தெரியறது. இந்தக் கதைகளை எல்லாம் பத்தி? அம்மாஞ்சி எழுதறார். அத்தங்காளும் எழுத ஆரம்பித்துவிட்டாள். இரண்டு பேருக்கும் இடையிலே படிக்காத முண்டம், எனக்கென்ன தெரியறது? நீ எழுதிய கதையை அம்மாஞ்சியிடம் காட்டணும்னு நீ துடியாய்த் துடித்துக் கொண்டிருக்கே! உன் கதையைப் பார்க்கணும்னு உன் அம்மாஞ்சியும் துடித்துக்கொண்டிருப்பார். மாடியிலேதான் இருக்கார். போய்க் காட்டிவிட்டு வாடியம்மா"

என்றாள் ராஜம். அவள் குரலிலே எல்லையற்ற கசப்பு தொனித்தது.

தன் கதையைக் கிழித்து அடுப்பிலே போட்டு விடலாமா என்று இருந்தது பவானிக்கு. ஆனால், அப்படிச் செய்யவில்லை. காகிதக் கற்றையை மடித்து அலமாரியில் வைத்தாள். பதில் ஒன்றும் பேசாமல், "இன்னும் ஜலமே பிடிக்கவில்லைபோல் இருக்கே!" என்று சொல்லிப் புடவையை இழுத்துக் கட்டிக் கொண்டு தோண்டியை எடுத்து இடுப்பில் வைத்துக்கொண்டு கொல்லைப்புறம் குழாயண்டை போனாள். சிறிது நேரத்துக் கெல்லாம் குழாய் திறந்து தோண்டியில் ஜலம் விழும் சப்தமும், அதே வீட்டில் கூடக் குடியிருந்த லீலாவும் பவானியும் கலகல வென்று பேசும் சப்தமும் கேட்டன.

அடுப்பை மூட்ட உட்கார்ந்த ராஜம் சட்டென்று எழுந்து பாத்திர அலமாரியண்டை போனாள். பவானி வைத்த காகிதக் கட்டைப் பிரித்துப் பார்த்தாள். கதைக்குப் பெயர் 'கணவனும் மனைவியும்' என்று இருந்தது. மணிமணியாக அச்சடித்தது போல அழகாக வரிசை கோணாமல் எழுதியிருந்தாள் பவானி.

"கணவனையும் மனைவியையும்பற்றி இவளுக்கு ரொம்ப ரொம்பத் தெரியுமோல்லியோ! கதை எழுதிவிட்டாள் கதை!" என்று தனக்குள்ளேயே சொல்லிக்கொண்டாள் ராஜம். காகிதக் கற்றையை முன்பிருந்தபடியே வைத்துவிட்டு மீண்டும் அடுப் பண்டை நகர்ந்தாள்.

அடுத்த விநாடியே பவானியினுடைய உண்மை நிலை ராஜத்துக்கு ஞாபகம் வந்தது. 'பாவம்! கதையாவது எழுதட்டுமே' கதை எழுதுகிற ஆறுதல்கூட அவளுக்கு இருக்கக் கூடாதா?' என்று சிந்தித்தாள் ராஜம்.

பவானி தோண்டியில் ஜலம் எடுத்துக்கொண்டு சமையல் அறைக்குள் வந்ததும் ராஜம் எழுந்து அவள் எதிரில் போய் நின்றுகொண்டு, "எனக்கென்னவோ இன்னிக்கு எதுக்கெடுத்தாலும் கோபம் கோபமாக வருகிறது. என்னவோ தெரியவில்லை! என்ன பண்ணுவது?" என்றாள்.

ஜோடுதவலையில் தோண்டி ஜலத்தைக் கொட்டிக் கொண்டே பவானி, "இந்தக் கோபம், கசப்பு எல்லாத்துக்கும் ஒரே மருந்துதான் உண்டு" என்றாள்.

"என்ன?" என்றாள் ராஜம்.

"அதான் சொன்னேனே ஏற்கனவே; ஒரு குழந்தைதான் அந்த அருமருந்து" என்று சொல்லிவிட்டு மீண்டும் இடுப்பில் காலித்

தோண்டியுடன் ஜலம் கொண்டுவரக் கொல்லைப்புறத்திலிருந்த குழாயடிக்குப் போய்விட்டாள் பவானி.

ராஜம் பதில் சொல்லவில்லை. இந்தத் தடவை அடுப்பை மூட்டி உலைநீர் வைத்தாள். அவளையும் அறியாமலே அவள் வாய் ஒரு பாட்டின் அடியை முணுமுணுக்கத் தொடங்கியது.

இரண்டாவது தோண்டி ஜலத்தை ஜோடுதவலையில் கொட்டும்போது ராஜம் தன்னையும் அறியாமலே பாடிக் கொண்டிருப்பதைக் கவனித்தாள் பவானி. என்ன பாடுகிறாள் என்று கேட்க ஒரு விநாடி தாமதித்தாள். ஆனால், வார்த்தைகள் தெளிவாகக் காதில் விழவில்லை.

பவானி தன் முகத்திலே ஒரு புன்சிரிப்புத் தவழ மூன்றாவது தோண்டி ஜலம் கொண்டுவரக் கொல்லைப்புறம் குழாயடிக்குப் போனாள்.

மாடிக்குப் போன சிவராமன் வெகுநேரம் ஈஸிசேரில் சாய்ந்த படியே ஏதோ யோசனையில் ஆழ்ந்திருந்தான். ஒரு மாதப் பத்திரிகைக்கு அன்று மாலைக்குள் கதை கொண்டு போய்க் கொடுத்தால் அது அந்த மாதமே பிரசுரமாகும். அடுத்த மாதம் முதல் வாரத்தில் பத்தோ பதினைந்தோ கிடைக்கும். அன்று மாலைக்குள் அதைக் கொடுத்தால்தான் உண்டு; அந்த இதழுக்கே உபயோகமாகும். அவசரம் அவனுக்கும் தெரியும். ஆனால், அப்பொழுது அவனுக்கு இருந்த மனநிலையிலே ஒரு வரிகூட எழுத முடியாது என்பது நிச்சயம். மனதிலே நிம்மதியிருந்தால்தானே எழுதலாம், எழுதினாலும் சரியாக வரும்?

அவனால் சம்பாதிக்க கையாலாகவில்லை என்பது என்னவோ உண்மைதான். உண்மையைச் சொன்னாளே என்று ராஜத்திடம் கோபித்துக்கொள்வதால் பயன் என்ன? விழுந்து விழுந்து எழுதினாலும் ஒரு மாதத்தில் இரண்டு மூன்று கதைகளே எழுத முடிந்தது. ஏதாவது ஆங்கிலப் புஸ்தகத்தைப் பார்த்து விஞ்ஞான அறிவியல் கட்டுரைகள் ஒரு நாலைந்து எழுதலாம். புஸ்தகங்கள் எழுதினால் போடுவதற்கு ஆள் தேடிக்கொண்டு தெருத்தெருவாக அலைய வேண்டும். இந்த நிலைமையில் மாதம் ஐம்பது ரூபாய் சம்பாதிப்பதே சிரமமாகத்தான் இருந்தது. இருநூறு முந்நூறு என்று செலவாகிக்கொண்டிருந்த இடத்தில் இந்த ஐம்பது, கடலில் பெருங்காயம் கரைத்த மாதிரிதான். நிறையப் பணம் செலவழித்துச் செல்வமாக வாழ்ந்து பழகியவர்கள் திடீரென்று சாதாரண வாழ்க்கை வாழ்வது நடக்காத காரியம் என்றுதான் சிவராமனுக்குத் தோன்றிற்று.

பின் என்னதான் செய்வது? தோல்வியை ஒப்புக்கொண்டு அப்பாவுக்குக் கடிதம் எழுதுவதா? "என்னால் சுயமாகச் சம்பாதித்துச் சாப்பிடக் கையாலாகவில்லை. நீ பணம் அனுப்பு" என்று.

எது எப்படியானாலும் கஷ்டப்பட்டு முனைவதே தவிர, அவர் உதவியை நாடுவதில்லை என்று தீர்மானித்தான் சிவராமன்.

சிவராமனைப் பணக்காரன் என்றுதான் சொல்ல வேண்டும். ஓகோகோ என்று லட்சக்கணக்கில் ஒன்றுமில்லை. காவேரிக் கரையில் செழிப்பான இடத்தில் இரண்டு மூன்று வேலி நிலம் வாங்கியிருந்தார் அவன் தகப்பனார். பாங்கிலும் இன்ஷூரன்ஸிலு மாக ரொக்கம் ஏதாவது ஏழெட்டாயிரம் இருக்கும். சுவாமி மலையில் அக்ரஹாரத்தில் ஒரு வீடு இருந்தது. இவ்வளவுதான் இருந்த ஆஸ்தி. அப்பாவுடைய ஆஸ்திகள் வேறு யாருக்கும் போய்விடப் போவதில்லைதான். அவருடன் அவன் எவ்விதமான மனஸ்தாபத்துக்கும் இடம் வைத்துக்கொள்ளவில்லை என்றாலும், அவர் தயவிலே வாழ அவன் விரும்பவில்லை.

ஏதோ கல்வி இலாகாவில் நூறு நூற்றிருபது ரூபாய் சம்பாதித்துக் கொண்டிருந்தவன்தான். திடீரென்று எப்படியோ ஆபீஸில் ஏற்பட்ட ஒரு சில்லறைத் தகராறுக்கு மூலகாரணம் என்று அதிகாரி முதல் குமாஸ்தா வரையில் எல்லோரும் எண்ணத் தலைப்பட்டார்கள். தவறுதலாக ஏற்பட்ட எண்ணம்தான் அது. தகராறும் அப்படி ஒன்றும் பெரிய விஷயத்தைப் பற்றி அல்ல. பொறுப்புத் தவறு தன்னுடையதுதான் என்று ஏற்றுக்கொண்டிருந்தால்கூடச் சிவராமன் சமாளித்துக் கொண்டிருக்கலாம். ஆனால், அவனுக்கு அது சாத்தியமாக இல்லை. ஆத்திரத்துடன், அதையே சாக்காக வைத்துக்கொண்டு, வேலையை ராஜிநாமாச் செய்துவிட்டான். வெகுநாளாகவே ராஜிநாமாச் செய்து விடலாமா என்று யோசித்து யோசித்து ஒரு தீர்மானத்துக்கும் வரமாட்டாமல் தவித்துக்கொண்டிருந்த சிவராமனுக்கு அந்தச் சிறு சாக்கு, திவ்வியமான சாக்காக வந்து வாய்த்தது. பிறரிடம் கைகட்டிச் சேவகம் செய்து பொருளீட்ட அவனுக்கு இஷ்டமில்லை. தன் சுதந்தரத்தை எப்படியும் காப்பாற்றிக்கொள்ள வேண்டும்; சிறு விஷயமேயானாலும் சுயமரியாதையை விட்டுவிடக்கூடாது; தனக்கு இஷ்டமில்லாதது எதையுமே செய்வது தவறு என்று எண்ணினான் அவன்.

ராஜிநாமாச் செய்துவிட்டு வெளியேறிய பிறகுதான் விஷயம் அவன் தந்தை பட்டாபிராமையருக்குத் தெரிய வந்தது.

ராஜிநாமாச் செய்தது தவறு என்றுதான் அவர் நினைத்தார். அதிகத் தொந்தரவில்லாத, சுலபமான வேலை அது. சம்பளமும் ஏதோ சுமாராக இருந்தது. முந்நூறு நானூறு வரையில் உயரும். எவ்வளவு கஷ்டமானாலும் சரிக்கட்டிக்கொண்டு வேலையை விடாமல் இருப்பதுதான் கெட்டிக்காரத்தனம் என்று அவர் அபிப்ராயப்பட்டார். "நானும் முப்பத்து மூன்று வருஷங்கள் உத்தியோகம் பார்த்தேனே! அதில் எந்த வருஷமாவது, எந்த மாசமாவது, எந்த நாளாவது, ஏன் நாழிகையாவது சிரமம் இல்லாமல் கழிந்திருக்குமா என்ன? இதற்காகவெல்லாம் வேலையை விட்டுவிடுவது என்றால் நடக்குமா? சிரமமோ இல்லையோ, வேலை நிலைக்கப் பார்த்துக்கொள்வதுதான் கெட்டிக்காரத்தனம்!" என்றார் பட்டாபிராமையர்.

ஆனால், எல்லாம் முடிந்து வெளியேறியே விட்டபிறகு என்ன செய்வது? "போனது போகட்டும்; இனி அதைப்பற்றிக் கவலைப்பட்டு என்ன ஆகப்போகிறது? சீக்கிரமாகவே வேறு ஏதாவது வேலை பார்த்துக்கொள்" என்றார் பட்டாபிராமையர்.

"நான் வேறு எந்த வேலைக்கும் போவதாக இல்லையே!" என்றான் சிவராமன்.

"வேலைக்குப் போகாமல் வேறு என்னதான் செய்யப் போகிறாயாம்?"

"வேலை என்ற விஷயமே எனக்குப் பிடிக்கவில்லை. பிறத்தியானிடம் எதற்காக நான் போய்க் கைகட்டி நின்று சேவகம் செய்ய வேண்டும்? சுயேச்சையாக நான் பாட்டுக்கு ஏதாவது எழுதிக்கொண்டு..." என்று சிவராமன் ஆரம்பித்தான்.

"எழுதுவதைப்பற்றி எனக்கொன்றும் ஆட்சேபமே இல்லை. நிறைய எழுது; நன்றாகவும் எழுது; எனக்கும் பெருமைதான். ஆனால், பிழைக்க ஒரு வழி தேடிக்கொள். எழுதிச் சம்பாதிப்ப தென்பது, அதுவும் இந்த நாளில், நம்ப ஊரில் நடக்காத காரியம். தவிரவும் எப்பொழுதுமே எங்கேயுமே அது சிரமமான காரியம்தான்" என்று புத்திமதி கூறினார் பட்டாபிராமையர்.

சிவராமன் பிடிவாதமாக மௌனம் சாதித்தான்.

"நீ செய்வது சரி என்று எனக்குப் படவில்லை" என்று சொன்னார் பட்டாபிராமையர்.

"நான் செய்வதுதான் சரி என்று எனக்குப் படுகிறது" என்று பதில் அளித்தான் சிவராமன்.

அப்பொழுது அந்த விஷயத்தை அப்படியே விட்டு விட்டு இரண்டொரு நாள் கழித்துப் பட்டாபிராமையர் மீண்டும், "ஆயிரம் இரண்டாயிரம் என்று நீ சம்பாதிக்க வேண்டாம். முப்பது நாற்பதுக்குக் கைகட்டிச் சேவகம் செய்யவும் வேண்டாம். ஏதாவது வேலை கிடைக்கும். அதிகத் தொந்தரவு இல்லாமல் நூறு இருநூறு சம்பளத்தில் வேலை கிடைக்கும். நான் வேணுமானால் கிருஷ்ணசாமிக்கு எழுதுகிறேன். பார்த்துத் தருவான்" என்றார்.

"யாருடைய சிபார்சும் வேண்டாம். நான் வேலைக்குப் போவதாகவே இல்லை" என்று தீர்மானமாகச் சொல்லிவிட்டான் சிவராமன்.

"வேலைக்கும் போகாமல் சம்பாதிக்கவும் சம்பாதிக்காமல் அப்பா வைத்திருப்பதைத் தீர்த்துவிட்டு, அப்புறம் என்ன செய்வதாக உத்தேசம்?" என்று கேலியாகக் கேட்டார் பட்டாபிராமையர்.

இந்த கேலிக்குச் சிவராமன் வாய்திறந்து எதுவும் பதில் பேசவில்லை. ஆனால், அவன் மனசுக்குள்ளேயே அந்த விநாடியே ஒரு தீர்மானம் செய்துகொண்டான். அப்பாவிடமிருந்து பணம் வாங்குவதில்லை; எந்த விஷயத்திலும் அவர் உதவியை நாடுவதே இல்லை என்று தீர்மானம் செய்து, சபதம் செய்துகொண்டான் அவன்.

இந்த விவாதம் நடந்த ஒரு வாரத்துக்கெல்லாம் அவன் தன் மனைவியை அழைத்துவருகிற சாக்கில் சிதம்பரத்துக்குப் போனான். அங்கே போய்ச் சில நாட்களுக்குப் பிறகு, கல்கத்தாவில் பெரிய சித்தப்பா கிருஷ்ணஸ்வாமி சர்மா திடீரென மரணம் அடைந்துவிட்டதாகத் தந்தி வந்தது. சிதம்பரத்திலிருந்து நேரே கல்கத்தா போய்விட்டான் சிவராமன். சித்தப்பாவின் காரியங்களையெல்லாம் முடித்துக்கொண்டு அவன் சிதம்பரம் திரும்ப ஒரு மாசத்துக்குச் சற்று அதிகமாகவே பிடித்தது. சிதம்பரத்தில் இரண்டு நாள். பிறகு, ராஜத்தையும் அழைத்துக்கொண்டு சுவாமிமலை போய் அங்கே ஒரு வாரம் தங்கிவிட்டு அவன் சென்னைக்குப் புறப்பட்டுவிட்டான். உத்தியோகம் செய்தபோது மிச்சம் பிடித்து வைத்திருந்த ஆயிரத்தைந்நூறு ரூபாய் பாங்கில் இருந்தது. அதை வைத்துக்கொண்டு சென்னையிலே ஏழு மாசம் குடித்தனம் நடத்தியாகிவிட்டது. ஆனால், அந்த ஏழு மாசத்தில் பாங்கில் இருந்த பணம் பூராவும் கரைந்துவிட்டது. கையிலிருந்ததை முதல் போட்டு வெற்றிலை பாக்குக் கடை வைத்திருந்தால்கூட மாதம் ஏதாவது எண்பது நூறு வருவாய் வந்திருக்கும், முதலும் கரைந்திராது. அடுத்த மாசத்தில் பாங்கில் பணமும் இல்லை.

வருவாய்க்கு ஏற்பாடு எதுவும் இல்லை. அடுத்த மாசத்துப் பிழைப்பு நடக்கவேண்டுமானால் அப்பாவுக்கு எழுதினால்தான் ஆகும்போல் இருந்தது.

ஆனால், தான் உள்ளூரச் செய்துகொண்ட சபதம் என்ன ஆவது என்று சிந்தித்தான் சிவராமன். இந்தச் சிறிய சபதத்தைக் கூடக் காப்பாற்றமாட்டாமல் போய்விட்டதானால் வேறு எந்தக் காரியம்தான் பிரமாதமாகச் சாதித்துவிடுவான் அவன்!

நிலைமையை ஓரளவு அறிந்துகெண்டு ராஜம் மட்டும் உதவி செய்வாளானால் எப்படியாவது சமாளித்துக்கொள்ளலாம் என்று எண்ணினான் சிவராமன். ராஜம் நிலைமையை அறிந்துகொள்ளாமல் இருந்தாள் என்றும் சொல்வதற்கில்லை. அப்படி அறிவில்லாதவள் அல்ல அவள். ஆனால், தெரிந்தோ தெரியாமலோ அவனுடைய விரதத்தைக் குலைப்பதற்கு ஆனதை எல்லாம் ஒன்று விடாமல் செய்தாள் அவள். நடுநடுவே, காரணமே இல்லாமல் பிறந்தகத்துப் பெருமை வேறு தாங்கமாட்டாமல் வந்துவிடும் அவளுக்கு. அநாவசியமாக, வார்த்தைப் பாணங்கள் தொடுக்கத் தொடங்கிவிடுவாள். இவ்வளவையும் சகித்துக்கொண்டு சிவராமன் மகோன்னதமான இலக்கிய சிருஷ்டிகள் செய்தாக வேண்டும். சிரமம்தான். ஆனால், என்ன பண்ணுவது?

“பட்டணத்தில் அநாவசியமாகப் பணத்தைச் செலவு செய்து கொண்டு எதற்காக இருக்கிறாய்? எழுதுவது என்பது சுவாமி மலையிலும் சாத்தியம்தானே! சுவாமிமலைக்கு வந்துவிடு; குடும்ப காரியங்களைக் கவனித்துக்கொள்ளலாம். எனக்கும் உதவியாக இருக்கும்!” என்று இந்த ஏழு மாசங்களில் நாலைந்து தடவை அவன் அப்பா எழுதிவிட்டார். அவருக்குப் பைய னுடைய பொருளாதார நிலைமையோ, அவனுடைய ரகசிய சபதமோ தெரியாது. ஆனால், செலவு செய்யும் தாராள சுபாவம் தெரியும். தாமாக அவர் பணம் அனுப்பவில்லை. தேவையானால் தானே கேட்டு வாங்கிக்கொள்வான் என்று அவர் எண்ணினார். அசட்டுத்தனமாகக் கஷ்டப்படுவான் என்று அவர் நினைக்கவில்லை.

அப்பா கூப்பிட்டபடி கிராமத்துக்குத் திரும்பிவிடலாமா? சென்னையில் இருந்து கொண்டு கஷ்டப்படுவதைவிட அப்பா வுடன் சௌக்கியமாக இருக்கலாமே என்று சென்ற ஏழெட்டு வாரங்களில் பல தடவைகள் சிவராமன் சிந்தித்ததுண்டு. ஆனால், இந்தச் சிந்தனை தோன்றியதற்கு மறு விநாடியே மறைந்து விடும். தானாகவே அதை வெறுத்துத் தன் மனசிலிருந்து ஒதுக்கி

விடுவான் அவன். அப்படித் திரும்பிவிடுவதுதான் உண்மையிலே கையாலாகாத்தனம் – போராட்டத்திலே தோல்வியை ஒப்புக் கொண்டது மட்டுமின்றிப் புறங்காட்டி ஓடுவது மாதிரியும் ஆகிவிடும் அது என்று எண்ணினான் அவன். ஆனால், சென்ற ஒரு மாசமாகவே தினசரி வாழ்க்கை சிரமமாகிக்கொண்டு வந்தது. உள்ள சிரமமெல்லாம் போதாது என்று இந்த நாட்களில் ராஜத்தின் வார்த்தைப் பாணங்களும் வழக்கத்தையும் மீறியே சீறிச் சீறி எழுந்துகொண்டிருந்தன. இன்றைப் பொழுது எப்படியோ கழிந்துகொண்டிருந்தது. நாளைப் பொழுது, நாளனன்றைப் பொழுது, எப்படிக் கழியுமோ என்று திகிலாக இருந்தது சிவராமனுக்கு. இந்த நிலைமையில் உயர் இலக்கியம் சிருஷ்டிப் பதென்பது நாளுக்கு நாள் சிரமமாகிக்கொண்டிருந்த தென்பதில் ஆச்சரியம் என்ன?

ராஜத்துக்கோவென்றால் தன் கணவனின் இலக்கிய சிருஷ்டியைப்பற்றிச் சிறிதும் கவலையே இல்லை. லட்சியங்கள், கொள்கைகள், சபதங்கள் என்பனவெல்லாம் அவள் அறியாத, புரிந்துகொள்ளாத விஷயங்கள். அனுதாபத்துடன் அறிந்து கொண்டுவிடுவது என்று முயன்றாளானால் அறிந்துகொண்டு விடுவாள். ஆனால், அவளுக்கு அனுதாபமும் இல்லை; அறிந்து கொள்ள வேண்டுமென்ற ஆசையும் இல்லை. தன் கணவ னுடைய லட்சியங்களும் கொள்கைகளும் சபதங்களுமே தன் ஆசைகள் நிறைவேறவொட்டாமல் செய்கின்றன என்று அவள் தீர்மானித்துவிட்டாள். அதற்குப் பிறகு அனுதாபம் பிறக்க வழி ஏது?

தன்னைப் போன்ற லட்சியவாதிக்கு இப்படிப்பட்ட மனைவி வந்து வாய்த்ததைத்தான் துரதிர்ஷ்டம் என்று சொல்ல வேண்டும் என்று எண்ணினான் சிவராமன். சாதாரணமாக அதிர்ஷ்டம் என்பதிலோ, துரதிர்ஷ்டம் என்பதிலோ நம்பிக்கை வைக்காதவன் அவன். ஆனால், இந்த ஒரு விஷயத்தில் மட்டும் நம்பிக்கை வைக்க இடம் இருப்பதாகப் பட்டது அவனுக்கு.

ராஜத்துக்கு ஆசைகளும் லட்சியங்களும் ஏராளமாக இருந் தன. அவை மிகவும் சாதாரணமானவை, அல்பமானவை என்று கூட எண்ணினான் சிவராமன். அல்பமோ சாதாரணமோ அவற்றில் எதையும் துறந்துவிடத் தயாராக இல்லை அவள். அதுதான் கஷ்டமாக இருந்தது. சொந்தமாக ஒரு பங்களா வாங்க வேண்டும்– கார் ஒன்று வாங்க வேண்டும் – நாலைந்து பிள்ளை குட்டிகள் பெற்றுக்கொள்ள வேண்டும் – வேலைக்காரர்கள் வேண்டியதையெல்லாம் செய்து தர, சமையற்காரன் சமைக்க,

ஹாய்யாக இருக்க வேண்டும் என்று ஆசைப்பட்டாள் அவள். எவ்வளவு அல்பமான, சாதாரணமான 'சராசரி' ஆசைகள் இவை என்று எண்ணினான் சிவராமன். ஆனால், அவளுக்குத் தெரிந்தது அவ்வளவுதான்! தன் ஆசைகளை எல்லாம் – சுலபமாகவே நிறைவேறிவிடக்கூடிய ஆசைகளைக்கூட – நிறைவேற்றி வைக்க மறுக்கிறாரே தன் கணவர் என்றுதான் அவளுக்குக் கோபம் வந்தது.

ராஜத்தினுடைய மனநிலை சிவராமனுக்கு நன்கு தெரிந்தே இருந்தது. மாமனார் போதுமான ஆஸ்தி சேர்த்து வைத்திருக் கிறார். கணவர் மாமனாருக்கு ஒரே பிள்ளை. ஆஸ்தி எல்லாம் இவருக்கேதான். கணவர் கெட்டிக்காரர். பி.ஏ. வரையில் பிரமாத மாகப் படித்துப் பிரமாதமாகப் பாஸ் பண்ணியவர். அவரால் சம்பாதிக்க முடியவில்லையானால் யாரால்தான் சம்பாதிக்க முடியும்? குணம்தான் சற்று வக்கிரம் என்று நினைத்தாள் என்பது சிவராமனுக்கு நன்கு தெரிந்தது. அவர் குணத்திலிருந்த அந்த வக்கிரத்தைச் சரிப்படுத்துவது தர்மபத்தினியாகிய தன் கடமை என்று அவள் உணர்ந்துவிட்டால் போலும்! தினசரி அவள் விடாமல் நடத்திய விவாதங்களுக்கெல்லாம் இதுதான் அர்த்தம் என்ற எண்ணினான் சிவராமன்.

ஆனால், நாய் வால் நிமிருமா?

இதெல்லாங்கூடச் சிவராமனின் மனசிலே அவ்வளவாக உறுத்தவில்லை என்றுதான் சொல்ல வேண்டும். வேறு ஒரு விஷயம் அவனை அதிகமாகப் பாதித்தது.

ராஜத்தின் தகப்பனார் வக்கீல் – சட்ட திட்டம் எல்லாம் அறிந்தவர். உலக அனுபவம் – அதுவும் முக்கியமாகச் சின்ன மனிதர்களின் சகவாசத்தால் ஏற்பட்ட அனுபவம் – அதிகமாகப் பெற்றவர். அவர் தம் பெண்ணின் நலத்தைக் கருதி அடிக்கடி கணவனுக்கும் மனைவிக்கும் இடையே குறுக்கிட்டுக் கொண் டிருந்தார். அவர் சும்மா இருந்திருக்கலாம்; அது அவர் சுபாவத்தில் இல்லை. ஏதாவது சிறு சிறு விஷயங்களில் எல்லாங்கூட அவர் ராஜத்தின் மனசிலே தீ மூட்டிவிட்டுக்கொண்டே இருந்தார். விஷ வித்துக்களை ஒவ்வொன்றாக அவள் மனசிலே விதைத்துக்கொண்டிருந்தார். இந்த வித்துக்களெல்லாம் முளைத்து வளர்ந்து சின்னத்தனங்களாக வேர் ஊன்றிக்கொண்டிருந்தன. ஊரி லிருந்து கடிதம் வந்த அன்றைக்கெல்லாம் ராஜம் வழக்கத்துக்கு விரோதமாக ராட்சசி வேஷம் கொள்வதெல்லாம் இதன் காரணமாகத்தான் என்று எண்ணினான் சிவராமன்.

வேலையை ராஜிநாமாச் செய்தது பற்றி ராஜம் தன் கட்சியில் இருந்திருப்பாள் – தன் மாமனாரும் மாமியாரும் அவள் மனசைக் கெடுத்திராவிட்டால் என்று எண்ணினான் சிவராமன். அவன் எண்ணியதும் ஒரு விதத்தில் சரிதான். வக்கீல் ஐயாவுக்குப் புரியவில்லை. என்னதான் ஆத்திரம் வந்தாலும், என்னதான் தவறு நடந்தாலும், என்னதான் சுயமரியாதையே போவதானாலும் ஒருவன் மாசம் நூறு ரூபாய் வேலையை எப்படி விட்டுவிட முடியும் என்று ஆச்சரியப்பட்டார் அவர். அவருக்கு உண்மையிலேயே விஷயம் புரியத்தான் இல்லை.

தன் மாமனார் செய்த காரியங்களில் இன்னொன்றும் ஞாபகம் வந்தது சிவராமனுக்கு. கல்கத்தாவில் பெரிய சித்தப்பா கிருஷ்ணஸ்வாமி சர்மா இறந்துவிட்டார் என்ற தந்தி வந்தபோது சிவராமன் சிதம்பரத்தில்தான் இருந்தான். வெங்கிட்டுச் சித்தப்பா சுவாமிமலைக்குத் தந்தி அடித்திருந்தார். சிவராமனின் அப்பா விஷயத்தைச் சொல்லி நேரே கிளம்பும்படி அவனுக்கு சிதம்பரத்துக்குத் தந்தி அடித்தார். அன்று பகல் ரெயிலிலேயே கிளம்பிச் சென்னை போய் அங்கிருந்து அத்தங்காள் பவானியையும் அழைத்துக்கொண்டு கல்கத்தாவுக்கு அன்று மாலையே கிளம்பிவிட்டான் சிவராமன். சித்தப்பா இறந்த செய்தி கிடைத்த பின் இரண்டு மணி நேரம்தான் அவன் சிதம்பரத்தில் தங்கி யிருப்பான். ஆனால், அந்த இரண்டு மணி நேரத்திற்குள்ளாகவே மூன்று தரம் சிவராமனின் மாமனார் வக்கீல் நாராயணஸ்வாமி ஐயர் அந்தச் சித்தப்பாவின் ஆஸ்திகளைப்பற்றிப் பிரஸ்தாபித்து விட்டார். "நிறைய வியாபாரம் எல்லாம் செய்து ஆஸ்தி சேர்த்து வைத்திருக்கிறதாகச் சொல்லுவாளே, அந்தச் சித்தப்பாதானே? அவருக்குப் பிள்ளைகுட்டி கிடையாதே! ஆஸ்தி லட்ச ரூபாய்க் காவது இராதா?" என்றார். ஆரம்பித்தது இவ்வளவு 'நைஸாக'. சிவராமன் ரெயிலுக்குக் கிளம்பும்போது தம் மனதிலிருந்ததை அவர் நேரடியாகவே சொல்லிவிட்டார். "ஜாக்கிரதையாகப் போய்விட்டு வாங்கோ. ஆஸ்தி பங்கிடுவதைப்பற்றி ஏதாவது தகராறிருந்தால் எழுதுங்கோ. நானே நேரில் வேண்டுமானாலும் வருகிறேன். எனக்கும் அந்தப் பக்கம் எல்லாம் பார்க்கணும்னு ரொம்ப நாளாக ஆசை" என்றார். கோபமாக அவரை முறைத்துப் பார்த்துவிட்டு, "ஆகா! அவசியம் எழுதுகிறேன். தகராறிருந்தால் வாங்கோ" என்று கேலியாகக் கூறிவிட்டுக் கிளம்பினான் சிவராமன்.

சர்மாவின் சொத்து விஷயமாக வக்கீல் நாராயணஸ்வாமி ஐயர் இரண்டு தரம் சிவராமன் கல்கத்தாவில் தங்கியிருந்தபோது அவனுக்கு எழுதினார். தம் பெண்ணை விட்டு இரண்டு மூன்று

தரம் எழுதச் சொன்னார்; தனக்கு வந்த ஆத்திரத்தை அடக்கிக் கொண்டு பதில்கூட எழுதாமல் இருந்துவிட்டான் சிவராமன்.

கல்கத்தாவிலிருந்து சிதம்பரம் திரும்பியவுடன் ராஜம் தன் கணவனைக் கேட்ட முதல் கேள்வி இதுதான். "என்ன, போட்ட கடிதத்துக்கெல்லாம் பதிலே போடாமல் இருந்து விட்டேள்? கல்கத்தா போயிட்டு வந்தேளே? எத்தனை கொண்டு வந்திருக் கேள்?"

"நான் எதுவும் அடித்துக்கொண்டுவரும் உத்தேசத்துடன் கல்கத்தா போகவில்லையே" என்றான் சிவராமன்.

"இப்படித்தான் நடக்கும். ஏமாந்துபோய் வெறுங்கையோடு தான் வருவேள்னு எங்கப்பா சொன்னா!" என்றாள் ராஜம்.

அடக்கி வைத்துக்கொண்டிருந்த ஆத்திரம் எல்லாம் பீறிட்டுக் கொண்டு வந்தது சிவராமனுக்கு. அப்படியும் பதறி வார்த்தையைக் கொட்டிவிடாமல், "உங்கப்பா பிருகஸ்பதி என்றால் பிருகஸ்பதிதான், வேறு என்ன?" என்றான்.

"நீங்க ஏமாந்துவிட்டு வந்ததற்கு எங்கப்பாவை ஏதாவது சொல்லுவானேன்!" என்று கோபித்துக்கொண்டாள் ராஜம்.

இது முடிவுகாண முடியாத விவாதம் என்று அறிந்த சிவராமன் பேசாமல் ஒதுங்கிவிட்டான். போய்வந்த களைப்பு தீர ஒரு வாரம் வேட்டகத்தில் தங்குவது என்று உத்தேசித்திருந்த அவன் இரண்டே நாளில் ராஜத்தையும் அழைத்துக்கொண்டு சுவாமிமலைக்குக் கிளம்பிவிட்டான்.

சுவாமிமலையில் அவன் தகப்பனார் பட்டாபிராமையரும்தான் இரண்டொரு நாட்கள் கழித்துத் தம் தம்பி வைத்துவிட்டுப் போயிருக்கும் ஆஸ்திகளைப்பற்றி விசாரித்தார். அவர் விசாரித்ததற்கும் வக்கீல் விசாரித்ததற்கும் எவ்வளவு வித்தியாசம் இருந்தது!

"கடைசி விநாடியில் சித்தப்பா ஏதோ உயில் உயில் என்று சொன்னாராம்; முழுவதும் சொல்வதற்குள் பிராணன் போய் விட்டதாம். உயில் எழுதியிருந்தால் அது எங்கேயோ மாயமாகத்தான் போயிருக்க வேண்டும். நானும் வெங்குட்டுச் சித்தப்பாவும் தேடாத இடம் இல்லை. ரிஜிஸ்தர் பண்ணினதாகவும் தெரியவில்லை. என்ன எழுத உத்தேசித்திருந்தார் என்பதுபற்றிக்கூட எதுவும் தெரியவில்லை" என்றான்.

"உயில் எழுதினால்தான் என்ன? உனக்கும் வெங்குட்டுவின்

குழந்தைகளுக்கும் என்றுதான் எழுதி வைத்திருப்பான். அவனுக்கு வேறு யாரு?" என்றார் பட்டாபிராமையர்.

"பவானிக்கும் ஏதாவது எழுதி வைத்திருக்கலாம். நிராதரவாக இருக்கிறாளே என்று அவளுக்கு ஆஸ்தி முழுவதையும் எழுதி வைத்திருக்கலாம்" என்றான் சிவராமன்.

"அதுவும் நியாயம்தான். அந்தக் குட்டியும்..." என்று பட்டாபி ராமையர் பாதி வாக்கியத்தில் நிறுத்திவிட்டு யோசனையில் ஆழ்ந்தார்.

"தவிரவும் வியாபாரத்தை எல்லாம் நிறுத்திக் கடை கண்ணியை மூடவும் ஒரு வருஷம் ஆகுமாம். அதற்குள் உயில் குறிப்புகளாவது கிடைத்தால் சரி. கிடைக்காவிட்டால் ஆஸ்தியை மூன்று பங்காக்கி நான் ஒன்று, பவானி ஒன்று, தம் குழந்தைகளுக்கு ஒன்று என்று எடுத்துக்கொள்ளலாம் என்றார் வெங்குட்டுச் சித்தப்பா" என்றான் சிவராமன்.

தம் தம்பிக்கும் பிள்ளைக்கும் இருந்த நியாய புத்தியையும் தாராள சிந்தையையும் பார்த்துப் பூரித்துப் போனார் பட்டாபி ராமையர் என்று சொல்வது மிகையாகாது. "அதுவும் சரிதான்; பார்க்கலாமே!" என்றார் அவர்.

அதென்னவோ இன்னும் கிருஷ்ணஸ்வாமி சர்மாவின் உயில் விஷயம் மர்மமாகவேதான் இருந்தது. சாவை எதிர்பார்த்துத் தயாராக எல்லா விஷயங்களையும் செய்துவிட்டுக் காத்திருந்த கிருஷ்ணஸ்வாமி சர்மா இந்த உயில் விஷயத்தில் மட்டும் ஏன் இப்படி அஜாக்கிரதையாக இருந்துவிட்டார் என்று எண்ணி இந்த ஏழெட்டு மாசங்களில் பல தடவைகள் சிவராமன் ஆச்சரியப்பட்டதுண்டு. ஆனால், இந்த அஜாக்கிரதை வெறும் தோற்றமே தவிர உண்மையில் சர்வ ஜாக்கிரதையாக அவர் எல்லா ஏற்பாடுகளையும் செய்துவிட்டுப் போயிருப்பார், சந்தேகமில்லை என்றுதான் சிவராமனுக்குத் தோன்றிற்று, சில காலம் கழிந்துதான் அந்த உயில் வெளியாக வேண்டும் என்று அதை எங்கேயாவது பத்திரப்படுத்தியிருப்பாரோ?

கிருஷ்ணஸ்வாமி சர்மா விஷயத்தில் எதுவுமே நிச்சயமாகச் சொல்ல முடியாது என்றுதான் சொல்ல வேண்டும். சாதாரண மனிதர்களுக்குள்ள அளவுகோல்களைக் கொண்டு அவரை அளக்க முயலுவதே தவறுதான் என்று எண்ணினான் சிவராமன். அவர் உண்மையிலேயே மிகவும் அசாதாரணமான மனிதர். அவருடைய குணாதிசயங்கள் உண்மையிலேயே அதிசயமானவைதான்.

இந்தச் சந்தர்ப்பத்தில் இன்னொரு விஷயம்கூடச் சிவ ராமனுக்கு ஞாபகம் வந்தது, தன்னுடைய இரண்டாவது பிள்ளை கிருஷ்ணஸ்வாமி சர்மாவினுடைய குணங்களெல்லாம் தன் பேரனுக்கும் படிந்திருக்கின்றன என்று அக்கா அடிக்கடி சொல்வாளே என்று எண்ணினான் அவன். அதுபற்றி அவன் பெருமை பாராட்டிக்கொள்ளலாம்; தவறில்லை.

அக்கா இன்னொன்றுகூடச் சொல்வாள். "எனக்கு இன்னொரு பிள்ளை அல்பாயுசில் இறந்து போனான். அவனுடைய குணங்கள்தாம் பூராவும், பரிபூரணமாகச் சிவராமனுக்குப் படிந்திருந்தன" என்று. ஆனால், சிவராமன் கேள்விப்பட்டிருந்த வரையில் அது விஷயத்தில் பெருமை பாராட்டிக் கொள்வதற்குச் சிறிதும் இடம் இல்லைதான்!

அப்படிப் பெருமைப்பட அவன் வாழ்க்கையிலேயே என்னதான் இருந்தது? ஏதோ லட்சியங்கள் என்று ஒரு சில அவன் மனசிலே தாண்டவமாடி அவனைத் தூண்டிக் கொண்டிருந்தன! இந்த லட்சியங்களைத் தவிர முப்பது வருஷங்களில் அவன் வேறு எதைக் கண்டுவிட்டான்? அவன் செய்து சாதித்திருந்தது என்னவோ மிகவும் சொற்பம்தான். பெருமைப்படுவதற்கு அது நிச்சயமாகப் போதாது. காலம் என்ற கரையான் இரண்டே நாட்களில் அரித்து மண்ணோடு மண்ணாக்கி விடக்கூடிய இரண்டொரு மாளிகைகளை எழுப்பியிருந்தான் அவன். இவை தவிர எவ்வளவோ உன்னதமான, கரையான் அரிக்கமாட்டாத பல கோட்டைகளைக் கட்ட அஸ்திவாரங்கள் போட்டிருந்தான் அவன். ஆனால், வெறும் அஸ்திவாரங்கள் கோட்டைகளாகிவிட முடியுமா? கோட்டைகள் நிர்மாணிப்பது என்பது அவ்வளவுச் சுலபமான காரியமா என்ன?

தவிரவும், தன் மனைவி ராஜமே இந்தக் கோட்டைகளுக்கெல்லாம் எதிரியாக, அவை எழும்பாமலே இருப்பதற்கு ஆனதை எல்லாம் செய்துவிடுவது என்று தீர்மானித்துக்கொண்டு எல்லா விதங்களிலுமே எதிரியாக முளைத்திருப்பதுதான் அவனை மிகவும் சிரமப்படுத்தியது. எட்டு ஒன்பது வருஷங்கள் அவளுடன் வாழ்ந்ததில் ஒன்று தீர்மானமாகிவிட்டது சிவராமனுக்கு. வெற்றியிலும் சரி, தோல்வியிலும் சரி, கோட்டைகள் எழுப்புவதிலும் சரி, காலக் கரையானை எதிர்த்துப் போராடுவதிலும் சரி, மனைவியிடமிருந்து சிறு உதவியையுங்கூட அவன் எதிர்பார்ப்பதற்கில்லை. போராடி ஓய்ந்து அலுத்துச் சலித்து வரும் நேரத்திலே ராஜம் எள்ளளவும் ஆறுதல் அளிக்கமாட்டாள் என்பது சிவராமனுக்கு நிச்சயமாகிவிட்டது. புண்ணாகியுள்ள உள்ளத்தை

மீண்டும் மீண்டும் குத்திப் புண்ணாக்குவாளே தவிர, புண்ணை ஆற்ற வழிகள் தேடமாட்டாள் அவள்! அவள் சுபாவத்திலே இல்லை அது. தன்னைப்போன்ற லட்சியவாதிக்கு உதவி செய்யப் பிறந்தவள் அல்ல அவள். அவளைக் குறை கூறி என்ன பயன்?

அடுத்தாற்போல பவானி இருந்தாளே. அவள் விஷயமே வேறு; முற்றும் மாறுபட்டதுதான் என்று சிவராமன் எண்ணினான்.

ஆனால், பவானியைப் பற்றி நினைக்க அவன் விரும்பவில்லை. பவானியைப் பற்றிய ஞாபகம், சிந்தனைகள் அவன் மனசைவிட்டு அகலாமல் ஊசலாடுவதற்குக் காரணம் ஒரு விதத்தில் ராஜம்தான் என்றே சொல்ல வேண்டும். காரணமில்லாமலே அவள் பவானியின் பெயரையும் விவாதத்தில் இழுத்துவிடுவாள். அதற்குப் பிறகு, பவானியைப் பற்றிச் சிவராமன் எண்ணாமல் இருப்பது எப்படிச் சாத்தியமாகும்?

பவானியைப் பற்றித் தன் சிந்தனைகளை ஓட விடும் முன் இன்னொரு விஷயத்தையும் ஞாபகப்படுத்திப் பார்த்துக் கொண்டான் சிவராமன். ஒரு நாள் அகஸ்மாத்தாக அவன் ராஜமும் லீலாவும் பேசிக்கொண்டிருந்ததை ஒட்டுக்கேட்டான்.

"இப்படிக் கதை எழுதிக் கொடுப்பதற்கெல்லாம் பணம் உண்டோல்லியோ?" என்று லீலா கேட்டுக்கொண்டிருந்தாள்.

"உண்டு! உண்டு!" என்றாள் ராஜம்.

"ஒரு கதைக்கு எத்தனை கிடைக்கும்?" என்றாள் லீலா.

"அது பத்திரிகையைப் பொறுத்தது; சமய சந்தர்ப்பத்தைப் பொறுத்தது. ஒரு கதைக்கு நூறு ரூபாய் வருவதும் உண்டு. பத்து இருபது வருவதும் உண்டு" என்றாள் ராஜம்.

"தேவலையடியம்மா! உன் புருஷன் நாலு கதை எழுதிச் சுலபமாக மாசம் நூறு இருநூறு சம்பாதித்து விடுகிறார். எங்காத்திலே பாரு; மாதம் பூராவும் நாள் தவறாமல் எட்டு மணி நேரம் உழைத்துவிட்டு மாசக் கடைசியிலே சம்பளம் நூறு ரூபாயில் ஏழு ரூபாய் பிடித்துக் கொண்டுவிட்டான் என்று மூக்காலே அழுதுண்டு வருகிறார். என்ன பண்றது?" என்று குறைபட்டுக்கொண்டாள் லீலா.

இந்தப் பெண்களின் சாமர்த்தியமே சாமர்த்தியம் என்று எண்ணிச் சிரித்தான் சிவராமன். குடித்தனம் என்னவோ பிறர் கண்ணுக்கு அந்தமாக, கௌரவமாக பெரிய ஹோதாவில்தான் நடந்துகொண்டிருந்தது. ஆனால், உள்ளே அந்தரங்கத்தில் இருந்த கஷ்டம் எல்லாம் யாருக்குத் தெரியப்போகிறது? இந்த

விஷயத்தையே அடிப்படையாக வைத்து ஒரு கதை எழுதலாமே என்று தோன்றிற்று இலக்கியாசிரியனுக்கு. ஆனால், அப்பொழுது ஒன்றும் ஓடாது. எழுத உட்காருவதில் லாபம் இல்லை என்று ஈஸிசேரில் நன்கு சாய்ந்துகொண்டு கண்களை மூடிக்கொண்டு யோசனையில் ஆழ்ந்திருந்தான்.

ராஜத்துக்கு அறிவில்லை என்று சுலபமாகச் சொல்லிவிட முடியாது. அதை இப்படி அடிக்கடி சிவராமன் தனக்குத்தானே ஞாபகப்படுத்திக்கொள்ள வேண்டித்தான் இருந்தது. அவள் அவனை அவ்வளவு கஷ்டப்படுத்தி வைத்தாள். அவளுக்குக் கலைஞானம் இல்லை; ரசனை இல்லை; வாழ்க்கையில் லட்சியங்கள் தேவையென்றே அவள் ஒப்புக்கொள்ளாததுதான் சிரமமாக இருந்தது. புஸ்தகங்கள் எழுதுகிறவர்கள் கெட்டிக் காரர்கள்தாம் என்று அவள் ஒப்புக்கொண்டாள்; ஆனால், மாசம் ஆயிரம் இரண்டாயிரம் சம்பாதிப்பவர்கள், புஸ்தகங்கள் எழுதுகிறவர்களையும்விடக் கெட்டிக்காரர்கள் என்பதே அவள் அபிப்பிராயம். லட்சியம், கொள்கை என்று பிதற்றிக்கொண்டு கஷ்டப்படுகிறவர்கள் எல்லாம் அசடர்கள் என்பதே அவள் தீர்மானம்.

'என்னைப் போன்றவர்கள் அசடர்கள் அல்ல என்று நான்தான் எப்படித் தீர்மானமாகச் சொல்லிவிட முடியும்?' என்று தன்னையே கேட்டுக்கொண்டான் சிவராமன்.

அடுத்தாற்போல பவானி இருந்தாளே அவள் ராஜத்துக்கு சகல விதங்களிலும் நேர்மாறானவள். லட்சியங்கள், கொள்கைகள் என்றால் அவளுக்குப் புரியும். வாழ்க்கையில் தியாகம் எவ்வளவு அவசியம் என்பதை அவள் அறிந்துகொண்டிருந்தாள். கலையில் ஈடுபாடும் ரசனையும் அவளுக்குச் சற்று அதிகமாகவே இருந்தன.

பவானியைப்பற்றி எதுவும் அதிகமாகச் சிந்திக்க அவன் விரும்பவில்லை. ஆனால், பவானியைப் பற்றி இன்பகரமான சிந்தனைகள் அவன் மனசிலே நாளொரு மேனியும் பொழுதொரு வண்ணமுமாக வளர்ந்துகொண்டிருந்தன. அவன் எவ்வளவுதான் முயன்றும் அவனால் தன் சிந்தனைகளை அடக்க முடியவில்லை.

ஆனால், பவானியைப் பற்றிய சிந்தனைகள் இன்று அதிக நேரம் நீடிக்கவில்லை. அறைக் கதவைத் திறந்துகொண்டு பவானியும் ராஜமும் உள்ளே வந்ததால் அவன் சிந்தனைகள் கலைந்தன. இருவரும் கைகோத்துக்கொண்டு நகைத்துக் கொண்டே வந்தார்கள்.

"பாத்தியா, பவானி! நான்தான் சொன்னேனே?" என்றாள் ராஜம்.

“உம்...” என்றாள் பவானி– ஏதோ ஒரு விஷயத்தில் தான் தோல்வி அடைந்துவிட்டதை ஒப்புக்கொள்வது போல இருந்தது அவள் மௌனம்.

“உன் அம்மாஞ்சி உட்கார்ந்து எழுதிக்கொண்டிருப்பார்... அற்புதமான கதை எழுதுவார், கதவைச் சாத்திக்கொண்டு, என்றாயே. அவர் எழுதற அழகைப் பார்த்தாயா பவானி!” என்றாள் ராஜம்.

“என் அம்மாஞ்சியை உனக்குத் தெரிஞ்சமாதிரி எனக்குத் தெரியுமாடி?” என்றாள் பவானி.

“எப்பப் பார்த்தாலும் இப்படித்தான், ஈஸிசேரிலே சாய்ந்து கண்ணை மூடிக்கொண்டு...” என்று ஆரம்பித்தாள் ராஜம்.

“கதை எழுதத்தான் யோசனை பண்ணிண்டிருந்தேன்” என்று சமாதானம் கூறினான் சிவராமான். உண்மையும் கிட்டத்தட்ட அதுதானே!

“ராத்திரித் தூங்கறச்சே எல்லாம்கூட அவர் கதை எழுதறத்துக்கு யோசிக்கிறதாகத்தான் பாவனை!” என்றாள் ராஜம்.

“யோசனையே பண்ணாமல் எப்படீடி கதை எழுத முடியும்? நீ எழுதிப் பாரேன் தெரியும்” என்றாள் பவானி.

“போதும் போதும்; ஒருத்தர் கதை எழுதிக் கிழிக்கிறது போறும்! நான் வேறே எழுத ஆரம்பிக்கணுமா? வேண்டாண்டியம்மா, வேண்டாம்” என்றாள் ராஜம். ஒரு விநாடி கழித்து மீண்டும், “இப்போ நீ கூடத்தான் கதை எழுத ஆரம்பித்துவிட்டாய்! ஒரு குடும்பத்திலே ரெண்டு பேர் கதை எழுதறது போறாதா?” என்றாள்.

“பேஷ்” என்றான் சிவராமன். “எங்கே பவானி? எனக்குக்கூடக் காட்டாமே...” என்று ஆரம்பித்தான் சிவராமன்.

“உங்களுக்குக் காட்டத்தான் கொண்டுவந்திருக்கா” என்றாள் ராஜம். மறுபடியும் பவானியைப் பார்த்துக் கேலியாக, “நீயும் இப்படித்தான் கதை எழுதுவதாகச் சொல்லிவிட்டு ஈஸிசேரிலே சாய்ந்து கண்ணை மூடிக்கொண்டு யோசனை பண்ணுவாயோடி அம்மா?” என்றாள்.

பவானியும் ராஜத்தைக் கேலி செய்ய முயன்றாள்! “அதென்னவோ! அம்மாஞ்சி கதையைப்பற்றிச் சிந்தனை பண்ணுகிறானோ இல்லையோ, சதா உன்னைப்பற்றிய சிந்தனையாகவேதான் இருக்கிறாண்டி அம்மா!” என்றாள்.

"கேட்பானேன்!" என்று தோள்பட்டையை உலுக்கினாள் ராஜம்.

பவானி சொன்னது சிவராமனைத் தூக்கிவாரிப் போட்டது. அவன் சிந்தனைகளை அறிந்து கொண்டுதான் பவானி அப்படிச் சொன்னாளோ? சிவராமனுக்கு உண்மையிலேயே வெட்கமாக இருந்தது. ராஜத்தைப் பற்றி நினைத்துக்கொண்டு பொழுது போக்கவேண்டியவன் எப்படி பவானியைப்பற்றிச் சிந்திக்கலாம்? ராஜத்தைப் பற்றிச் சிந்திக்க வேண்டியதே அவன் கடமை. வேறு யாரையும் பற்றி, எந்தப் பொண்ணையும் பற்றி அந்தரங்கத்தில் சிந்திப்பது தவறுதான். அத்தங்காளானால் என்ன, வேறு யாரானால்தான் என்ன?

பேச்சை வேறுவிஷயமாகத் திருப்புகிற உத்தேசத்துடன் சிவராமன், "என்ன கதை எழுதியிருக்கே பவானி நீ?" என்று கேட்டான்.

இதற்கு ராஜம்தான் பதில் சொன்னாள்: "ஆம்படையான் பெண்டாட்டி கதை எழுதியிருக்கிறாள், நீங்களும் நானும் குடித்தனம் நடத்தற சவரணையைப் பார்த்து அதை எழுதியிருப்பாள்!"

பவானி எதுவுமே சொல்லாமல் சிவராமனிடம் கதையைக் கொடுத்தாள். அதை வாங்கிப் பிரித்து 'கணவனும் மனைவியும்' என்கிற தலைப்பைப் பார்த்தான் சிவராமன். "சாப்பிட்டுவிட்டு மத்தியானம் படித்துப் பார்க்கிறேன்" என்றான்.

"நீங்க ஏதாவது கதையைப் பத்திப் பேசிண்டிருங்கோ. நான் போய்ச் சமையலைப் பார்க்கிறேன்" என்று சொல்லிவிட்டு ராஜம் அறையை விட்டு வெளியேறினாள்.

அவளுடன் போய்விடலாமா என்று யோசிப்பவள்போல ஒரு விநாடி தயங்கினாள் பவானி. பிறகு, சிவராமனுடைய ஈஸிசேருக்கு அருகே ஒரு நாற்காலியை இழுத்துப் போட்டுக் கொண்டு உட்கார்ந்தாள். "ஏன் சிவராம், இரண்டு மூன்று வாரமாக நான் பார்க்கிறபோதெல்லாம் நீ என்னவோ போல் இருக்கிறாயே! ஏன்?" என்று கேட்டாள். சிவராமன் அவளையே பார்த்துக்கொண்டு ஈஸிசேரில் சாய்ந்து கிடந்தான். அவன் பதில் சொல்ல முயலவில்லை. நடுவில் அறுந்து போய்விட்ட அவன் சிந்தனைகளை பவானியின் கேள்வி மீண்டும் தூண்டி ஓடவிட்டது. ஓரளவு பவானியும் கவனித்திருக்கிறாள் விஷயத்தை என்று அறிந்துகொண்டான் சிவராமன்.

"போன வாரம் வந்திருந்தபோதே கேட்கலாம் என்று நினைத்தேன். ஆனால் கேட்பானேன், தானாகச் சரியாகப்

போய்விடும் என்று எண்ணிப் பேசாமல் இருந்தேன். இன்றைக்கு வந்ததுகூடப் பார்த்துவிட்டுப் போகலாம் என்றுதான். கதை ஒரு சாக்கு" என்றாள் பவானி.

"நீ எழுதியிருக்கிற இந்தக் கதைகூட இந்த வாரத்திய சிந்தனைகளின் பலன்தானா?" என்று கேட்டான் சிவராமன்.

"நேரடியாக இல்லை. ஆனால், நீ கேட்ட பிறகு எனக்குங்கூடத் தோன்றுகிறது! இந்தக் கதை அதன் விளைவாகவே இருந்தாலும் இருக்கலாம். நீ தப்பா நெனைச்சுக்க மாட்டாய் என்று நம்பி எழுதினேன்" என்றாள் பவானி.

"நம்பளாகக் கவனிச்சதை வச்சுக் கதை எழுதுவது தப்பா என்ன? அதெல்லாம் இல்லை. ஆனால்..."

"ஆனால் என்ன?..."

"அவளைப் பற்றித்தான் சதா எனக்குக் கவலையாக இருக் கிறது. இருந்தாலும் நாளுக்கு நாள் குடும்பக் கவலை எனக்கு அதிகரித்துக்கொண்டே போகிறது. என் ஆசைகளையும் அந்தரங்கமான சிந்தனைகளையும் விண்டு விண்டு சொன்னால் கூட அவள் பிடிவாதமாகப் புரிந்துகொள்ள மறுக்கிறாள். என்ன செய்வது?" என்றான் சிவராமன்.

அனுதாபத்தால் இரங்கிய குரலில் பவானி, "சிரமம்தான்?" என்றாள்.

"எவ்வளவு சிரமமாக இருக்கிறது என்று என்னால் வாய்விட்டுச் சொல்ல முடியவில்லை. என்னையும் மீறிக் கூடச் சில சமயங்களில் என் மனசில் நான் கல்யாணம் செய்துகொண்டதே தவறு. அதுவும் ராஜத்தைப் போன்ற ஒரு பெண்ணைக் கல்யாணம் செய்துகொண்டதே தவறு என்றுகூடத் தோன்றிவிடுகிறது, என்னையும் மீறி!" என்றான் சிவராமன்; பெருமூச்சு விட்டான்.

"அப்படியெல்லாம் நீ சொல்லலாமா சிவராம்? ராஜத்துக்கு என்ன குறைவு?" என்று தன் அம்மாஞ்சி மன்னிக்குப் பரிந்து பேசினாள் பவானி.

"அவளால் நான் படுகிற கஷ்டம்... அப்பப்பா! சாதாரண மாக நான் இப்படியெல்லாம் வாய் திறந்து சொல்லிவிடவே மாட்டேன். ஆனால், இன்று என்னவோ சொல்லத் தோன்றுகிறது. சொல்லியே விடுகிறேன். ஏதாவது ஆபீஸில் வேலை செய்வதே அடிமைத்தனம் என்று நினைக்கிற நான் இப்படி இந்தக் குடும்பத் தொல்லைகளுக்கெல்லாம் அடிமைப்பட்டுக் கிடப்பேன் என்று

எண்ணவே இல்லை" என்றான் சிவராமன்.

"பெரிய பெரிய வார்த்தை எல்லாம் மனசைக் கிளற உபயோகப்படுமே தவிர, கவைக்கு உதவாது. ஆறுதல் அளிக்காது. உள்ளது இதுவே; வேறு கிடையாது என்று மனசைத் திடப்படுத்திக்கொண்டு சுவரில் மோதி மண்டை உடையாமல் பார்த்துக்கொள்வதே கெட்டிக்காரத்தனம் என்று எனக்குத் தோன்றுகிறது!" என்றாள் பவானி.

"நீயும் ஒரு பெண். ஆகவே, பெண்ணின் கட்சியில்தான் நீ இருப்பாய். நியாயந்தானே! கஷ்டப்படுவது நான் அல்லவா?" என்றான் சிவராமன்.

"கஷ்டம் என்று நினைத்துக்கொண்டால் கஷ்டந்தான். சுகத்துக்கும் துக்கத்துக்கும் உள்ள இடைவெளி மிகவும் அல்பமானது. வாழ்க்கையிலேயே அல்பமானதுதான்; மனசிலே இன்னும் அல்பமானது. மனசு வைத்துவிட்டால் அந்த இடைவெளியைக் கடப்பது என்பது மிகவும் சுலபமான காரியம். மனசில்லாமல் போனாலோ மிகவும் கஷ்டந்தான்; பட்டே தீர வேண்டும்!" என்றாள் பவானி.

"இந்த மாதிரி வேதாந்தம் பேசுவது என்னவோ சுலபந்தான். அதுவும் நம்மூரிலே எல்லோருக்குமே வேதாந்தம் பேசுவது மிகவும் சுலபமாகவே படிந்துவிடுகிறது" என்றான் சிவராமன்.

"இது வேதாந்தமே அல்ல. தினசரி நடைமுறையில் உள்ள காரியந்தான். இல்லாததை எண்ணி ஏங்கிக்கொண்டிருப்பவன் ஆயுள் பூராவும் கஷ்டப்பட்டுத்தான் தீர வேண்டும். உள்ளதைப் பரிபூரணமாக அங்கீகரித்துக்கொண்டு படிப்படியாக மேலே செல்ல யத்தனிப்பவன்தான் வெற்றியடைகிறான். இப்படிப்பட்டவன்தான் சந்தோஷமான வாழ்க்கை நடத்த முடியும். இந்தக் கதையிலேகூட இதுதான் என் கட்சி..."

"கட்சி என்னவோ சரிதான். ஆனால்..."

"கட்சி என்பது மட்டும் அல்ல. அனுபவ உண்மையும் அது தானே?" என்றாள் பவானி.

"இந்த மாதிரி விஷயங்களில் எல்லாம் உண்மை என்பது அவ்வளவு சுலபமாகக் கண்டுபிடித்துவிடக்கூடிய விஷயமாக எனக்குப் படவில்லையே!" என்றான் சிவராமன்.

"உண்மை என்பதுதான் என்ன? நாம் உண்மை என்று அங்கீகரிப்பதுதான் உண்மை. ஆனால், நமது சுக சௌக்கியத்துக்கும்

மனநிலைக்கும் ஏற்றதையே நாம் உண்மை என்று அங்கீகரிக்கிறோம். மற்றதையெல்லாம் உண்மையே அல்ல என்று வெகு சுலபமாகவே ஒதுக்கி விடுகிறோம். இது தவறில்லையா?" என்றாள் பவானி.

"நீ சொல்வது சரி என்றே தோன்றுகிறது. பிறருடைய பிரச்சனைகளில் ஈடுபட்டு விசாரிக்கும்போது இப்படிச் செய்வது தவறு, அப்படிச் செய்ய வேண்டியதுதான் சரி என்று சொல்வது எனக்கும் சுலபமாகவே இருக்கும் - பிறருடைய வாழ்க்கை வழிகளை நிர்ணயிப்பது எனக்குச் சுலபமாகவேதான் இருக்கும். ஆனால், சொந்த விஷயத்தில் இதுமாதிரி எல்லாம் வேதாந்த முடிவு கண்டு அதன்படி நடப்பதென்பது சாத்தியமில்லாமல் இருக்கிறது" என்றான் சிவராமன்.

"அது நிஜந்தான். உண்மை, நியாயம், கடமை என்று கண்டு முடிவு கட்டிவிட்டால்கூட அதன்படி நடப்பதென்னவோ மிகவும் சிரமமான காரியமாகத்தான் இருக்கிறது. மகத்தான தியாகங்கள் செய்யத் தேவை ஏற்படும்போது மனிதன் தயங்குவது சகஜந்தானே?" என்றாள் பவானி.

"தியாகம் செய்யத் தயங்குவதாகச் சொல்ல முடியாது இதை. தியாகம் என்றால் எதற்காக, எதை உத்தேசித்துச் செய்யப்படுகிறது என்றும் கவனிக்கத்தான் வேண்டும். இல்லையா? அவசியம் நேருகிறபோது தியாகம் செய்யத் தயக்கம் இராது. தவிரவும் லட்சியங்களையே தியாகம் செய்துவிட வேண்டி வரும்போதுதான் சிரமப்பட வேண்டியிருக்கிறது!" என்றான் சிவராமன்.

"எதற்காக, ஏன், அவசியமா என்றெல்லாம் தியாகம் செய் வதற்கு முன் சிந்திக்கத் தாமதித்தால் தியாகம் செய்வதென்பதே அசாத்தியமாகிவிடாதா? ஏதோ ஒரு முடிவு காண்கிறோம், ஒப்புக்கொள்கிறோம், அதற்குச் சில தியாகங்கள் அவசியம் என்று தோன்றுகிறது. வேறு யோசனை இன்றித் தியாகம் செய்துவிட வேண்டியதுதான் மனிதனின் கடமை."

சிவராமன் பதில் சொல்லவில்லை.

பவானி மீண்டும் தன் கட்சியை வேறு ஒரு கோணத்தில் நின்று வற்புறுத்த முற்பட்டாள். "நான் வெளிப்படையாக, இவ்வளவு அப்பட்டமாகச் சொல்கிறேனே என்று என்னிடம் கோபித்துக்கொள்ளாதே. இன்று என்னவோ, என் அசட்டு அம்மாஞ்சிக்குப் புத்தி சொல்லலாம் என்று எனக்குத் தோன்று கிறது, சொல்கிறேன். நீ என்ன நினைக்கிறாய் என்று எனக்குத் தெளிவாகத் தெரிகிறது. உனக்கு ஏற்காதவளாக, எந்தவிதத்திலும் ஈடு இல்லாதவளாக, ஒரு பெண்ணை உன் தலையில் கட்டி

விட்டார்கள் என்று நீ எண்ணுகிறாய். அந்தப் பெண் நீயாகத் தேடி வரித்த பெண் அல்ல. நீ எவ்வளவுதான் அவளிடம் பிரியம் வைத்து அன்புடன் நடந்துகொள்ள முயன்றாலும் சாத்தியப்படவில்லை. அவளே கெடுத்துக் கொள்கிறாள் என்று நீ நினைக்கிறாய். உன்னுடைய ஆசைகளிலே, லட்சியங்களிலே அவளுக்கு அனுதாபம் சிறிதும் இல்லை என்பது வெளிப்படையாகவே தெரிகிறது. கலா ரசனை சிறிதுகூட இல்லாத வெறும் ஜடம் அது என்று நீ எண்ணுகிறாய். ஆயுள் பூராவும், உதவி எதிர்பார்க்கிற சமயத்தில் ஒத்துழைப்பு இன்றி தோல்விகள் ஏற்படும்போது ஆறுதலும், வெற்றிகளில் ஊக்கமும் எதிர்பார்த்து, ஏமாந்து நிற்பது எவ்வளவு துரதிர்ஷ்டம் என்று நீ எண்ணுகிறாய். ஆயுள் பூராவும் இந்த ஜடத்துடன் கழிக்கத்தான் வேண்டும் என்று விதித்திருக்கும் பிரம்மனைச் சபிக்கிறாய் நீ! இல்லையா?" என்றாள் பவானி.

"நான்கூட என் பிரச்சனையை இவ்வளவு தெளிவாகச் சொல்லியிருக்க முடியாது!" என்றான் சிவராமன், தன் அத்தங் காளின் புதுத் தோரணையைக் கண்டு சிரித்துக்கொண்டே.

"எதிர்க் கட்சியைச் சற்றே யோசித்துப் பார். உனக்குள்ளதே போல ஓர் உள்ளமும், பல ஆசைகளும், ஓர் ஆத்மாவும், சில லட்சியங்களும் படைத்தவள்தான் அவளும். அவளுடைய ஆசைகளும் லட்சியங்களும் அல்பமானவை, சொல்பமானவை, சிறியவை என்று நீ எண்ணுகிறாய் அவ்வளவுதான். ஆனால் நீ நினைப்பதால் மாத்திரம் அவற்றினுடைய தன்மையோ, தரமோ, வேகமோ குறைந்துவிடப் போவதில்லை. உன் ஆசைகளையும் லட்சியங்களையும் போற்றி வளர்க்க உனக்கு எவ்வளவு உரிமை உண்டோ, அவ்வளவு உரிமை உண்டு தன் ஆசைகளையும் லட்சியங்களையும் போற்றி வளர்க்க அவளுக்கு. உன் வழிதான் சரியானது, உன் லட்சியங்கள்தாம் பெரியவை, மகோன்னத மானவை என்று நீ எண்ணிக்கொண்டு அவளுடைய உரிமைகளை எல்லாம் கபளீகரம் செய்ய முயல்வது தவறில்லையோ? நீயே சொல்லு" என்றாள் பவானி.

சிவராமன் சிரித்தான். "இப்படி நீ சொல்லும்போது தவறு என்றுதான் தோன்றுகிறது. ஆனால்..." என்று அவன் ஏதோ ஆட்சேபம் சொல்ல யத்தனித்தான்.

"அவள் உனக்கு ஏற்காதவள் என்று நீ முடிவு கட்டுகிறாய். நீ அவளுக்கு ஏற்றவனா என்பது தெரிய வேண்டாமா?" என்றாள் பவானி.

"அதற்கு நான் பொறுப்பில்லையே" என்று சொல்லித் தப்பிக்கப்

பார்த்தான் சிவராமன்.

"பொறுப்பு யாரானால் என்ன? கஷ்டம் இருவருக்கும் பொதுவானதுதானே?" என்றாள் பவானி.

சிவராமன் பதில் சொல்லவில்லை.

"எந்த விஷயத்திலுமே விவாதத்தின் மூலம் சரியான முடிவு கண்டுவிடுவது என்பது முடியாத காரியம். உணர்ச்சியின் உதவியால்தான் முடிவு காண இயலும். எவ்வளவு நியாயமான கட்சிக்கும் ஆட்சேப சமாதானங்கள் முடிவில்லாதன சொல்லிக்கொண்டே இருக்கலாம். விவாதிப்பவர்களுடைய சாமர்த்தியத்தைப் பொறுத்தது அது. ஆகவே, நான் சொல்வதற்கு ஆட்சேபங்கள் சொல்வதற்காக மண்டையைப் போட்டு உடைத்துக் கொள்ளாதே. அது அவசியம் இல்லை. உன்னையும் ராஜத்தையும் கவனித்தவரையில் எனக்கு உண்மை என்று தோன்றியபடி, நான் உணர்ந்ததை எடுத்துச் சொன்னேன். நீ கஷ்டப்படுவதற்கெல்லாம் நீயே காரணம். உன் மனசுதான் முக்கிய காரணம். ராஜம் அல்ல. எதிர்பார்த்து எதிர்பார்த்து ஏன் ஏமாறுகிறாய்? உள்ளதை அங்கீகரித்துவிடு. உன் மனக் கசப்பு மறைந்தே போய்விடும். அவ்வளவுதான்!" என்று தயக்கத்துடனும் ஓர் அசட்டுச் சிரிப்புடனும் அந்த விஷயம் பற்றித் தன் அபிப்ராயத்தைச் சொல்லி முடித்தாள் பவானி.

"அடேயப்பா! எங்க அத்தங்கா இவ்வளவு கெட்டிக்காரின்னு எனக்குக்கூட இவ்வளவு நாளாத் தெரியாமே போயிடுத்தே!" என்றான் சிவராமன்.

"நானும் பத்து நிமிஷமாகக் கால் வலிக்க நின்னுண்டு கேட்டுண்டிருக்கேன். நீங்க ரெண்டு பேரும் எதைப் பத்திப் பேசறேள்னே எனக்குப் புரியவில்லையே!" என்று சொல்லிக்கொண்டே உள்ளே வந்தாள் ராஜம்.

விவாத சுவாரசியத்தில் சிவராமனோ, பவானியோ ராஜம் வந்ததைக் கவனிக்கவே இல்லை.

சிவராமன் முகத்தில் லேசாக அசடு தட்டிற்று. "வக்கீல் பெண் வாயாடின்னு உன்னைத்தான் நான் இத்தனை நாளாகச் சொல்லி வந்தேன். ஆனால், என் அத்தாங்காளுக்கு இருக்கிற வாயில் பாதிகூட உனக்கு இல்லேன்னு இன்னிக்குத்தாண்டி தெரிஞ்சுண்டேன்! அப்பப்பா! உனக்கு வக்காலத்து வாங்கிண்டு என்னென்ன பேச்செல்லாம் பேசித் தீர்த்துவிட்டாள்! அடேயப்பா! பாயிண்டு பாயிண்டாக இவள் எடுத்து வீசுகிறதைப் பார்த்தால் ஹைக்கோர்ட்டு வக்கீல்களெல்லாம் பயந்து ஓடிப்போயிடுவா!"

என்றான் சிவராமன்.

"கேலி என்ன வேண்டிக்கிடக்கு, போ!" என்றாள் பவானி.

"பவானி! நான் சொல்றேன் கேளு,. நீ உன் விவாதத் திறமை எல்லாம் வீணாகும்படி விட்டுவிடக் கூடாது. வக்கீலுக்குப் படி. நல்ல பெரிய வக்கீல் ஆகிவிடுவாய் நீ!" என்றான் சிவராமன்.

"ஏதோ சொல்ல வந்தால் இப்படி என்னைக் கேலி பண்ண ஆரம்பிக்கறயே நீ!" என்றாள் பவானி.

ராஜம் குறுக்கிட்டாள். "அவரோட போய்ப் பெரிசாகப் பேசப் போறியே நீ; உன்னைத்தான் சொல்லணும். நாம்ப எவ்வளவு சொன்னால்தான் என்ன? இந்தப் புருஷாள்ளாம் தலைமுறை தலைமுறையாக அவாள் இஷ்டப்படிதான் நடத்திண்டு வருவா. அவாளைக் கேக்கறதுக்கு யாரு? கடவுள் தான் கேக்கணும்!" என்றாள் ராஜம்.

தன் மனைவியின் முகத்தை நிமிர்ந்து பார்த்தான் சிவ ராமன். அவளுடைய முகத்திலே படர்ந்திருந்த சோக பாவமும், அவளுடைய வார்த்தைகளிலே தொனித்த துயரமும் அவனை வெகுவாகப் பாதித்தன; அவன் உள்ளத்தை ஊடுருவிப் பாய்ந்தன. பவானியின் விவாதங்களைவிட ராஜத்தின் இந்த வார்த்தைகள் அதிக ஆழத்துக்குப் பாய்ந்து சுருக்கென்று தைத்தன. எதுவும் சொல்லாமல் பவானியையும் ராஜத்தையும் மாறி மாறிப் பார்த்துக்கொண்டே உட்கார்ந்திருந்தான்.

"என்னவோ போங்கோ! உங்க ராஜ்யம் கொடி கட்டிப் பறக்கிறது" என்றாள் ராஜம்.

பவானி சொன்னதையேதான் அவள் வேறு வார்த்தைகளில், வேறு கோணத்திலிருந்து சொன்னாள் என்று எண்ணினான் சிவராமன்.

"ம்... அதெல்லாம் எப்படியாவது போகட்டும். போய் இலையைப் போடறேன், எழுந்திருந்து சாப்பிட வாங்கோ" என்று சொல்லிவிட்டு ராஜம் கிளம்பினாள். அவளுடன் கைகோத்துக்கொண்டு கிளம்பினாள் பவானியும்.

அகத்திலும் புறத்திலும் புயல் அடித்து ஓய்ந்த மாதிரி இருந்தது சிவராமனுக்கு. ஒருவிதத்தில் ராஜம் செய்ததும் சரிதான், பவானி சொன்னதும் சரிதான் என்றுபட்டது அவனுக்கு. ஏதோ அவசரப்பட்டுச் செய்துகெண்ட ஓர் அசட்டுத் தீர்மானத்துக்காக தினசரி வாழ்க்கையில் நிம்மதியிழந்து, லட்சியத்துக்காகப் பாடுபடும்

சக்தியை நாளுக்கு நாள் இழந்துகொண்டு வருவது சரியல்ல, லாபகரமான காரியம் அல்ல என்றுதான் அவனுக்கும் இப்போது பட்டது. நிம்மதி அவசியம். தினசரி வாழ்க்கையிலே நிம்மதி இல்லாவிட்டால் எந்த வேலையைத்தான் சரிவரச் செய்ய முடியும்?

வாழ்க்கைக்கு ஒரு லட்சியம் தேடிக் கண்டுகொண்டாகிவிட்டது. அந்த லட்சியத்தை அடைவதற்கு, ஈசன் அருள் வேண்டி தினமும் தீவிரமாக உழைத்தே தீர வேண்டும். உழைப்புக்கு நிம்மதி தேவை. அந்த நிம்மதி கிடைப்பதற்கானதைச் செய்தே தீர வேண்டும்.

தவிரவும், பவானி சொன்னதுபோல ராஜத்துக்கும் ஆசைகள் உண்டு. அந்த ஆசைகள் பூர்த்தியாவதற்கு அவள் அவனைத்தானே நம்பியிருக்க முடியும்? வேறு யார் உதவியை நாட முடியும் அவள்? பாவம்!

அசட்டுப் பிடிவாதத்தையும் அவசரத் தீர்மானத்தையும் ஒருபுறமாக ஒதுக்கித் தள்ளிவிட்டு, அன்றே அப்பாவுக்குக் கடிதம் எழுதுவதென்று தீர்மானித்தான் சிவராமன். அப்படிச் செய்வதால் கவலைகளில், கஷ்டங்களில் முக்கால்வாசியும் தீர்ந்து போய்விடும். பிறகு, நிம்மதியாக எழுத உட்காரலாம்.

பிள்ளை என்று அவருக்குப் பிறந்துவிட்ட காரணத்தினால் அவருடைய ஆசைகளையும் நிறைவேற்றி வைக்க வேண்டியது தன் கடமை. அதைத் தான் மீற முடியாது. மீற முயலுவது சரியல்ல என்று அவனுக்கு அந்த விநாடியில் ஞானோதயம் ஆயிற்று.

மனைவி என்பதனால் ராஜமும், தகப்பன் என்பதனால் பட்டாபிராமையரும் அவன் வாழ்க்கையில் குறுக்கிடுவது தவறில்லை என்று ஏற்பட்டுவிடுமேயானால், அவன் லட்சியங்கள் என்ன ஆகும் என்று யார் சொல்ல முடியும்? ஆனால், எது எப்படியானாலும் அவர்களுடைய உரிமைகளை ஒப்புக்கொண்டே தீருவது என்று தீர்மானித்தான் சிவராமன்.

வயது அதிகம் ஆகாத, அனுபவமே அதிகம் இல்லாத அந்தப் பெண் பவானிக்குத்தான் எவ்வளவு அறிவு இருந்தது! அவள் சொன்னவையெல்லாம எவ்வளவு பெரிய பெரிய தத்துவங்கள்! எவ்வளவு உண்மையானவை! அரைமணி நேரத்திற்குள் எவ்வளவு பெரிய விஷயங்களை அவள் தெளிவாக எடுத்துக் கூறிவிட்டாள்!

"என்ன? மறுபடியும் கண்ணை மூடிண்டு கதையைப் பற்றி யோசனை பண்ண ஆரம்பிச்சுட்டேளா? இலையிலே சாதம் போட்டு ஆறிண்டிருக்கு! கதை எழுதிக் கிழிச்சது போறும்! வாங்கோ!" என்று சொல்லிக்கொண்டே ராஜம் வந்தாள்.

"பசிகூட வந்துடுத்து எனக்கு" என்று சொல்லிச் சிரித்துக் கொண்டே எழுந்தான் சிவராமன்.

"காலையிலே வேலை வெட்டிப் புரட்டியிருக்கேளே, பசிக்காதா? பாவம்! பசிக்கத்தான் பசிக்கும்? வாங்கோ!" என்றாள் ராஜம்.

மாடிப்படி இறங்கிச் சிவராமன் சமையலறைக்குள் நுழையும் போது, "அந்த நாளிலே அடிமைகளைக்கூட அவர்களுடைய எசமானர்கள் இந்த மாதிரி விரட்டியிருப்பார்களா என்பது சந்தேகந்தான்" என்றான்.

அவன் சொன்னதற்கு ராஜம் பதில் சொல்லவில்லை. பவானிதான் பதில் சொன்னாள். "நீ அடிமைதான், சந்தேகம் என்ன? அன்பு என்ற விலை கொடுத்து வாங்கிவிட்ட பிறகு அடிமையல்லாமல் வேறு என்ன?" என்றாள்.

"உண்மைதான்" என்று தனக்குள் சொல்லிக்கொண்டே சாப்பிட உட்கார்ந்தான் சிவராமன். "நீ இப்போ சொன்னது மட்டுமல்ல, இன்று சொன்னது பூராவுமே சரியான விஷயம் என்று நான் ஒப்புக்கொண்டு விட்டேன், பவானி" என்று அவன் உரக்கச் சொன்னான்.

"அசட்டு அம்மாஞ்சியேயானாலும் உனக்கும் சிலசமயம் சமத்துக் காரியம் செய்யக்கூடத் தெரியறதே!" என்று ஆச்சரியப் படுகிறவள் போலச் சொன்னாள் பவானி.

○

உயில் விஷயம்

வேங்கடராமையர் குடும்பப் பொறுப்பு இன்னதென்றே அறியாமல் வளர்ந்து பெரியவராகி விட்டவர். கடைசிப் பிள்ளையாகப் பிறந்த அதிர்ஷ்டம் அது. அவருக்கு எந்தக் காலத்திலுமே, எந்த விஷயத்திலுமே பொறுப்பு அதிகம் இருந்ததில்லை. அவர் பிறந்த இரண்டொரு வருஷங்களுக்கெல்லாம் தகப்பனாரை இழந்துவிட்டார். தன் துர்ப்பாக்கியத்துக்கு முக்கியக் காரணம் இந்தப் பிள்ளைதான் என்று எண்ணியவள்போல அவர் தாயார் கடைசிப் பிள்ளையேயானாலும் அதிகச் செல்லம் பாராட்டாமல் விட்டுவிட்டாள். தன் துக்கத்தைப் போற்றி வளர்க்கிற மும்முரத்திலே பிள்ளையைப் போற்றி வளர்க்க அவள் மறந்துவிட்டாள் என்று சொல்வதுகூடத் தகும். ஆனால் தாய்க்கு இருந்திருக்க வேண்டிய அன்பு அந்தப் பிள்ளையிடம் அவர் மன்னிக்கு இருந்தது. மன்னி என்பது முத்தண்ணா பட்டாபிராமையரின் மனைவி. அவள் கல்யாணமாகிப் பல வருஷங்கள் வரையில் குழந்தையில்லாமலே இருந்தவள். அவள் கணவனிடம் வந்து சேர்ந்து குடித்தனம் நடத்த ஆரம்பித்தபோது வேங்கடராமனுக்கு வயசு மூன்று அல்லது நான்குதான் இருக்கும். வருஷத்துக்குப்பின் வருஷம் குழந்தை உண்டாகாமலே கழியவே தனக்குப் பிள்ளை பிறந்திருந்தால் அதை எவ்வளவு அன்புடன் வளர்த்திருப்பாளோ அவ்வளவு அன்புடன் அவள் தன் சின்ன மைத்துனனைச் சீராட்டிப் பாராட்டி வளர்க்கத் தலைப்பட்டாள். அதனால்தான் போலும்; வேங்கடராமையருக்குத் தன் தாயிடம் இருந்ததைவிட அதிகமான பக்தி அந்த மன்னியிடம் இருந்தது என்று சொல்லலாம். தவிரவும், அந்த மன்னியைப் போன்ற குணவதியை அவர் அனுபவத்தில் கண்டதே இல்லை. அந்த மன்னி இறந்தபோது அவர் மனசு பட்ட கஷ்டம் வேறு யார் இறந்தபோதும் பட்டதில்லை.

முதலில் முத்தண்ணாவின் நிழலிலும், பிறகு இரண்டாவது அண்ணா கிருஷ்ணஸ்வாமி சர்மாவின் நிழலிலும் வளர்ந்து பெரியவராகிவிட்ட வேங்கடராமையருக்கு என்றுமே குடும்பப் பொறுப்பு அதிகமாக உறுத்தியதில்லை. எதிலுமே பட்டுக் கொள்ளாமல் இருந்துவிடப் பழகிய மனுஷ்யர் அவர். ஏதோ தம் பாட்டுக்கு நாடகம், நண்பர்கள், கச்சேரி, ஆபீஸ் என்று காலம் கழித்துக்கொண்டிருந்தார் அவர். சுகமாகச் சாப்பிட்டு ஏதோ

கொஞ்சம் மீதம் பிடிப்பற்குக்கூடப் போதுமானதாக வருமானம் வந்துகொண்டிருந்தது. அப்படி நல்ல சம்பளத்துடன் நல்ல உத்தியோகம் தேடிக் கொடுத்த பொறுப்புக்கூட கிருஷ்ணஸ்வாமி சர்மாவுடையதுதான். கும்பகோணம் கல்லூரியில் இன்டர் வகுப்பில் படித்துக்கொண்டிருந்த தம் தம்பியை, "படிப்புப் போதுமடா. நீ படித்து இப்போ என்ன ஆகணும்?" என்று சொல்லி உத்தியோகம் ஒன்று காலியிருப்பது தெரிந்தவுடன் தந்தி அடித்துக் கல்கத்தாவுக்கு வரவழைத்து வேலையில் அமர்த்திவிட்டார். அப்படி படிப்பைப் பாதியில் நிறுத்திவிட்டு வந்தது பற்றிக் கோபம்தான் வேங்கடராமையருக்கு. ஆனால், அப்படிப்பட்ட நல்ல உத்தியோகம் எவ்வளவு வருஷங்கள் காத்திருந்தாலும் எல்லோருக்குமே கிடைத்துவிடும் என்று சொல்லிவிட முடியுமா? இரண்டும் ஒன்றுக்கொன்று முரணான விஷயங்கள். உத்தியோகமே தேவலை, படிப்பைவிட, என்று தம் மனசை நாளடைவில் தேற்றிக்கொண்டார் வேங்கடராமையர்.

படிப்பு போனதற்காக அவர் தம்முடைய இரண்டாவது அண்ணாவுடன் சண்டைபோட்டுக் கொண்டுவிடவில்லை. அவரிடம் மிகுந்த பிரியத்துடனும், உரிய பயபக்தியுடனும், அன்னியோன்னியமான அன்புடனும், மட்டு மரியாதையுடனுமே நடந்துகொள்ளப் பழகியிருந்தார் அவர். நடுவில் கொஞ்ச காலந்தான் மிகவும் சிரமப்பட்டார். அதாவது அந்தக் காலத்தில் அவருடன் அதே வீட்டில் இருப்பது வேங்கடராமையருக்கு மிகவும் சிரமமாகத்தான் இருந்தது. கிருஷ்ணஸ்வாமி சர்மாவின் மனைவி லட்சுமி மிகவும் நல்லவள்தான். ஆனால், அவளுக்கும் வேங்கடராமையருக்கும் இரண்டாவது அண்ணாவின் மனைவி யுடன் அதே வீட்டில் வசிப்பதென்பதே சிரமமாக இருந்தது. இடையில் வேங்கடராமையருக்கும் கல்யாணமாகிவிட்டது. புது மனைவியுடன் அதே வீட்டில் வசிக்க முடியுமா? 'வேறு குடித்தனம் போடுவது பிறர் கண்ணுக்கு நன்றாக இராதே?' என்று ஆரம்பத்தில் அவர் மிகவும் சிரமப்பட்டார். ஆனால், வேங்கடராமையருக்கு வந்து வாய்த்திருந்த மனைவி மதுராம்பாளை தெய்வப்பிறவி என்றுதான் சொல்லவேண்டும். "வேறு குடித்தனம் போடுவதா? நன்னாருக்கு!" என்று தன் கணவனைக் கேலி செய்தாள் மதுராம்பாள். அவள் லட்சுமியுடன் நடத்திய வாழ்க்கை, தியாகங்களும் அடக்கமும் நிறைந்தது. குடித்தனப் பெண் என்றால் லட்சியக் குடித்தனப் பெண் என்று சொல்லும்படியாக வாழ்ந்தாள் அவள். அவள் வீட்டுக்கு வந்ததும் அண்ணா தம்பியினுடைய அன்னியோன்னியமே அதிகரித்துவிட்டதுபோல் இருந்தது. அவள் பொருட்டுத் தன் சின்ன மைத்துனனிடம்கூடச் சரிவர

நடந்துகொள்ள ஆரம்பித்துவிட்டாள் லட்சுமி என்றால் அவள் நடத்தையைப்பற்றி ஓரளவு ஊகித்துக்கொள்ளலாமே!

லட்சுமி உயிருடன் இருந்தவரையில் குடும்பப் பொறுப்பில் சிறு பகுதிகூட மதுராம்பாள் மேலோ, வேங்கடராமையர் மேலோ உறுத்தியதே இல்லை. எல்லாவற்றையும் கிருஷ்ணஸ்வாமி சர்மாவே சரிவரக் கவனித்துக் கொண்டுவிடுவார். அவரால் நேரில் கவனிக்க முடியாத விஷயங்களை எப்படிச் செய்யவேண்டும், என்னவாகச் செய்ய வேண்டும் என்று தன் தம்பிக்குச் சொல்லிக் கொடுத்துச் செய்யச் சொல்லுவார். சொல்லியதை அப்படியே செய்வதில் சிரமம் என்ன? சரிவரச் செய்துவிட்டுத் தம் சொந்த அலுவல்களைக் கவனிக்கப் போய்விடுவார் அவர்.

லட்சுமி இறந்தபிறகு, குடித்தனப் பொறுப்பு பூராவும் மதுராம்பாள் மேலும், சொல்பம் வேங்கடராமையர் மேலும் சுமரத் தொடங்கியது. அந்தச் சொல்பப் பொறுப்பையும் வேங்கடராமையர் நிம்மதியாக ஏற்றுக்கொண்டார் என்று சொல்லி விடுவது பொருந்தாது. சில்லறைப் பொறுப்புகளை மட்டுமே அவர் ஏற்கத் தயாராக இருந்தார். பெரிய காரியங்களையும் தீர்மானங்களையும், கூடியவரையில், முடிந்தவரையில் அண்ணா வுக்கு விட்டுவிடுவார். முதலில் கொஞ்சநாள் லட்சுமியை இழந்த கிருஷ்ணஸ்வாமி சர்மா சாமியார் மாதிரி எதிலும் பட்டுக் கொள்ளாமல் ஈடுபாடு இல்லாமல் இருக்க முயன்றார். அந்த நிலை ஸ்திரப்படுமுன் வேங்கடராமையருக்குக் குழந்தை பிறந்து விட்டது. கோடை விடுமுறை நாட்களில் வழக்கமாகச் சிவராமனும் பவானியும் அங்கே வந்து தங்கிப் போவார்கள். தம்மையும் அறியாமலே தம் சாமியார்தனத்தைத் துறந்துவிட்டார் சர்மா. தனக்காக என்று, சுயநலம் மட்டும் கருதி அவர் ஏற்றுக்கொள்ளத் தயங்கக்கூடிய பொறுப்புகளை எல்லாம்கூட அவர் தம் தம்பியின் குழந்தைகளுக்காகவும், முத்தண்ணாவின் பிள்ளைக்காகவும், தங்கை பெண்ணுக்காகவும் ஏற்கத் தயாராக இருந்தார். பெரியப்பா வீட்டில் இருந்துவிட்டாரானால் மதுராம்பாளின் குழந்தைகள் அவரையேதான் சுற்றிக் கொண்டிருக்கும். தாயாரிடம்கூடப் போகாது. அவ்வளவு பிரியம் அந்தப் பெரியப்பாவிடம் அந்தக் குழந்தைகளுக்கு.

திடீரென்று ஒரு நாள், முன் ஏற்பாடு, எச்சரிக்கை எதுவும் இன்றி அண்ணா செத்துவைப்பார் என்று வேங்கடராமையர் எண்ணவே இல்லை. எதிர்பாராத அந்த மரணம் அவரை ஓர் உலுக்கு உலுக்கிவிட்டது என்றே சொல்ல வேண்டும். அண்ணா அன்று அந்த நேரத்தில் மரணத்தை எதிர்பார்த்தார் என்பது

அவர் நடத்தையிலிருந்தே தெரிந்தது. ஒரு வார்த்தை முன்னாடி சொல்லியிருந்தாரேயானால், முத்தண்ணா, பவானி, சிவராமன் எல்லோருமே அந்தச் சமயத்தில் உடன் இருப்பதற்கு வேண்டியதைச் செய்திருப்பார். அவர் பொறுப்பும் கூடிய மட்டும் குறைந்திருக்கும். மரணத்தை எதிர்பார்த்துத் திடசித்தத்துடன் இருந்த அண்ணா ஏன் அதைப்பற்றி இரண்டுநாள் முன்னதாகவே தெரிவிக்கவில்லை என்று யோசித்தார் வேங்கடராமையர். அண்ணாவின் காரியங்கள் எல்லாவற்றுக்கும் ஏதாவது காரணம் இருக்கும் என்பதை அவர் அனுபவபூர்வமாக உணர்ந்திருந்தவர். ஆனால், இந்தக் கடைசிக் காரியத்தின் அர்த்தம் அவருக்குச் சரிவர விளங்கவில்லை.

இன்னொரு விஷயமும் இத்துடன் சேர்ந்துகொண்டது. "உயில், உயில்..." என்றாரே அது விஷயமும் வேங்கடராமையருக்குத் தெளிவாகத் தெரியவில்லை.

அவர் அவ்வளவாகச் சிந்திக்கப் பழகியவரும் அல்ல. ஏதோ பள்ளிக்கூடத்துப் பாடங்களைப் பரீட்சைகளில் வெற்றிகரமாகத் தேறிவிடக்கூடிய அளவுக்குமட்டும் அறிவு படைத்தவரே தவிர, அவர் தானாக ஏதாவது பிரச்சனையைக் கிளப்பிக்கொண்டு அதைப் பற்றிச் சிந்தித்து முடிவு காணும் ஆற்றல் இல்லாதவர். நல்லதோ, கெட்டதோ இன்று வரையில் அவர் சிந்திக்க வேண்டிய அவசியமே நேர்ந்ததில்லை. வழக்க வேகத்தில் தினசரி வாழ்க்கை நடந்துகொண்டிருந்தது. நாளுக்குப் பிறகு நாள் என்ற ஒவ்வொரு நாளாகக் கழிந்துகொண்டிருந்தது. ஆபீஸ் விவகாரம் பிறருக்குப் பணம் தேடி, பணத்தைக் கணக்குப்படி ஒப்பிக்கும் விவகாரம். அதிலுள்ள கவலைகளை எல்லாம் முதலாளியினுடைய முடிவுகளை நடைமுறையில் அமலுக்குக் கொண்டு வந்தால் போதும்.

அண்ணாவும் முத்தண்ணாவும் உள்ளவரையில் வேங்கட ராமையருக்குச் சிந்திக்க வேண்டிய சிரமமே ஏற்படவில்லை. அவர்கள் செய்கிற முடிவுதான் அவருக்கும். மதுராம்பாள் வந்த பிறகு வீட்டுக்காரியங்களில்கூட – கறிகாய் என்ன என்ன வாங்குவது என்கிற விஷயத்தில்கூட தன் கணவனுடைய பழக்கமின்மையை அறிந்துகொண்டு பூரா நுணுக்கங்களையும் அறிவித்து விடுவாள் அவள். அதன்படி துளியும் பிசகாமல் செய்து முடித்துவிடுவார் வேங்கடராமையர்.

ஒரே ஒரு விஷயத்தில் மட்டும் அவருக்குச் சுதாவாகப் பிரத்தியேகமான உத்சாகமும் ஈடுபாடும் இருந்தன என்பது உண்மைதான் – நண்பர்களின் விஷயத்தில். ஆனால், இதிலேகூட அவர் சிந்தனையின் அவசியத்தை உணர்ந்து அறிந்ததில்லை. ஒரு நாள் மாலையில் இவருடன் பொழுதுபோவதற்காக அரை

மணி நேரம் பேசுகிறவனையும் அவர் தம்முடைய ஆப்த நண்ப னாக அங்கீகரிக்கத் தயாராக இருந்தார். மறுபடியும் அவனைப் பல நாள் கழித்துச் சந்தித்து மீண்டும் கால் மணி நேரம் பேசும் வரையில் அவனைப்பற்றி மறந்தே போய்விடுவார். நண்பர்களின் தராதரத்தையோ, நட்பின் மகிமையையோ, உண்மையையோ, சிறப்பையோ அவர் அளவிட்டு அறியார். அளவிட்டுப் பார்க்க வேண்டும் என்கிற அவசியத்தையே அறியாதவர் அவர்.

அவரை அதிர்ஷ்டசாலி என்றுதான் சொல்ல வேண்டும். சிந்திக்கப் பழகியவனைச் சூழ்ந்துகொள்ள எவ்வளவோ கவலைகள், பதில் இல்லாத பிரச்சனைகள் இவை காத்துக் கிடக்கின்றன. சிந்திக்கப் பழகியவனின் உள்ளத்தைக் கெவ்விக்கொள்ள இருட்டு, கசப்பு – மையிருட்டும் எட்டிக் கசப்புமே காத்திருக்கின்றன.

வேங்கடராமையர் இருளுக்கும் வெளிச்சத்துக்கும் இடைப்பட்ட ஓர் அஸ்தமன மங்கலிலே வசித்தார். அதிர்ஷ்டசாலிதான் அவர்!

ஆனால், கிருஷ்ணஸ்வாமி சர்மாவின் மரணம் அவரையும், அவர் மனசையும் உலுக்கிவிட்டது. அவர் வசித்துப் பழக்கப் படுத்திக்கொண்டிருந்த அந்த அஸ்தமன மங்கலிலே பளீர் பளீர் என்று மின்வெட்டுகள் வெட்டி அவர் உள்ளத்தையும் மனசை யும் குழப்பின. மின்புயல் அல்ல அது – இரண்டொரு மின் வெட்டுக்கள்தான். ஆனால், வேங்கடராமையருடைய மன நிம்மதியையும் பழக்க சுகத்தையும் கெடுக்க அவை போதியன வாக இருந்தன. சிந்திக்க அறியாதவர்களைக் கடவுள் அதிகமாகச் சோதிப்பதில்லை. அதிகமான, தாங்கமுடியாத கவலைகளை அவர்கள் தலைமேல் சுமத்தினால் அவர்கள் விழுந்துவிடு வார்கள் என்றுதான் போலும் கடவுள் அறியாதவர்களைப் பக்ஷபாதத்துடனேயே நடத்துகிறார் என்று சொல்ல வேண்டும்! அவர்களை அதிகமாகச் சோதிப்பதில்லை. அறியாமை அவர் களுக்கு ஒரு கவசமாக உபயோகப்படுகிறது.

வேங்கடராமையர், பாவம்! தலைவலி எடுக்கிற வரையில், தம் அண்ணாவின் உயிலைப் பற்றிச் சிந்தித்துப் பார்த்தார். ஆனால், அவருக்கு ஒன்றும் விளங்கவில்லை. மற்றவர்கள் வந்து ஏதாவது தீர்மானித்துச் செய்துகொள்ளட்டும் என்று விட்டுவிட்டார்.

சுவாமிமலையில் இருந்த முத்தண்ணாவுக்கும் சென்னையில் கல்லூரியில் படித்துக்கொண்டிருந்த பவானிக்கும் தந்தியடித்தார், சர்மாவின் மரணத்துக்குப் பிறகு. முத்தண்ணா வந்தாலும் வரலாமென்று எதிர்பார்த்தார் வேங்கடராமையர். ஆனால், முத்தண்ணா வரவில்லை. சிவராமனும் பவானியும்தான்

வந்திருந்தார்கள். பவானிக்குக் கல்லூரி இருந்தது. ஆகவே, அவள் பத்துப் பதினைந்து நாட்களுக்கெல்லாம் திரும்பிவிட வேண்டி யிருந்தது. சிவராமன் இருந்த வேலையையும் விட்டுவிட்டான். கொஞ்ச நாள் – ஒரு மாசம், நாற்பது நாள்தான் இருக்கும் கல்கத்தாவில் தங்கினான்.

சிவராமனிடம் வேங்கடராமையருக்குப் பிரியம் உண்டு. தனக்குத் தாய் மாதிரி இருந்து செல்லம் பாராட்டி வளர்த்த மன்னியின் பிள்ளை என்பதுதான் இந்தப் பிரியத்துக்கு முக்கிய காரணம். தவிரவும் சிவராமனுடைய பேச்சும், நடத்தையும், குணமும், அறிவும் கிருஷ்ணஸ்வாமி அண்ணாவுடையன போலவே இருந்தன என்பதும் ஒரு காரணம். சாதாரணமாகச் சிவராமன் கல்கத்தா வந்தால் அவனைத் தம்முடைய அப்போதைய நண்பர்களுக்கெல்லாம் அழைத்துக்கொண்டு போய்க் காட்டுவார் வேங்கடராமையர். அவனுடைய வயசை மீறிய அறிவுக்கும் பேச்சுக்கும் மற்றவர்கள் மரியாதை செய்வதைக் கண்டு அவர் பெருமைப்படுவார். அவன் பேசி விவாதிப்பதை எண்ணித் தாமே பேசி நண்பர்களை விவாதத்தில் தோற்கடித்துவிட்டதைப்போல பெருமை பாராட்டிக் கொள்வார். சிவராமனுக்கு இதெல்லாம் சற்று வேடிக்கையாகவே இருக்கும். ஆனால், தன்னால் இந்த திருப்தி தன் சித்தப்பாவுக்கு ஏற்படுவது பற்றி அவனுக்கும் திருப்திதான்.

சிவராமனுக்குத் தன் சித்தப்பாவிடம் அவ்வளவாகப் பிரியமோ பக்தியோ இல்லை. ஆனால், அவர் குழந்தைகளிடம் அளவற்ற அன்பு உண்டு. அவர் மனைவி மதுராம்பாளிடம் எல்லையற்ற மதிப்புண்டு. அவளைப் போன்ற ஒரு மனைவியை அடையத் தன் சித்தப்பா எவ்வளவு பாக்யம் பண்ணியிருக்கவேண்டும் என்று எண்ணுவான் சிவராமன். அடுத்த விநாடியே தன் மனைவி ராஜத்தைப்பற்றியும் ஞாபகம் வரும். ஆழ்ந்த பெருமூச்சு விடுவான். மதுராம்பாள் ராஜத்தைப் போன்றவள் அல்ல. பெண்களின் தெய்வம் அவள். அவளிடம் குற்றங் குறைகளே இல்லை என்பதுதான் சிவராமனின் அபிப்பிராயம். தாயில்லாப் பிள்ளை என்று மதுராம்பாளுக்குச் சிவராமனிடம் அனுதாபம். அனுதாபம் வந்துவிட்ட இடத்திலே அன்பு தோன்ற அப்படி ஒன்றும் நாள் ஆகிவிடாது!

ஆனால், உண்மையில் மதுராம்பாளுக்குப் பவானியிடந்தான் அன்பும் அனுதாபமும் அதிகம். அதுவும் இயற்கைதானே! பெண், அழகி, எல்லாச் சுக சௌகரியங்களையும் பூரணமாகப் பெற்று அனுபவித்து ஆனந்திக்க வேண்டிய நாட்களைச் சந்நியாசினி மாதிரி, பாடபுஸ்தகங்களைக் கட்டிக்கொண்டு அழ வேண்டும்

என்று அவள் தலையில் எழுதியிருந்ததே; அந்த விதியை என்ன சொல்வது என்று அங்கலாய்த்தாள் அவள். கல்கத்தாவிலே ஏழெட்டுப் பத்து வருஷங்கள் வாழ்ந்து இன்றைய வாழ்க்கை வழிகளை அறிந்திருந்த மதுராம்பாள் பவானிக்கு மறுமணம் செய்து வைத்துவிடுவது தவறில்லை என்றுதான் எண்ணினாள். ஆனால், அவள் அம்மா சம்மதிக்க வேண்டும். அவள் ஒரு முசுடு. அவள் பாட்டி சம்மதிக்க வேண்டும். அவள் எவ்வளவுதான் அறிவாளி என்றாலும், வெறும் கர்நாடகம். அவள் மாமா சம்மதிக்க வேண்டும்; ஆனால், சிவராமன் சொன்னால் அவர் ஒப்புக்கொண்டு விடுவார். பவானி சம்மதிக்க வேண்டும். அவளே ஒரு தினுசுதான்! பிடிவாதக்காரி. இரண்டாவது அண்ணா கிருஷ்ணஸ்வாமி சர்மாவுக்குப் பவானியின் மறுவிவாகம் பற்றி ஏதோ அபிப்ராயம் இருந்தது என்கிறவரையில் மதுராம்பாள் அனுமானித்திருந்தாள். அவர் மனசு வைத்திருந்தாரானால் காரியத்தை முடித்தும் இருப்பார். ஆனால், அவர் போய் விட்டார். 'பவானியின் கதி என்ன ஆகுமோ பாவம்!' என்று எண்ணி ஏங்கினாள் மதுராம்பாள். கிருஷ்ணஸ்வாமி சர்மா இந்த ஒரு விஷயத்தில் தன் கடமையினின்றும் தவறிவிட்டார் என்றுதான் மதுராம்பாள் எண்ணினாள்.

பவானியையும் சிவராமனையும் சேர்ந்தாற்போல் பார்க்கும் போதெல்லாம் மதுராம்பாளின் மனசிலே ஒரு சிந்தனை தோன்றும். ஆனால், உதிக்கும் முன்னரே அந்தச் சிந்தனையை அடக்கிவிடுவாள் அவள். அது எப்படிச் சாத்தியமாகும்? சிவராமனுக்குக் கல்யாணம் ஆகிவிட்டதே! ராஜம் எந்த விதத்திலும் அறிவிலோ, குலத்திலோ, பணத்திலோ, எதிலுமே சிவராமனுக்கு ஏற்காதவள்தான். எனினும் அவன் அவளை அங்கீகரித்து, அவளிடம் அளவற்ற பிரியம் வைத்திருந்தான். அவள் குற்றம் குறைகளை அவன் பாராட்டாமல் இருந்தான் என்பதும் மதுராம்பாளுக்கு நன்கு தெரியும்.

சிவராமன் எவ்வளவோ படித்திருந்தான். கதைகள், புஸ்தகங்கள் எல்லாம் அற்புதமாகவே எழுதினான் என்றுதான் எல்லோரும் சொன்னார்கள். ஆனால், அவனுக்கு அவ்வளவாக உலக அனுபவம் போதாது என்றுதான் மதுராம்பாள் எண்ணினாள். தன் கணவனைப் போல அல்ல என்றாலும், அதற்கு அடுத்தபடிதான் என்று அவள் நினைப்பு. அப்படிப்பட்டவனுக்குப் பவானியைப் போன்ற ஒரு கெட்டிக்காரப் பெண்டாட்டி மட்டும் இருந்தால் அவன் வாழ்க்கை எவ்வளவோ சோபிதமாக இருக்கும். 'பாவம்! அவன் வேலையைக்கூட விட்டு விட்டானாம்! அனுபவமே இல்லாத அறியாப் பிள்ளைதான் அவன். இல்லாவிட்டால் ஏதோ சுலபமாக நூறு நூற்றைம்பது சம்பளம் வந்த வேலையை

விட்டுவிட்டு, இப்படி நிற்பானா? ஆனால், வேலைக்குப் போய்ச் சம்பாதிக்க வேண்டும் என்கிற அவசியந்தான் அவனுக்கு உண்டா? அப்பா ஆஸ்தி இருக்கிறது. சித்தப்பா ஆஸ்தியிலும் கொஞ்சம் அவனுக்குச் சேரும். அவன் வேலைக்குப் போக வேண்டிய அவசியமே இல்லைதான்' என்று எண்ணினாள் மதுராம்பாள்.

ஆஸ்தி என்கிற ஞாபகத்துடன் கடைசி மூச்சில் 'உயில், உயில்' என்று இரண்டு தரம் அண்ணா சொன்னதும் அவளுக்கு ஞாபகம் வந்தது.

வேங்கடராமையர் அந்த உயில் விஷயமாகச் சிவராமனிடமும் பவானியிடமும் சொன்னார். அதைக் கேட்டவுடனே பவானி சொன்னாள்: "எனக்குக்கூட மாமா ஏதோ எழுதியிருந்தார்: போன வாரம் போட்ட கடிதாசியிலே."

இவ்வளவு சொன்னபிறகுதான் அவளுக்கு ஞாபகம் வந்தது; கடிதத்தில் கண்டிருந்த மற்ற பகுதி – சிவராமனுக்குக்கூட இது விஷயம் சொல்ல வேண்டாம் என்று அவர் எழுதியிருந்தாரே! மறுநாள் சர்மா இறந்தார் என்ற தந்தி கிடைப்பதற்கு அரை மணிக்கு முன் கிடைத்த சீல் போட்ட அந்த நீண்ட உறையில்தான் சர்மாவின் உயில் இருக்க வேண்டும். அதைப்பற்றி ஒரு வருஷம் யாரிடமும் சொல்ல வேண்டாம் என்று அவரே எழுதியிருந்த பொழுது, தான் அதைப்பற்றி பிரஸ்தாபித்ததே தவறு என்ற உணர்ந்து சமாளித்துக்கொள்ள முயன்றாள் பவானி. "என்ன எழுதியிருந்தார்?" என்று கேட்டான் சிவராமன்.

"உயில் எழுதப் போவதாக எழுதியிருந்தார். அவ்வளவுதான். வேறு எதுவும் எழுதவில்லை" என்று சிறிது தயக்கத்துடனேயே சொன்னாள் பவானி.

உயில் இருப்பது பவானி மூலமாகவும் ஊர்ஜிதமாகவே அந்த உயிலைத் தேட முற்பட்டார்கள் சிவராமனும் வேங்கட ராமையரும். ஆனால், அது எங்கும் கிடைக்கவில்லை. உயில் எழுதுவதற்குக் குறிப்புகள்கூடக் காணப்படவில்லை. சர்மா உயில் எழுதி ரிஜிஸ்தர் செய்யாததில் ஆச்சரியம் ஒன்றும் இல்லை. ரிஜிஸ்தர் செய்ய வேண்டிய அவசியம் இல்லை என்பது அவருக்குத் தெரியும். மிகவும் அல்பமான விஷயத்திலும் சரி, பெரிய பெரிய விஷயங்களிலும் சரி, முத்தண்ணாவோ தன் தம்பியோ, தன் விருப்பத்துக்கு மாறாக எதுவும் செய்துவிடமாட்டார்கள் என்பது அவருக்குத் தெரியும். அவர் கைப்பட ஒரு குறிப்பு இருந்தால் போதும். அதை அவரின் உயிலாகவே பாவித்து அதில் கண்டபடி ஏற்பாடு செய்துவிடுவார்கள் என்பதை அவர் அறிவார். ஒரு சிறு

குறிப்பும் அகப்படவில்லை. அவர் உயில் எழுதியிருந்தாரானால் அது எப்படியோ மாயமாகத்தான் போய்விட்டது என்று எண்ணினார்கள் சிவராமனும் வேங்கடராமையரும். பவானி அந்த உயில் விஷயமாகப் பின்னர் அவர்களிடம் ஒரு வார்த்தைகூடப் பேசவில்லை.

ஆனால், முதல் நாள் அந்த உயிலைப் பற்றி ஏதோ சொல்லிவிட்டு மென்று விழுங்கித் தயங்கிய பவானியைப் பற்றி மதுராம்பாளுக்கு மட்டும் ஏதோ தோன்றிற்று. வேங்கடராமையரும் சிவராமனும் வெளியே போனபிறகு, அவள் பவானியைப் பார்த்து, "உயிலைப்பற்றி அண்ணா உனக்கு என்ன எழுதியிருந்தார், பவானி?" என்றாள்.

இந்தத் தடவை தயங்காமல் பதிலளித்தாள் பவானி. "அதான் சொன்னேனே. எழுதப் போவதாக எழுதியிருந்தார். அவ்வளவுதான்" என்றாள்.

"நீ சொன்னபோது ஏதோ தயங்குகிறமாதிரி பட்டது. அதான் கேட்டேன் மறுபடியும்" என்றாள் மதுராம்பாள்.

"வேறு ஒன்றுமில்லை" என்று சாதித்தாள் பவானி. தான் நினைத்தது தவறாகவும் இருக்கலாம் என்று பேசாமல் இருந்து விட்டாள் மதுராம்பாள்.

பவானி சென்னை திரும்பிய பிறகு, மூன்று வாரங்கள் சிவராமன் கல்கத்தாவில் தங்கியிருந்தான். அவனுக்கு எங்காவது ஒரு வேலை கிடைத்தால் அதில் அமர்த்திவிட ஏற்பாடு செய் என்று தம்பிக்குக் கடிதம் எழுதியிருந்தார் பட்டாபிராமையர். வேலையும் கிடைத்திருக்கும். ஆனால், சிவராமன் வேலைக்குப் போக மறுத்துவிட்டான். அப்படி வேறு வேலை வேண்டாமென்றாலும் சர்மாவுடைய கடை கண்ணிகளைப் பார்த்துக் கொள்ளவாவது அவன் சம்மதித்திருக்கலாம். அதற்கும் அவனுக்கு இஷ்டமில்லை. தன் வாழ்க்கையைத் தன் இஷ்டப்படி வாழ வேண்டும் என்கிற பிடிவாதத்துடன் திரும்பிவிட்டான்.

'வேலை கிடைத்திருக்கும்; சிவராமன் மறுத்துவிட்டான்' என்று எழுதி முத்தண்ணாவுக்குக் கோபமூட்டுவானேன் என்று மனைவி சொன்னபடி இது விஷயமாக அண்ணாவுக்கு எதுவுமே எழுதாமல் இருந்துவிட்டார் வேங்கடராமையர்.

உயில் விஷயமாக என்ன செய்வது என்று முத்தண்ணாவுக்கு எழுதிக் கேட்டார் அவர். கடை கண்ணிகள் எல்லாம் முன்போலவே நடந்து கொண்டிருக்கட்டும் என்றும், சில மாசங்கள் கழித்தும் உயில்

கிடைக்காவிட்டால் யோசித்து ஏதாவது செய்துகொள்ளலாம் என்றும் பட்டாபிராமையர் பதில் எழுதிவிட்டார். பவானிக்குப் பங்கு கொடுப்பது பற்றித் தம் தம்பியின் அபிப்பிராயம் என்ன என்று கேட்டு எழுதினார் முத்தண்ணா. அவர் என்ன தீர்மானம் செய்தாலும் தானும் அதற்குக் கட்டுப்பட்டு நடப்பதாகத் தெரிவித்துவிட்டுப் பேசாதிருந்து விட்டார் வேங்கடராமையர்.

சர்மா அண்ணா இல்லாமல் வேங்கடராமையருடைய வாழ்க்கை சிறகொடிந்த பறவையினுடையது போலத்தான் இருந்தது. மற்றவர்கள் – பெரியவர்கள் – விஷயம் என்னவானாலும் பெரியப்பா இல்லாத வாழ்க்கையின் முழுத் துயரத்தையும் அனுபவித்தவர்கள் மணியும் ராஜமுமே. சீர்குலைந்த குடும்பம் மாதிரி என்னவோ 'காமா சோமா' என்று நடந்துகொண்டிருந்தது குடித்தனம். எல்லாவற்றையும் சமாளித்துக்கொண்டு சரிவர நடத்த மதுராம்பாளுடைய சாமர்த்தியம்கூடப் போதவில்லை. சர்மா இறந்து ஏழெட்டு மாசங்களுக்குப் பிறகு, ஒரு நாள் கணவரிடம் சொன்னாள் மதுராம்பாள்:

"நாலைந்து மாசம் லீவு எடுத்துக்கொண்டு வாங்களேன். சுவாமிமலையில் முத்தண்ணாவுடனும் அக்காவுடனும் இருந்துவிட்டு வரலாம் கொஞ்ச நாள். அண்ணா போன பிறகு, என்னவோ எதுவுமே சரிப்பட்டு வரவில்லை. மனசிலே நிம்மதியே இல்லை. எனக்கும் தள்ளாமையாக இருக்கு. கொஞ்ச நாள் எங்கேயாவது போய் இருந்துவிட்டு வந்தால்தான்..."

ஆபீஸுக்குப் போகத் தயாராக நின்ற வேங்கடராமையர், "ஆமாம், நான்கூட நினைத்தேன். லீவுக்கு இன்றே எழுதுவிடுகிறேன். அடுத்த வாரம் கிளம்பிவிடலாம். அண்ணாவின் கடையைப் பார்த்துக்கொள்ள யாரையாவது ஏற்பாடு செய்யவேண்டும். வேணுவுக்குச் சொல்லியனுப்பி விடுகிறேன்; பார்க்கலாம்" என்றார்.

அடுத்த வாரம் என்று சொல்லிவிட்டுப் போனவர் மத்தியானம் இரண்டு மணிக்கே ஆபீஸிலிருந்து திரும்பிவிட்டார். நாளைக் காலை மெயிலில் கிளம்பிவிட வேண்டியதுதான். 'அக்காவுக்கு உடம்பு சரியாக இல்லை. உடனே கிளம்பு' என்று முத்தண்ணா தந்தியடித்திருக்கிறார்" என்றார்.

மதுராம்பாள் பதறிப் போய்விட்டாள். "அக்காவுக்கா? என்ன உடம்பு?" என்று கேட்டாள்.

"வயசாயிடுத்து பாவம்! அடிமேல் அடிபட்டு அவள் மனசு எவ்வளவு தளர்ந்திருக்குமோ? நம்மை எல்லாம்விட அக்காதான் ரொம்பவும் கஷ்டப்பட்டிருக்காள்" என்றார் வேங்கடராமையர்

உணர்ச்சியுடன்.

"லீவுக்கு ஏற்பாடு பண்ணிவிட்டேளா?"

"உம்... ஆய்விட்டது. தந்தியை முதலாளியிடம் காட்டி ஒரு மாசம் லீவு கேட்டேன். ஊருக்குப் போய்த் தேவையாகிறபடி மேலே லீவுக்கு எழுதிக்கொள்ளலாம்" என்றார் வேங்கடராமையர்.

மதுராம்பாள் பதில் சொல்லவில்லை. அவள் கண்களில் நீர் தேங்கியிருந்தது.

வேங்கடராமையர் தம் சட்டைப் பையிலிருந்து தந்தியையும் ஒரு கடிதத்தையும் எடுத்து மேஜைமேல் போட்டுவிட்டு, சட்டையைக் கழற்றினார்.

மதுராம்பாள் கண்ணைத் துடைத்துக்கொண்டு, "இன்னொரு கடுதாசு என்ன?" என்று கேட்டாள்.

"அதுவா? நமக்கு அற்புதமாகச் சிதம்பரத்திலே ஒரு சம்பந்தி இருக்காளே, அவா எழுதியிருக்கா. அண்ணா உயில் விஷயம் என்ன ஆச்சு, என்னன்னு கேட்டு எழுதியிருக்கா, பாவம்! அவர் மாப்பிள்ளைக்கு ஒண்ணும் கொடுக்காமே நாம்ப சாப்பிட்டு ஏமாற்றிவிடப் போகிறோமே என்று கவலைப்படறார், பாவம்!" என்றார் வேங்கடராமையர்.

"அப்படி உள்ளதைக் கொடுக்காமே சாப்பிட்டு விடற வாளும் இந்த உலகத்திலே இருக்கத்தான் இருக்காள். வக்கீல் பண்ணுகிறவருக்கு அந்தக் கட்சிதான் நன்னாத் தெரியும். உலகத்திலே நல்லவா உண்டு என்கிற ஞாபகமே தட்டாதே அவாளுக்கு! ஆனாலும் பைத்தியக்காரப் பிராம்மணன், நமக்கு எழுதியிருக்க வேண்டியதில்லை" என்றாள் மதுராம்பாள்.

"அந்தக் கடுதாசையும் எடுத்து வை. முத்தண்ணா கிட்ட காட்ட வேண்டாமா?" என்றார் வேங்கடராமையர். பிறகு, "கடை விஷயமா வேணுகிட்டே போன்லே சொன்னேன். பாத்துக்கிறதாகச் சொன்னான்" என்றார்.

மறுநாள் கிளம்புவதற்கான ஏற்பாடுகள் நடந்தன.

குழந்தைகள் இரண்டும் ரெயில் பிரயாணத்தையும் பெரிய பெரியப்பாவைப் பார்க்கப் போகிறதையும் எண்ணி எண்ணிச் சந்தோஷத்தால் பூரித்துக் குதித்தன – கும்மாளம் போட்டன. ஆனால், வேங்கடராமையருடைய மனசும் மதுராம்பாளுடைய மனசும் துக்கத்தாலும் சிந்தனைகளாலும் நிறைந்திருந்தன. குழந்தைகளை அதட்டி அடக்க வேண்டும் என்கிற ஞாபகங்கூட வரவில்லை அவர்களுக்கு. ○

ஒரே குடும்பம்

சானுப் பாட்டி அவளுடைய நீண்ட ஆயுளில் ஒரு நாளாவது தலைவலி என்றுகூடப் படுத்துக்கொண்டதில்லை என்று சொல்வது பொய்யல்ல. அப்படிப் படுத்துவிட அவளுக்குப் பொழுதே கிடைத்ததில்லை. சதா யாராவது பெண்ணின் பெண்ணோ, பிள்ளையின் பெண்ணோ, மாட்டுப்பெண்ணோ வந்துகொண்டிருப்பார்கள். அவர்களுக்குச் செய்ய வேண்டியதை எல்லாம் செய்து முடித்து நாலைந்து மாசம் வைத்துக்கொண் டிருந்துவிட்டு ஊருக்கு அனுப்புவதற்குள் சுசுரூஷைக்கு வேறு யாராவது வந்துவிடுவார்கள். ஒழிந்த நேரமென்று சானுப் பாட்டிக்கு உண்டானால் அந்த நேரத்துக்கு உத்சாகம் கொடுக்க எதிர் வீட்டிலே அம்மணிப் பாட்டி இருந்தாள்.

அம்மணிப் பாட்டியும் சானுப் பாட்டியும் சற்றேறக்குறைய ஒரே சமயத்தில் சுவாமிமலை சர்வமானிய அக்ரஹாரத்து மாப்பிள்ளைகளுக்கு வாழ்க்கைப்பட்டுச் சற்று ஏறக்குறைய ஒரே சமயத்தில் சுவாமிமலை சர்வமானிய அக்ரஹாரத்தில் குடித்தனம் நடத்த வந்தவர்கள். அடிநாள் முதலே அவர்கள் இருவரும் தோழிகள். அம்மணிப் பாட்டி புருஷனை இழந்து விதவையாகி இரண்டொரு வருஷங்களுக்கெல்லாம் சானுப் பாட்டியும் புருஷனை இழந்துவிட்டாள். ஆனால், அவர்களுக்கிடையே ஒரே ஒரு வித்தியாசம். சானுப் பாட்டிக்குப் பிள்ளை குட்டிகள் இருந்தன. அம்மணிப் பாட்டிக்கு ஒரே ஒரு பெண் மட்டுந்தான் உண்டு.

திடீரென்று ஒருநாள் அதிகாலையில் என்னவோ மயக்கமாக இருக்கிறது என்றாள் சானுப் பாட்டி. அன்று காலையில் அவளால் எழுந்திருக்க முடியவில்லை. கேட்ட கேள்விகளுக்கெல்லாம் என்னவோ மயக்கமாக இருக்கிறது என்ற ஒரே பதிலைத்தான் திருப்பித் திருப்பிச் சொன்னாள். "டாக்டரைக் கூட்டிக்கொண்டு வரட்டுமா?" என்று பட்டாபிராமையர் கேட்டதற்கு, "வேண்டாம், நாளைக்கு இருக்கிறதைப் பார்த்துக்கொண்டு டாக்டரைக் கூப்பிடலாமே" என்றாள் சானுப் பாட்டி ஹீனமான குரலில்.

அன்றுதான் அவள் ஆயுளில் முதல் தடவையாக ஸ்நானம் செய்யாமல், மடி செய்துகொள்ளாமல், படுக்கையிலே கிடந்தாள். ஆகாரமே செல்லவில்லை. பன்னிரண்டு மணி சுமாருக்குத் தன்

தோழியை வந்து பார்த்த அம்மணிப் பாட்டி சொன்னாள்: "எனக்கென்னவோ பயமாயிருக்கு பட்டாபி. கும்பகோணத்து டாக்டரை எதுக்கும் வரவழைச்சுப் பார்த்துடேன்."

அப்பொழுது சானுப் பாட்டி பிரக்ஞையற்றுக் கிடந்தாள். பிரக்ஞையிருந்தால் 'டாக்டர் வேண்டாம்' என்றுதான் அவள் அப்போதும் சொல்லியிருப்பாள்.

மத்தியானம் நாலு மணி சுமாருக்குக் கும்பகோணத்து டாக்டர் வந்தார். வெகுநேரம் சானுப் பாட்டியைப் பரீட்சித்துப் பார்த்தார். பிறகு, "டையாபடிக் கோமா, இது" என்றார். "வயசான உடம்பு. மருந்து கொடுக்கலாம்; ஆனால், பிடிக்கறது சிரமம். மருந்து எவ்வளவு தூரம் பிரயோசனப்படும் என்று நிச்சயமாக சொல்வதற்கில்லை. தேவை என்று நீங்கள் நினைத்தால் மருந்து எழுதித் தரேன்" என்றார். "ஆகாரம் கொடுப்பது மட்டும் வெகு ஜாக்கிரதையாகக் கொடுத்து வாருங்கள். நின்ற வரையில் நெடும் சுவர் என்கிற சமாசாரம்தான். வேறு ஒன்றும் நிச்சயமாகச் சொல்வதற்கில்லை" என்று சொல்லிவிட்டுத் தன் பீஸ் பத்து ரூபாயை வாங்கிக்கொண்டு கும்பகோணத்து டாக்டர் போய்ச் சேர்ந்தார்.

டாக்டர் போனவுடனேயே பட்டாபிராமையர் சென்னையில் இருந்த தன் பிள்ளைக்கும், கல்கத்தாவில் இருந்த தம்பிக்கும் தந்தி அடித்தார். பிறகு கும்பகோணம் போனார், டாக்டர் சொன்ன மருந்துகளை வாங்குவதற்கு.

தெய்வாதீனமாக அன்றுதான் சிவராமனிடமிருந்து பட்டாபிராமையருக்குக் கடிதம் வந்திருந்தது. என்றும் இல்லாத விசேஷமாகச் சிவராமன் அந்தக் கடிதத்தில் தனக்கு ஓராயிரம் ரூபாய் வேண்டியிருக்கிறது என்று கேட்டு எழுதியிருந்தான். ஆயிரம் ரூபாய் என்றால் லேசாகவா இருந்தது? அவனுக்கு எதற்காக வேண்டியிருந்ததோ அந்தப் பணம் – யாராவது கேட்டார்கள் என்று கொடுத்துவிட்டு ஏமாந்து போய், வாயில் விரலைப் போட்டுக்கொண்டு நிற்பான். பி.ஏ. படித்தவன்தான். முதல் வகுப்பில் தேறியவன்தான். கதைகள் என்னவோ மணி மணியாக எழுதினான். ஆனால், அவனுக்கு உலக ஞானம் அவ்வளவாகப் போதாதுதான்! சுத்த சூன்யம் என்றுகூடச் சொல்லலாம். பணம் என்கிற விஷயமே மிகவும் சின்ன விஷய மாகப் பட்டது அவனுக்கு. பணம் என்றால் அலட்சியம் அவனுக்கு. லட்சியங்களாகக் கொள்வதற்கு, கவனிப்பதற்கு, வேறு எத்தனையோ பெரிய விஷயங்கள் இருந்தனவே என்று எண்ணினான் அவன். பணம் என்றால் துச்சம் என்றே கருத

வேண்டும் என்று அவன் கருதினான். அப்பா பாங்கிலிருந்து பணம் வாங்கக்கூடிய நிலைமையில் உள்ள வரையில் அதெல்லாம் சரிதான் – பணம் என்றால் துச்சம் என்று கருதிக்கொண்டே காலம் தள்ளிவிடலாம். பாங்கில் இல்லாது போய்விட்டால்... என்ன பண்ணுவது என்கிற பிரச்சனையை அவன் சிந்திக்கவே இல்லை போலும். அறிவுள்ளவர்கள் பலருக்கு மிகவும் சுலப மான பல விஷயங்கள் மனசில் படுவதே இல்லை. அதனால் தான் அறிவுள்ளவர்கள் பாதையிலே ஏராளமான ஆபத்துக்கள் காத்துக்கிடக்கின்றன போலும்! வாழ்க்கைப் போரிலே தன் மகன் பல இன்னல்களில் அகப்பட்டுக்கொண்டு அவஸ்தைப்படுவான். அந்த அவஸ்தைகளிலிருந்தெல்லாம் முன்னேற்பாடாகத் தன் மகனைக் காப்பாற்றித்தான் ஆக வேண்டும் என்று தீர்மானித்தார் பட்டாபிராமையர்.

வெங்கிட்டு, அவர் தம்பியும், அவ்வளவாகக் கெட்டிக் காரனல்லதான்! அதனால்தானோ என்னவோ அவர் பாதை யிலே கஷ்டங்கள் அதிகம் குறுக்கிட்டதே இல்லை. அவருக்குக் கல்யாணமான பின் கொஞ்ச நஞ்சம் இருந்த கஷ்டங்களும் மறைந்துவிட்டன. மதுராம்பாள் மிகவும் சாமர்த்தியசாலி. தன் கணவனுடைய குறைகளை எல்லாம் உணர்ந்து, விட்டுக் கொடுத்துவிடாமல் சரி கட்டிக்கொண்டு போனாள்.

சிவராமனுக்கும் அந்த மாதிரி ஒரு மனைவி வாய்த்திருந் தாளேயானால் எவ்வளவோ நன்றாக இருந்திருக்கும். ஆனால், சிவராமனுக்கு அந்த அதிர்ஷ்டம் இல்லை. பண விஷயத்தில் சிவராமன் எவ்வளவு அசடோ அவ்வளவு அசடு அவன் மனைவி ராஜமும். என்ன செய்வது என்று சிந்தித்தார் பட்டாபிராமையர்.

கும்பகோணத்திலிருந்து மருந்துகளை வாங்கிக்கொண்டு பட்டாபிராமையர் இரவு ஒன்பது மணி சுமாருக்குத்தான் திரும்பினார். நாள் பூராவும் பிரக்ஞையில்லாது கிடந்த சானுப் பாட்டி அப்பொழுதுதான் சித்தம் சற்றுத் தெளியவே, “பட்டாபி, யாருக்கும் தந்தி அடித்துக் கலாட்டா பண்ணிவிடாதே; எல்லோருக்கும் நாளைக்குக் கடுதாசு போடு: வரவா வரட்டும்! தவிரவும் நான் கிழட்டுப் பிணம். என்னிக்குச் சாவேன்னு எப்படிச் சொல்ல முடியுண்டா... உம்!” என்றாள்.

“வெங்கிட்டுவுக்கும் சிவராமனுக்கும் தந்தி அடிச்சுப்புட்டேன். வேறு யாருக்கும் தந்தி அடிக்கல்லே. மத்தவாளுக்கெல்லாம் கடுதாசி எழுதறேன் நாளைக்கு. ஏதாவது கஞ்சியாவது சாப்பிடு! டாக்டர் சொன்ன மருந்து வாங்கிண்டு வந்திருக்கேன், சாப்பிடு. சாவித்திரி, கஞ்சி கொண்டுவந்து கொடு” என்றார் பட்டாபிராமையர்.

சானுப் பாட்டிக்கு மருந்து சாப்பிட இஷ்டமே இல்லை. "எனக்கு எதுக்கடா மருந்தும் மாயமும்? இரண்டும் இல்லாமலே சாகறத்துக்கு வழி பண்ணிக்கரேண்டா நான்!" என்றாள்.

"சாகறதும் பொழைக்கறதும் உன் கையிலே இல்லை; என் கையிலேயும் இல்லை; டாக்டர் கையிலேயும் இல்லை. ஏதோ பார்க்கலாம். மருந்தைச் சாப்பிட்டு வை, அக்கா!" என்று பட்டாபிராமையர் வற்புறுத்தினார்.

அச்சமயம் வீட்டிலே இருந்தவள் சானுப் பாட்டியின் பெண் வயிற்றுப் பேத்தி சாவித்திரி ஒருத்திதான். அவளுடைய பெண் விசாலமும் பிள்ளை அம்பிப் பயலும் தங்கள் வயசை மீறிய அறிவுடனே கொள்ளுப்பாட்டிக்கு ஏதோ நேர்ந்துவிட்டதே என்று எண்ணிக் கண் கலங்கியவர்களாக, வழக்கம்போல் இல்லாமல் மிகவும் சமர்த்தாகவே இருந்தார்கள். சானுப் பாட்டி அவர்களுக்குச் சாதம் போட்டு உபசாரம் பண்ணி ஊட்டுவதற்கிருந்தால் இல்லாத பாடெல்லாம் அவளைப் படுத்தி வைத்து அட்டூழியம் பண்ணுவார்கள். இருவரும் அவளை வேண்டியபடி எல்லாம் ஆட்டி வைப்பார்கள். ஆனால், அவர்களுடைய அம்மா சாதம் போடும்போது விஷமம் பண்ணினால் முதுகில்தான் கிடைக்கும் என்று அவர்களுக்குத் தெரியும். அவர்கள் இருந்த இடம் தெரியாமல் சப்தம் காட்டாமல் இருந்தது பட்டாபிராமையருக்கே ஆச்சரியமாக இருந்தது.

"பட்டாபிராமையர் சாப்பிடும்போது சாவித்திரியிடம், "இவ்வளவு நாளும் நம்ப குடும்பத்துக்கு ஆதாரம் போல இருந்து விட்டவள் அக்காதான். அவள் போய்விட்டால் குடும்பமே வெலவெலத்துப் போயிடும்" என்றார்.

"நம்ப செயல்லே என்ன மாமா இருக்கு?" என்றாள் சாவித்திரி.

அக்கா சானுப் பாட்டி, நிம்மதியாக உறங்கிக்கொண்டிருந்தாள். தெருத் திண்ணையில் போய்ப் படுத்த பட்டாபிராமையருக்கு அன்றிரவு பூராவும் தூக்கமே வரவில்லை. தெருவிலே நாய்கள் குரல் கொடுக்கும்போதெல்லாம் பதறிப் போய் உள்ளே போய் அக்காவைப் பார்த்துவிட்டு வருவார். நாய் ஊளையிடும் போதெல்லாம் யமன் வந்துவிட்ட மாதிரியே உணர்ச்சி ஏற்படும் அவருக்கு.

மறுநாள் அதிகாலையிலேயே வந்துவிட்டார்கள் சிவராமனும் ராஜமும்.

ராஜத்துக்கு என்னவோ சென்னையை விட்டுச் சுவாமிமலை என்கிற குக்கிராமத்துக்கு வர இஷ்டம் இல்லைதான். தவிரவும்

சுவாமிமலையிலே அத்தையையும் அத்தை பெண்ணையும் சந்தித்து அவர்களுடன் சில நாள் இருக்க வேண்டி நேரிடும் என்று எண்ணியபோது அவளுக்குச் சென்னையை விட்டுக் கிளம்பவே இஷ்டமில்லை. ஆனால், இப்படிப்பட்ட சந்தர்ப்பத்தில்கூட போகாமல் இருக்கலாமா? அது சாத்தியம் இல்லை. அப்படி இருக்க நினைப்பதே தவறு என்று உணர்ந்தவளாகக் கிளம்பினாள் அவள்.

கிளம்பும் முன் ராஜமும் சிவராமனும் போய் பவானியைப் பார்த்து அவளுக்கும் விஷயத்தைச் சொல்லிவிட்டு வந்தார்கள். பவானிக்கு அந்த வாரம், பரீட்சை முடிந்துவிட்டால் லீவுதான்; அவளும் சுவாமிமலை வந்துவிடலாம். பரீட்சை விட்டுவிட்டு அவசியமானால் ஒழிய அவள் வர விரும்பவில்லை. அக்காவைப் பார்க்க பவானிக்கும் ஆவல்தான். அவளும் தன்னுடன் வந்தால் தனக்குச் சற்று ஆறுதலாக இருக்கும், அத்தையும் அவள் பெண்ணும் பவானிக்குப் பயந்துகொண்டு தன்னைப் படுத்தாமல் இருப்பார்கள் என்று எண்ணினாள் ராஜம். ஆனால் பரீட்சை ஒன்று குறுக்கே நின்றது.

“நிலைமை மோசமானால் தந்தி அடி. பரீட்சை எப்படி யானாலும் ஆகட்டும்னு வந்துவிடுகிறேன்” என்று சிவராமனிடம் சொல்லி வைத்தாள் பவானி.

போட் மெயிலில் ஒரே கூட்டம். சென்னைக்கு வரும்போது இரண்டாவது வகுப்பு டிக்கெட்டுகள் வாங்கிக்கொண்டு சௌகரியமாகப் பிரயாணம் செய்த ராஜமும் சிவராமனும் கிராமம் திரும்பும்போது கூட்டத்தில் நெறிபட்டுக்கொண்டு, கால் நீட்ட இடமில்லாமல் அவஸ்தைப் பட்டுக்கொண்டு, மூன்றாவது வகுப்பில் பிரயாணம் செய்தார்கள. சிவராமனிடம் அன்று ரெயிலுக்குக் கிளம்பும்போது இரண்டு மூன்றாவது வகுப்பு டிக்கெட்டுகளுக்கு மட்டுமே பணம் இருந்தது. அது கூடத் தெய்வாதீனமாக எப்பொழுதோ திரேதாயுகத்தில் எழுதிய ஒரு கதைக்கு ஒரு பத்திரிகை தயை கூர்ந்து எவ்வளவோ தரம் ஞாபகப்படுத்திய பின் அனுப்பியிருந்த பணம். அது எப்படியோ – தெய்வாதீனமாக என்றுதான் சொல்ல வேண்டும் எட்டு மணி நேரம் சிவராமன் கையில் செலவாகாமல் இருந்தது.

பவானியைப் பணம் கேட்டு வாங்கிக்கொண்டிருக்கலாம். ஆனால், அது சரியல்ல என்று சிவராமன் எண்ணினான்.

இரவு பூராவும் ரெயிலில் அக்காவைப்பற்றியே பேசிக் கொண்டு வந்தான் சிவராமன். ராஜம் உட்கார்ந்தபடியே தூங்க முயன்றுகொண்டிருந்தாள். சிலசமயம் அத்தையைப் பற்றியும், அவளுடைய மூத்த பெண் சாவித்திரியைப் பற்றியும், இரண்டாவது

பெண் பவானியைப் பற்றியும் இடையிடையே ஏதாவது சொன்னாள்.

விடிவதற்கு முன்னமே போட்மெயில் கும்பகோணத்தை அடைந்துவிட்டது. கும்பகோணத்திலிருந்து குதிரை வண்டி வைத்துக்கொண்டு ராஜமும் சிவராமனும் பொலபொலவென்று பொழுது விடிகிற சமயத்துக்குச் சுவாமிமலையை அடைந்தார்கள். குதிரை வண்டிக்காரனுக்குக் கொடுக்கச் சிவராமனிடம் காசில்லை. கௌரதையாகப் பர்ஸைத் திறந்து பார்த்துவிட்டு, "அப்பா, எங்கிட்டே சில்லறை இல்லை, வண்டிக்காரனுக்குப் பன்னிரண்டு அணா கொடுத்துவிடு" என்று அப்பாவிடம் சொல்லிவிட்டுச் சிவராமன் அக்காவைப் பார்ப்பதற்கு உள்ளே போனான்.

ராஜத்துக்கு நிலைமை தெரியும். தன் கணவன் சம்பாதிக்க வில்லையே, இன்னமும் பிறர் கையையே பார்த்து நிற்கிறாரே என்று அந்த விநாடி ஆத்திரம் பற்றிக்கொண்டு வந்தது அவளுக்கு. அவளுக்கு அச்சமயம் மாமனார் பேரில்கூட அநாவசியமாகக் கோபம் வந்தது.

சிவராமன் உள்ளே போய்ப் பார்த்தபொழுது சானுப் பாட்டிக்குப் பிரக்ஞை இருந்தது. சிவராமனையும் ராஜத்தையும் அழைத்துப் பக்கத்தில் உட்கார்த்தி வைத்துக்கொண்டு ஹீனமான குரலில் முக்கி முனகிக்கொண்டு, "உம்... இந்த வயசிலே ஏண்டா... உம்... பட்டணத்திலே போய்க் குடித்தனம் பண்றே? அம்... மாடி! இங்கேயே ராஜாவும் ராணியுமாட்டமா இருக்கப் படாதோ?" என்றாள்.

இந்த இரண்டு வாக்கியங்கள் பேசியதே அவளுக்குச் சிரம மாக இருந்தது போலும்! மூச்சு இரைக்கச் சற்று நேரம் முனகிக் கொண்டே பேசாமல் இருந்தாள்.

வண்டிக்காரனுக்குச் சில்லறை கொடுத்து அனுப்பிவிட்டு உள்ளே வந்த பட்டாபிராமையர். "சிறுசுகள்தானே அக்கா! பட்டிக்காடு பிடிக்கவில்லை. பட்டணத்து நாகரிகம்தான் அவாளுக்கு ஒத்துவரது" என்றார்.

"நாங்கள் பட்டணம் போனது பிசகுன்னுதான் நீ உடம்பு சரியா இல்லாமே படுத்துண்டு எங்களைத் திரும்பவும் கிராமத்துக்கு அழைச்சுண்டு வந்துட்டயே!" என்றான் சிவராமன்.

பிரியம் ததும்பும் கண்களுடன் சானுப் பாட்டி சிவராமனையும் ராஜத்தையும் மாறி மாறிப் பார்த்தாள்.

"அக்கா இனிமே உடம்பு சரியாக இல்லேன்னு படுத்

திண்டிருந்தா சரிப்படாது. நாளைக்கு காலையிலே நீ எழுந்து வந்து உன் கையாலேயே எனக்குப் பழையது போடணும்!" என்றான் சிவராமன்.

"நாங்க பட்டணத்திலே ஒரு டாக்டரைப் பார்த்தோம். உனக்கு உடம்பு தேறணுமானால் ஒரு வருஷமாவது உன் பாட்டி போட்டு நீ பழையது சாப்பிட வேணும் என்று அவர் சொன்னார்" என்றான்.

"தேவலையே! பட்டணத்துலே கூடக் கெட்டிக்கார டாக்டர்கள் இரண்டொருத்தர் இருக்காப்லே இருக்கே!" என்று சொல்லி நகைத்தார் பட்டாபிராமையர்.

"ஒரு வருஷம் என்ன.. அம்மாடி அம்மா.. ஏழு வருஷம் வேணும்னாலும் நான் பழையது போடறேன். எனக்கு இப்படி உடம்புக்கு வந்தால் நான் செத்துப் போய்விடுவேனா என்ன! ஊஹூம் உம்... நான்... சாகமாட்டேன்!" என்றாள் சானுப் பாட்டி. பிறகு ராஜத்தின் பக்கம் திரும்பி, "ராஜம்! நீ ஸ்நானம் பண்ணிண்டுதான் இருக்கையாடி?" என்று கேட்டாள்.

ராஜத்தைப் பதில் சொல்லவிடாமல் சிவராமன் முந்திக் கொண்டான்: "அக்காவைச் சீக்கிரம் இழந்துவிட எனக்கோ ராஜிக்கோ மனசு வராது. ஆகவே அவள் ஸ்நானம் பண்ணிண்டு தான் இருக்காள்" என்றான்.

அக்கா அவனைக் கடிந்து கொண்டாள்: "போடா சிவராமா! உனக்கு எப்பப் பார்த்தாலும் எதைப் பார்த்தாலும் கேலிதான்... உம்... காலாகாலத்திலே..." என்று வற்புறுத்த ஆரம்பித்தாள்.

பட்டாபிராமையர் குறுக்கிட்டார். "ராத்திரிப் பூராவும் கண் விழிச்சுண்டு கூட்டத்திலே இடிபட்டு வந்திருக்கா பாவம். பல் தேச்சுட்டுக் காபி சாப்பிடட்டும். நீயும் பேசிப் பேசி உடம்பை அதிகமாக அலட்டிக்காதே அக்கா, மருந்து கொடுக்கட்டுமா? சாப்பிடறயா?" என்றார்.

பிறகு தன் பிள்ளை பக்கம் திரும்பி, "ஏண்டா சிவராமா! அக்காவுக்கு உடம்பு சரியில்லை என்று தந்தி அடித்தேனே! பட்டணத்திலிருந்து வந்தவன் ஒரு கூடை பழம் வாங்கி வரப்படாதோ?" என்றார்.

ராஜம் ஏளனமாக நிமிர்ந்து சிவராமனைப் பார்த்தாள்.

சிவராமன் ஏதாவது சொல்லிச் சமாளித்துக்கொள்ள முயன்றான்: "இல்லேப்பா! ம்... இல்லே! நெனச்சேன்; ஆனால், செய்ய முடியவில்லை. தந்தி கிடைச்சது ஏழு ஏழரை மணிக்கு. ரெயில் ஒன்பது மணிக்கு. அடிச்சுப் புடைச்சிண்டு கிளம்பத்தான்

சரியாக இருந்தது" என்றான். பொழுதிருந்தால்கூட ஒரு கூடை பழம் வாங்க அச்சமயம் அவனிடம் பணம் ஏது? ஐந்தாறு ரூபாயாவது வேண்டியிருக்குமே!

அறிவும், பெருமையும், கர்வமும் இருந்தது மட்டும் போதாது. இதற்கெல்லாம் மேலான தேவை ஒன்று உண்டு. பணம்... பணம் தேவை! அதுதான் முதல் தேவை என்று ஏதோ ஒன்று அவன் அகக்காதிலே ஓதிக்கொண்டிருந்தது.

இவ்வளவு நேரமும் காபி தயார் செய்துகொண்டு சமையல் அறைக்குள் இருந்த சாவித்திரி தன் மாமாவுக்குக் காபி கொண்டுவந்து கொடுத்தாள். "அம்மாஞ்சி, பல்லைத் தேய்ச்சுட்டு வா! காபி ஆறிப்போயிடும். உனக்காக நல்ல காபி போட்டிருக்கேன்" என்றாள் சாவித்திரி. பிறகு ராஜத்தின் பக்கம் திரும்பி, "நீயும் பல்லைத் தேயேண்டி! காபி சாப்பிடலாம்" என்றாள்.

"அக்காவுக்கு என்ன இப்படித் திடீர்னு உடம்புக்கு வந்தது?" என்று விசாரித்துக்கொண்டே ராஜம் சாவித்திரியைப் பின் தொடர்ந்து சமையல் அறைக்குள் போனாள்.

"அக்காவுக்கும் காபி கொடு சாவித்திரி!" என்று உரக்கச் சொன்னார் பட்டாபிராமையர்.

"எனக்கு எதுக்குடா காபி?" என்று ஹீனமான சுரத்தில் கேட்டாள் சானுப் பாட்டி.

"கொஞ்சம் சாப்பிடு, பாதகமில்லை!" என்றார் பட்டாபி ராமையர்.

இவ்வளவு நேரம் படுத்து உறங்கிக்கொண்டிருந்த அம்பிப்பயல் எழுந்து வந்து, "எனக்குப் பப்பர்முட்டு வாங்கித் தா" என்று சிவராமனுடைய கால்களைக் கட்டிக்கொண்டான்.

இதற்குள் கொல்லையில் கிணற்றடியில் பாத்திரம் தேய்த்துக் கொண்டிருந்த விசாலம் கையில் பளபளவென்று தேய்த்த இரண்டு பாத்திரங்களுடன் உள்ளே வந்தாள். "நீ மட்டும்தான் வந்தாயா? ராஜத்தை அழைச்சுண்டு வரலையா?" என்று கேட்டுக்கொண்டே வந்தாள். விசாலத்துக்கு எப்போதுமே ராஜத்திடம் அலாதியாகப் பிரியம் உண்டு.

சிரித்துக்கொண்டே சிவராமன், "ராஜியைச் சிதம்பரத்திலேயே விட்டுவிட்டு வந்துட்டேன்" என்று சொல்லிவிட்டுப் பல் துலக்க இரண்டாம் கட்டுக்குப் போய்விட்டான்.

அதற்குள் ராஜமே வந்துவிடவே வெகு பிரியத்துடன்

அவளண்டையில் போய் நின்றுகொண்டு அவளுடன் கலகல வென்று பேச ஆரம்பித்துவிட்டாள் விசாலம்.

தன் பெண் ராஜத்திடம் அவ்வளவு ஒட்டுதலாக இருப்பது சாவித்திரிக்கு என்றுமே பிடிக்காது. தன் குணத்தைக் காட்டுவதற்கு ஒரு சமயம் வாய்த்ததே இவ்வளவு சீக்கிரமாகவே என்கிற சந்தோஷத்துடன், சாவித்திரி சமையலறையில் இருந்தபடியே உரக்கக் குரல் கொடுத்தாள்: "விசாலம், அப்புறம் வம்பளந்துக்கலாம். சமையல் ஆனால்தானே நேரத்திலே கொட்டிக்கலாம். பாத்திரம் தேச்சாச்சானா, கொண்டு வா!"

விசாலத்தினுடைய முகம் இறங்கித் தொங்கியதை விவரிப்பது ஆகாத காரியம்.

"போம்மா விசாலம்! நான் வந்ததற்காக உனக்கும் சேர்த்து வசவு கிடைக்கும். என்னத்துக்கு! போய்க் காரியத்தைப் பாரு" என்றாள் ராஜம். பவானியைக் கொண்டிருந்தாள் விசாலம் என்று ராஜத்துக்கு உள்ளூர நினைப்பு. அந்த வம்சத்திலே பவானியிடமும் விசாலத்திடமும்தான் ராஜத்துக்குப் பிரியம் எப்படியோ விழுந்திருந்தது.

ராஜம் கூடத்திலிருந்து போனபிறகு, அவள் வார்த்தைகளைக் கேட்டுக்கொண்டு அக்காவுக்குப் பக்கத்தில் உட்கார்ந்திருந்த பட்டாபிராமையர், "நீயும் படுத்துண்டுட்டாயா அக்கா! இனிமே வீட்டில் ஒரே ரகளைதான்" என்றார்.

சானுப் பாட்டி மறுபடியும் சோர்ந்து போய்ப் படுத்துக் கிடந்தாள். அவள் பிரக்ஞை நழுவிக்கொண்டிருந்தது. பட்டாபிராமையர் சொன்ன வார்த்தைகள் அவள் காதிலேயே தெளிவாக விழவில்லை. விழுந்த வார்த்தைகள் அவள் அறிவில் உறைக்கவில்லை.

அதைக் கவனிக்காத பட்டாபிராமையர், "வழக்கம் போலவே சிவராமன் கையிலே பைசாக்கூட இல்லாமல் வந்திருக்கான்!" என்றார்.

பல் துலக்கிவிட்டு இரண்டாம் கட்டிலிருந்து வந்து கொண்டிருந்த சிவராமன் காதிலும் இந்த வார்த்தைகள் – அவன் தகப்பனார் சொல்லிக்கொண்டிருந்த வார்த்தைகள் தெளிவாக விழுந்தன. ஆனால், காதில் விழுந்ததாகக் காட்டிக்கொண்டு ஏதாவது பதில் சொல்லி அப்பாவையும் தன்னையும் ஒருங்கே சிரமப்படுத்திக்கொள்வதில் என்ன லாபம் என்று யோசித்துப் பேசாமலே இருந்துவிட்டான். அவர் மனக்குறையை அவர் இப்படித் தெரிவித்துக்கொண்டிருந்தார். அதற்காக அவரைக் குற்றங் கூறுவதால் என்ன பயன்? தன் வழிகளைச் சீர்படுத்திக் கொண்டு

நிம்மதியான வாழ்வு, லட்சியபூர்வமான வாழ்வு வாழ்வதற்கு ஏற்பாடு செய்துகொள்ள வேண்டும் என்று தீர்மானித்தான் சிவராமன்.

கூடத்துக்கு வந்தவுடனே சானுப் பாட்டியினுடைய நிலைமையை அவன் கவனித்தான். திடுக்கிட்டுப் பயந்து போனான். "என்ன, இப்படி என்னவோபோல..?" என்று பதறிக்கேட்டான்.

பட்டாபிராமையரும் அப்பொழுதுதான் தம் தாயாருக்குப் பிரக்ஞையில்லை என்பதைக் கவனித்தார், "நேற்றுக் காலை முதலே இப்படித்தான். ஏதோ சில நாழிகை நேரம்தான் பிரக்ஞை இருக்கு. நீ வரச்சே பிரக்ஞை சாதாரணமா இருந்தது. நேற்றுப் பூராவும் அக்கா இப்படியேதான் கிடந்தாள். சில சமயங்களில் முனகுவாள், மிகவும் ஹீனமான குரலில். மற்றபடி இப்படியே தான் கிடந்தாள் நேற்றுப் பூராவும்" என்று பதிலளித்தார் பட்டாபிராமையர்.

"டாக்டர் என்ன சொல்றார்?"

"டாக்டரா? டாக்டர் என்ன சொல்லுவார்? மருந்து கொடுத்துப் பார்க்கலாம், ஆனால் வயசாயிடுத்தே என்றார். டயாபடிக் கோமாவாம். வாலிபர்களுக்கு வந்தாலே சிரமந்தானாம், வயசானவர்களுக்கு வந்தால் கேட்க வேண்டுமா?" என்றார் பட்டாபிராமையர்.

"ஜாக்கிரதையாகப் பார்த்துக்கொள்ள வேணும்" என்றான் சிவராமன்.

"அது சரி; ஆனால் அவ உசிரு என்ன நம்ம கையிலேயா? இன்னிக்கோ நாளைக்கோ, ஒரு மாசங்கழிச்சோ, யார் கண்டா? நம்மாலானதைச் செஞ்சு பார்க்கலாம்; அவ்வளவுதான்" என்றார் பட்டாபிராமையர்.

ஒரு விநாடிக்குப் பிறகு, "கல்கத்தாவுக்கும் தந்தி கொடுத்தேன் நேற்றுச் சாயந்தரமே; இன்னிக் காலையிலே கிடைத்து வெங்கிட்டு இன்னிக்கே புறப்பட்டானானால் வெள்ளிக்கிழமை வந்துவிடுவான். எப்படியும் சனிக்கிழமை வந்து சேர்ந்துவிடுவான்; அவன் வருகிற வரைக்குமாவது அக்கா இருப்பாளானால் சரிதான்" என்றார் ஒரு விநாடிக்குப் பிறகு.

"எனக்கென்னவோ அக்கா இப்போது செத்துப் போயிடு வாள் என்கிற நம்பிக்கையே வரவில்லை" என்றான் சிவராமன்.

"அக்கா இப்போ செத்துப்போயிடுவாள் என்கிற நம்பிக்கையே வரவில்லை" என்று சிவராமன் சொன்னதைக் கேட்டுக்கொண்டே எதிர்வீட்டு அம்மணிப் பாட்டி வந்துவிட்டாள்.

"எழுபது எண்பது வருஷம் இருந்து படவேண்டியதை எல்லாம் பட்டாச்சு. இன்னும் இருந்து பட வேண்டுமா அவள்?" என்றாள் அம்மணிப் பாட்டி.

"என்னவோ! எனக்குத் தேவை இருக்கிறது. அக்கா போய்விட்டால் வாழ்க்கை வாழ்க்கையாகவே படாது எனக்கு! அந்த ஞாபகம்தான் தலை தூக்கி நிற்கிறது என் மனசிலே. அவள் பாவம் படற கஷ்டம் எல்லாம் எனக்குத் தெரியறதா என்ன?" என்றான் சிவராமன்.

"ஆனால் ஒண்ணு சிவராமா..." என்றாள் அம்மணிப் பாட்டி.

"என்ன?"

"பேரனுக்குப் பிள்ளை பொறக்கற வரைக்குமாவது உசிரோட இருக்கணும்னு சானுவுக்கு ஆசைதான். இப்போ செத்துப் போனால்கூட அவள் மனசிலே பெரிய குறையோடுதான் சாவாள்" என்றாள் அம்மணிப் பாட்டி.

"அதற்கும் காலம் வர வேண்டாமா? கல்யாணமாகி ஒன்பது வருஷம் கழித்துதான் எனக்குக் குழந்தை பிறந்தது!" என்றார் பட்டாபிராமையர்.

"எனக்குப் பிள்ளையே பொறக்காமல் இருந்துவிட்டா அக்கா சாகவே மாட்டாள் என்கிறேளா நீங்கள்? அப்படியானால்..." என்று ஆரம்பித்தான் சிவராமன்.

அம்மணிப் பாட்டி குறுக்கிட்டாள்: "அசட்டுப் பிசட்டு என்று பேசாதேடாப்பா! இப்ப நீ சொல்றதை அவள் மாத்திரம் கேட்டிண்டிருந்தால் இந்த நிமிஷமே அவள் பிராணன் போயிடும்" என்றாள்.

நிஜந்தான். இந்த மாதிரி விஷயங்களைப் பற்றி விளையாட்டாகக்கூட இந்த மாதிரி எல்லாம் பேசக்கூடாது என்பது நியாயம்தான் என்று சிவராமனுக்கும் தோன்றிற்று. எந்த நிமிஷம் எந்த வார்த்தை எந்தத் தெய்வத்துக்கு அதிருப்தி தருமோ, கோப மூட்டுமோ, யார் சொல்ல முடியும்? எந்த மனிதனும் தெளிந்து நிச்சயமாகச் சொல்ல முடியாது.

வாழ்க்கை வழிகளைப் பொறுத்தவரையில் இந்தப் பாட்டிமார்களுக்குத்தான் எவ்வளவு அறிவு இருந்தது! வேத வேதாந்தங்களையும் கரைத்துக் குடித்துக் கரைகண்டுவிட்டதாகப் பட்டமும் பெருமையும் பெற்றுவிட்ட பண்டிதர்களுக்கு இந்தப் பாட்டிமார்களின் அனுபவ அறிவிலே ஆயிரத்தில் ஒன்று, ஏன் லட்சத்தில் ஒன்றுகூடக் கிடையாதே என்று எண்ணினான்

சிவராமன்!

தத்துவ ஆசிரியனிடம், பண்டிதனிடம் ஆறுமாசக் குழந்தை ஒன்றைக் கொடுத்துப் பாருங்கள், ஆறு நாள் தேவையில்லை; ஆறே நாழிகைகளில் நம்மால் ஆகாது என்று தோல்வியை ஒப்புக் கொண்டுவிடுவான் – திணறிப் போவான். அம்மணிப் பாட்டியும் அக்காவும் எந்தத் தத்துவ விவகாரத்திலும் சரியான பங்கெடுத்துக் கொள்வதற்குப் போதிய மனப் பக்குவமும் வன்மையும் பெற்றவர்கள். இது தவிர குழந்தைகள் பெற்று வளர்த்த அனுபவம் வேறு சுபாவமாகவே அமைந்திருந்தது அவர்களுக்கு.

அம்மணிப் பாட்டியும் அக்காவும்கூடத் தன்னைப் போலவே லட்சியவாதிகள்தாம் என்று சிவராமன் எண்ணினான். ஆனால், தங்கள் லட்சியங்களைத் தங்கள் வாழ்க்கைக்கு ஏற்றபடியும், வாழ்க்கையைத் தங்கள் லட்சியங்களுக்கு ஏற்றபடியும் அனுசரணையாக அமைத்துக்கொள்வதற்குப் போதிய தெம்பு இருந்தது அவர்களுக்கு.

அம்மணிப் பாட்டியின் வார்த்தைகளால் சிவராமனின் சிந்தனைகள் கலைந்தன.

அம்மணிப் பாட்டி சொல்லிக்கொண்டிருந்தாள்: "என்னடாப்பா பிரமாதமா யோசனை பண்ண ஆரம்பிச்சுட்டே! யோசிச்சு என்னைப் பத்திக் கதை கிதை எழுதிப்பிடாதே!" என்றாள்.

"எழுதத்தானே போறேன்" என்று சிவராமன் சிரித்துக்கொண்டே சொன்னான்.

"போறும் போறும் நீ கதை எழுதற சமத்து! அடுத்தாத்துக் காரனைப் பற்றி ஏதோ எழுதிப்புட்டு அவன் மொல்லு மொல்லுன்னு உங்கப்பன் கிட்டே சண்டைக்கு வந்துட்டான் வரிந்து கட்டிக்கொண்டு. இப்படியாச்சா? விட்டேனா பார்!' என்று ஆரம்பித்துவிட்டான்" என்றாள் அம்மணிப் பாட்டி.

பட்டாபிராமையர் சிரித்தார். "அது கிடக்கறது போ! போய் காபி சாப்பிட்டுவிட்டு வா" என்றார்.

விஷயம் இன்னதென்று அறியாமல் விழித்தான் சிவராமன்.

அம்மணிப் பாட்டி சிரித்துக்கொண்டே சொன்னாள்: "நான் பொல்லாதவள். அடுத்தாத்துக்காரன் சும்மா விரட்டினதோடு நிறுத்திக்கொண்டான். நான் உங்கப்பா கிட்டப் போகமாட்டேன். உங்கிட்டயே வந்துடுவேன் சண்டை பிடிக்க!" என்றாள்.

"அடுத்தாத்துக்காரனா? அப்படி யாரைப் பத்தி என்ன

எழுதியிருந்தேன்?" என்று ஆச்சரியத்துடன் கேட்டான் சிவராமன்.

"அதாண்டா – யக்ஞன் இல்லே, யக்ஞன்? அவனைப் பத்தி நீ ஒரு கதை எழுதிப்பிட்டயாம். ஒரு வாரம் பூராவும் ஓயாமல் ஒழியாமல் பொகைஞ்சிண்டே இருந்தான் அவன்" என்றாள் அம்மணிப் பாட்டி.

இன்னமும் விஷயம் விளங்கவில்லை சிவராமனுக்கு. "எந்தக் கதை? எனக்குத் தெரியவில்லையே!" என்றான்.

பட்டாபிராமையர் சொன்னார்: "அதாண்டா! 'நடந்த கதை'ன்னு ஒண்ணு எழுதியிருந்தயே, அது நிஜமாவே நடந்த கதைதான். யக்ஞனாத்துக் கதைதான்" என்றார்.

"எந்த யக்ஞன்?"

"அம்மணிப் பாட்டியாத்துக்கு மேலண்டை ஆத்திலே இல்லே? அந்தக் கிழவன்தான்டா" என்றார் பட்டாபிராமையர்.

அம்மணிப் பாட்டி சொன்னாள்: "அவன் பிள்ளைகூடக் கும்பகோணத்திலே வக்கீல் பண்றான். அவன் கிட்டப்போய் வழக்குப் போடலாமான்னு கேட்டிருக்கான் போல் இருக்கு. வழக்குக்கு ஒண்ணுமில்லைன்னு ஏற்பட்டுடவே சும்மா வந்து உங்கப்பா கிட்டே ஆர்ப்பாட்டம் பண்ணி அதட்டி உருட்டிண்டிருந்தான்" என்றாள்.

"இதுக்கெல்லாம் காரணம் அந்தக் கதையே இல்லை. பாபராஜபுரத்து நிலத்தை தன்கிட்டக் குத்தகைக்கு விடணும்னு ஒரு வருஷமாகக் கேட்டுண்டிருந்தான் யக்ஞன். எனக்கு இஷ்டமில்லை. ரங்கசாமிகிட்டே குத்தகைக்கு விட்டுட்டேன்னு தெரிஞ்சவுடனே ஆத்திரம் வந்துடுத்து யக்ஞனுக்கு. அவ்வளவுதான். அந்தச் சமயத்திலே உன் கதையும் வந்தது. அதைக் கொண்டு போய் யாரோ அவனிடம் காட்டிவிட்டார்கள். சாக்கு அகப்பட்டுவிட்டது என்று குதிக்க ஆரம்பித்துவிட்டான்" என்றார் பட்டாபிராமையர்.

கதை எழுதுவதிலே இந்தத் தகராறுகள் எல்லாம்கூட உண்டா என்கிற சிந்தனையில் ஆழ்ந்துவிட்டான் சிவராமன். 'நடந்த கதை' என்று தான் பல மாசங்களுக்கு முன் எழுதிய கதையைப்பற்றி இப்பொழுதுதான் அவனுக்கு ஞாபகம் வந்தது. சட்டத்தை ஏமாற்றுகிற உத்தேசத்துடன் நாலுபேர் யுக்தி செய்து அயோக்கியத்தனமாகக் கோர்ட்டிலே வெற்றி பெற்றார்கள் என்ற கதை அது. இந்த நாலு அயோக்கியர்களில் தலைவனுக்குப் பெயர் நாராயணன் என்று வைத்திருந்தான் சிவராமன். யக்ஞனுடைய முழுப் பெயர் யக்ஞநாராயண சாஸ்திரி என்பது

தான். இந்தக் கதையை முதலில் சிவராமனுக்குச் சொன்னது அக்காதான். சுவாரசியமான கதை; நிஜமாக நடந்தது என்றுதான் அக்காவும் சொல்லியிருந்தாள். ஆகவேதான் 'நடந்த கதை' என்று பெயரிட்டிருந்தான் சிவராமனும். யக்ஞநாராயண சாஸ்திரி என்கிற கிழவரின் கதைதானா அது!

"அக்காதான் எனக்கு அந்தக் கதையைச் சொன்னாள்" என்றான் சிவராமன்.

"பாட்டி கதை சொல்றதிலே புலி. பேரனும் அவளைப் போலவேதான் இருக்கான்!" என்று கேலி செய்தாள் அம்மணிப்பாட்டி.

சாவித்திரி காபி கொண்டு வந்தாள். "சிவராமா, காபியைச் சாப்பிட்டுவிட்டுக் கதைக்கலாம். காபி ஆறிவிடப்போகிறது!" என்றாள்.

சிவராமன் காபியை வாங்கிக் குடித்தான்.

அம்மணிப் பாட்டி கேட்டாள்: "ஏண்டா சிவராமா? பட்டணத்து அத்தங்காள் உன்னோட வரல்லையா?"

"அவளுக்குப் பரீட்சை சமயம். இன்னும் ஒரு வாரம் போனால் லீவு விட்டுவிடுகிறார்கள் வரலாம்; வந்து விடுவாள்" என்று பதில் அளித்தான் சிவராமன்.

"அது வரையில் இந்தக் கிழடு தாங்கணுமே!" என்றாள் அம்மணிப் பாட்டி.

"அப்படி ஏதாவது நேர்ந்து விடும்போல் இருந்தால் தந்தி அடிக்கச் சொல்லியிருக்காள். பரீட்சை தொலையட்டும் என்று உடனே கிளம்பி வந்துவிடுவாள்" என்றான்.

"ஏதாவது நேருவதானால் நமக்கு அறுபது நாழிகை நேரம் முன்னெச்சரிக்கை நோட்டீசு கொடுத்துவிட்டுத்தான் நேரு மாக்கும்!" என்றாள் அம்மணிப் பாட்டி.

பவானியைப் பற்றிப் பேச்சு வந்தவுடனே சிவராமனுக்கு வேறு ஞாபகம் வந்தது. தன் தகப்பனாரைப் பார்த்து, "பவானியும் கதை எழுதறாள் அப்பா. முதல் கதை ஒன்று எழுதி என்னிடம் தந்தாள். அற்புதமான கதை!" என்று உற்சாகத்துடன் சொன்னான்.

பவானியும் கதை எழுதுகிறாள் என்கிற விஷயம் பற்றிப் பட்டாபிராமையருக்கு அப்படி ஒன்றும் பிரமாதமாக உற்சாகம் தோன்றிவிடவில்லை. "ஓஹோ!" என்றார்.

அம்மணிப் பாட்டிக்கு எப்பொழுதுமே சிவராமனுடைய வாயைக் கிண்டி அவனுக்குக் கோபமூட்டி வேடிக்கை பார்ப்பதிலே பிரியம் அதிகம். செல்லமாகச் சொந்தமாய்ப் பரிகாசம் செய்வாள் அவள். அவள் சொன்னாள்: "உன்னைவிட உன் அத்தங்காள் கெட்டிக்காரிதான். சந்தேகம் என்ன?" என்றாள்.

"கதை எழுதக் கெட்டிக்காரத்தனம் மட்டும் போதாதே!" என்றான் சிவராமன்.

"அது சரிதான். ஆனால், பவானி கதை எழுதினால் நீ எழுதறதையும்விட நன்றாகத்தான் எழுதுவாள் என்பதில் எனக்குச் சந்தேகமே இல்லை" என்றாள் அம்மணிப் பாட்டி.

'ஓகோ, அம்மணிப் பாட்டிக்கு இலக்கிய விமர்சனம்கூட வரும்போல இருக்கிறது' என்று எண்ணினான் சிவராமன். அவனுக்குச் சிரிப்பு வந்தது.

அவன் சிரிப்பதைப் பார்த்து அம்மணிப் பாட்டி சொன்னாள்: "இந்தக் கிழட்டுப் பொணத்துக்குக் கதைகளையும் கதை எழுதறதையும் பற்றி என்ன தெரியும்னு நெனைச்சுச் சிரிக்கறே நீ! அதென்னமோ அப்பா! கதை சொல்றதுக்குன்னு பொறந்தவ நாங்கதான்!"

சிவராமன் பதில் சொல்லவில்லை. அம்மணிப் பாட்டி சற்றுநேரம் கழித்து மேலும் சொன்னாள்: "நீ என்னதான் படிச்சுப் படிச்சு யோசிச்சு யோசிச்சு கதை எழுதினாலும் உங்கக்கா சொல்ற மாதிரி ஒண்ணு எழுதிவிட முடியுமா?" என்றாள்.

"அதென்னவோ நிஜந்தான். ஒப்புக்கொள்கிறேன்" என்றான் சிவராமன். "அக்கா முன்பெல்லாம் தான் கல்கத்தாவுக்கும், அயோத்திக்கும், ஹரித்துவாரத்துக்கும், லாகூருக்கும் போய் வந்ததை எல்லாம் கதை கதையாகச் சொல்வாள். நானுந்தான் அதற்குப் பிறகு அங்கெல்லாம் போய்விட்டு வந்தேன். என்னால் அக்கா மாதிரி அதை எல்லாம் சொல்ல முடியத்தான் இல்லை" என்றான்.

"அதான் சொன்னேன். பவானியும் உங்கக்கா மாதிரிதான். அவள் எழுதற கதை நீ எழுதற கதையைவிட எட்டு மடங்கு நன்னாத்தான் இருக்கும்னு அதான் சொன்னேன்" என்று தன் வெற்றியை வற்புறுத்தினாள் அம்மணிப் பாட்டி.

"இப்பவே இப்படிச் சொல்றேளே – படிச்சுப் பார்த்துட்டா என்ன சொல்வேளோ பாட்டி!" என்றான் சிவராமன்.

"எனக்குப் படிக்க வேறே தெரியுமா?" என்று நகைத்தாள் அம்மணிப் பாட்டி. "நீ படிச்சுக் காட்டினாயானால் கேட்டிண்

டிருக்கேன்" என்றாள்.

"நீங்க சொல்றது வாஸ்தவம்தான்! பவானி எழுதிய முதல் கதையே இவ்வளவு ஜோராக இருக்கே; அவள் எழுதிப் பழகிவிட்டாளானால் எப்படி இருக்கும்?" என்றான் சிவராமன். முகத்திலே ஏளனப் புன்னகை மலர இதைக் கேட்டுக்கொண்டே ராஜம் இரண்டாம் கட்டிலிருந்து கூடத்துக்கு வந்தாள். அவளைப் பார்த்தவுடன் அம்மணிப் பாட்டி சிவராமன் பக்கம் திரும்பிச் சொன்னாள்: "ஏண்டா சிவராமா, உன் பொண்டாட்டி மாத்திரம் என்ன அசடோ? கதை எழுத அவளுக்கும் சொல்லித் தரப் படாதோ?"

சிவராமன் சொன்னான்: "நான் அவளுக்குச் சொல்லித்தர ஒன்றும் இல்லை. அவதான் எனக்குக் குருவாக விளங்குகிறாள்."

"கேட்பானேன்?" என்றாள் ராஜம்.

"எதிலே?" என்று கேட்டாள் அம்மணிப் பாட்டி.

"பணம் வந்தால் எப்படிச் செலவு செய்வது என்பதில்தான். சில சமயம் பணம் கைக்கு வருவதற்கு முன்னாடியே செலவுத் திட்டம் - அற்புதமான செலவுத் திட்டம் தயாராக இருக்குமே!" என்றான் சிவராமன்.

"இந்த விஷயத்திலே அவள் எப்படி இருந்தாலும் நீயும் குருவுக்கு மிஞ்சின சிஷ்யன்தான். உன்னைத் தெரியாதா எனக்கு? என்னவோ கதையைப் பத்திச் சொன்னால்..." என்று பேச்சை மாற்றினாள் அம்மணிப் பாட்டி.

ராஜம் குறுக்கிட்டாள்: "அம்மாஞ்சியும் அத்தங்காளும் எழுதற கதைகளைப் புரிந்துகொள்ளவே எனக்கு அறிவில்லையாம். நானாகக் கதை எழுத அறிவு எனக்கு எங்கே வரப்போறது?" என்றாள். மனசிலே என்னதான் வருத்தம் உண்டானாலும் அதைக் காட்டிக்கொள்ளக் கூடாது என்பதற்காக விளையாட்டாகச் சொல்வது போலக் கலகலவென்று சிரித்தாள்.

இதே சமயம் சமையலறையில் விசாலத்தின் குரல் கேட்டது. அவள் தன் தாயாரிடம், "காபி கலந்து கொடு அம்மா. ராஜத்துக்கு நான் கொண்டு போய்த் தரேன்" என்று சொல்லிக் கொண்டிருந்தது கூடத்தில் இருந்தவர்கள் காதில் விழுந்தது.

சாவித்திரி வெடுக்கென்று பதில் ஏதாவது சொல்லுவாள் உதறிப் பேசுவாள் என்று அங்கிருந்தவர்கள் எல்லோருக்குமே தெரியும். ஆனால், அது அநாவசியமாகக் கூடத்தில் இருந்தவர்கள் காதில் விழுவானேன் என்று ராஜம் சற்று உரத்த குரலிலேயே, "நானே

வந்துவிட்டேனே விசாலம்! வந்து காபி சாப்பிடறேன்" என்று சொல்லிக்கொண்டே சமையலறைக்குள் சென்றாள்.

கூடத்திலே அம்மணிப் பாட்டி சிவராமனைப் பார்த்தாள். அவள் பார்வை, 'இந்த மாதிரி அற்புதமான கட்டம் உன் கற்பனையில் உதிக்க முடியுமாடா? பெண்களின் சாமர்த்தியத்தை நீ அறிவாயாடா?' என்று கேட்பதுபோல இருந்தது.

ஓர் அசட்டுச் சிரிப்புடன் அக்காவுடைய கால் மாட்டில் இருந்த தூணில் சாய்ந்துகொண்டு உட்கார்ந்தான் இலக்கிய ஆசிரியன்.

அம்மணிப் பாட்டி சொன்னாள்: "ஏண்டா! என்னவோ ஆம்படையானும் பெண்டாட்டியும் ஒரு தொந்தரவும் இல்லாமே ஆனந்தமாகப் பட்டணத்திலே போய்க் குடித்தனம் பண்றான்னு பேரு. இந்த அழகிலே ஒண்ணும் சரியாக இருக்கிற மாதிரி தெரியல்லேடா?" என்று கேட்டாள்.

திடுக்கிட்டு நிமிர்ந்து அம்மணிப் பாட்டியைப் பார்த்தான் சிவராமன். நிதர்சனமாக எதையோ நேரில் கண்டுவிட்டதுபோலத் தயங்காமல் கேட்கிறாளே பாட்டி; அது எப்படி சாத்தியம் என்று சிந்தித்தான் அவன். மேல் நாடுகளிலே மனதத்துவ ஆராய்ச்சியாளர்கள், ஒருவன் சம்பாஷணையில் சொல்கிற விஷயங்களை வைத்துக்கொண்டு, தினம் இரவு காண்கிற ஒரு கனவின் கோடியை வைத்துக்கொண்டு, ஒருவனுடைய மனசு பூராவையும் அறிந்து சொல்லிவிடலாம் என்று ஆராய்ச்சி செய்து, கொள்கை அளவில் சாத்தியமே என்று முடிவு கண்டு ஸ்தாபித்துக்கொண்டிருந்தார்கள். இங்கே என்னடா என்றால் சுவாமிமலைச் சர்வமானிய அக்கிரகாரத்துப் பத்தாம் பசலிக் கர்நாடகக் கிழவி ஒருத்தி, ராஜம் இரண்டு வாக்கியங்கள் முழுசாகப் பேசிவிட்டுப் போகும் முன்னரே விஷயத்தை எல்லாம் விண்டு அறிந்துவிட்டவள்போல இப்படிக் கேட்டாளே. என்ன ஆச்சரியம்! என்று எண்ணினான் சிவராமன். பட்டணத்துப் புஸ்தகசாலைகளிலிருந்து புஸ்தகங்களைச் சுமந்து சுமந்து படித்துப் படித்து அறிவதைவிட அதிகமாகவே இங்கே சர்வ மானிய அக்ரஹாரத்திலே அறிந்துகொண்டு விடலாமென்று அந்த விநாடியில் ஞானோதயம் உண்டாயிற்று சிவராமனுக்கு.

"என்ன பாட்டி சரியாக இல்லேன்னு தோணறது உங்களுக்கு?" என்று கேட்டான் சிவராமன் சற்று நேரம் கழித்து.

அம்மணிப் பாட்டி சற்று நிதானித்தே பதில் சொன்னாள். "இப்ப வேண்டாம் அது. அப்புறம் சாவகாசமாகச் சொல்றேன். ராஜத்தையும் வச்சுண்டு சொன்னால் ரெண்டு பேருக்குமே

க.நா.சுப்ரமண்யம் | 117

பிரயோசனப்படும். ஆனால் ஒண்ணு, ரெண்டு பேரும் பட்டணத்திலே இருந்த நாட்களிலே துரும்பா இளைச்சுத்தான் போய்ட்டேள்!" என்றாள்.

"இளைச்சிருக்கேனா என்ன?" என்றான் சிவராமன். ஒரு விநாடி கழித்து மறுபடியும், "இருக்கலாம். சம்சாரம்னா எவ்வளவோ கஷ்டங்கள்! பட்டணத்திலே ஒருநாள் போறது ஒரு யுகமாகத்தான் இருந்தது. உங்களுக்குத் தெரியாதா?" என்றான்.

"ரொம்ப அனுபவங்களெல்லாம் பட்டுப் பேரன் பேத்தி எல்லாம் எடுத்து அலுத்துப் போனவன் மாதிரிதான் பேசறே; பேஷ்!" என்றாள் அம்மணிப் பாட்டி.

ஏதோ சிந்தனையில் ஆழ்ந்தவராக இவ்வளவு நேரமும் உட்கார்ந்திருந்த பட்டாபிராமையர் திடீரென்று விழித்துக் கொண்டவர் போலத் தம் மௌனத்தைக் கலைத்துவிட்டு, "ஏண்டா சிவராமா, நேத்திக் கடுதாசியிலே ஆயிரம் ரூபாய் பணம் வேணும்னு எழுதியிருந்தாயே; எதுக்கடா?" என்று கேட்டார்.

சிவராமன் ஒரு நிமிஷம் பதில் சொல்லாமல் தயங்கினான்.

"அப்படிப் பெரிய செலவு என்ன வந்தது இப்போ?" என்றார் பட்டாபிராமையர் மீண்டும்.

"பெரிய செலவு ஒன்றுமில்லை" என்று சொல்லி மீண்டும் தயங்கினான் சிவராமன். பொய் சொல்லி அவர் மனசையும் புண்ணாக்கிக் கொள்வானேன் என்று ஒரு நிமிஷம் யோசித்தான். உண்மையையே சொல்லி விடுவது என்று தீர்மானித்தான். தான் கையில் காசே இல்லாமல் திரும்பியிருப்பது அவருக்கும் தெரிந்தே இருந்தது என்று தெரிந்திருந்த சந்தர்ப்பத்தில் உண்மையைச் சொல்லிவிடுவதே சிறந்த வழி என்று தீர்மானித்தான். "கையில் இருந்த பணம் எல்லாம் செலவாகிவிட்டது. மாசம் இருநூறு, இருநூற்றைம்பது என்று செலவாகிற இடத்திலே ஏதாவது நாலு மாசத்துக்கு நிம்மதியாக இருக்கப் பணம் ஏற்பாடு செய்ய வேண்டாமா என்று உனக்கு எழுதினேன். எப்பப் பார்த்தாலும் பணக் கவலையே பட்டிண்டிருந்தால் எழுத்து எப்படி ஓடும் என்று யோசித்து எதற்கும் ஆயிரம் ரூபாய் கையிலே இருக்கட்டுமே என்று உனக்கு எழுதினேன்" என்றான்.

மீண்டும் ஒரு நிமிஷம் மௌனமாக இருந்துவிட்டுப் பிறகு, "நேத்திக்கிக்கூட டிக்கட் வாங்கமட்டுந்தான் என் கையிலே காசு இருந்தது. நல்ல வேளையாக டிக்கட் வாங்கவாவது கையில் காசு இருந்ததே என்று சந்தோஷப்பட்டுக்கொண்டேன். உடனே கிளம்பிவிட்டேன்" என்றான்.

"எதற்கு இப்படி எல்லாம் கஷ்டப்படணும் நீ?" என்றாள் அம்மணிப் பாட்டி. அப்படி அவள் சொன்னது தவறாகப் படவில்லை சிவராமனுக்கு. அவள் தன் அக்காவைப்போலவே தான் என்று அறிந்து அங்கீகரித்திருந்தான் அவன்.

பட்டாபிராமையர் எதுவும் சொல்லவில்லை. நல்ல வேளை; தம் பிள்ளை இந்த மட்டும் நிஜத்தையே சொல்கிறானே என்று அவருக்குத் திருப்தியாக இருந்தது. ஏதாவது பொய்க் காரணம் கண்டுபிடித்துச் சொல்லி நம்பவைத்து ஏமாற்றிவிட முயலாமல் இந்த மட்டும் உண்மையை ஒப்புக்கொண்டது சரிதான் என்று எண்ணினார் அவர்.

சிவராமன், "பட்டணத்திலே இனிமேல் எனக்கு வேலை இல்லை. நம்ப காரியத்தைப் பார்த்துக்கொண்டு கிராமத்தோடு இருப்பதாகத்தான் உத்தேசம். வீணாகப் பணவிரயம் தவிரப் பட்டணத்திலே எனக்கு எழுதவோ சிந்திக்கவோ மன நிம்மதி கிடைக்கவில்லை" என்றான்.

"அது சரி, ஆனால் உன் பெண்டாட்டி..." என்று சொன்னார் பட்டாபிராமையர்.

"பட்டணத்தில் இருந்ததில் அவள் மனசும் கொஞ்சம் மாறியிருக்கிறது என்றுதான் சொல்ல வேண்டும். இங்கேயே என்னுடன் இருப்பாள்" என்றான் சிவராமன்.

"அதுதான் சரி!" என்றாள் அம்மணிப் பாட்டி. "பணம் செலவாகிறதே என்று நீ எதுக்குக் கஷ்டப்படணும்? உனக் கில்லாமல் வேறு யாருக்குன்னு வச்சிருக்கான் பட்டாபி? ஆனாலும், பண விஷயத்திலே ஜாக்கிரதையாக இருக்கப் பழகுவதுதான் கெட்டிக்காரத்தனம்" என்றாள்.

பட்டாபிராமையர் இந்த விஷயத்தைப் பற்றி இவ்வளவு பேசியது போதும் என்று எண்ணினார் போலும். பேச்சை மாற்றினார். "நம்மூரிலே எட்டு மணிக்கெல்லாம் தபாலாபீஸ் திறந்து விடுவா. போய் அஞ்சாறு கட்டுக் கார்டு வாங்கிண்டு வா. அக்காவுக்கு உடம்பு சரியாக இல்லைன்னு தெரிஞ்சவாளுக்கெல்லாம் எழுதிப் போடணும். வந்து பார்க்கறவா வந்து பார்ப்பா. இல்லாவிட்டால் பிறகு, ஏன் தெரிவிக்கவில்லை என்று சண்டைக்கு வருவா" என்றார்.

"ஆமாண்டா அப்பா! அக்கா கையாலே பழையது சாப் பிட்டுப் பெரியவாளானவா ரொம்பப் பேர் இருக்கா. அவாள் ளாம் வந்து அக்காவை உசிரோடு இருக்கச்சே பார்க்கணும்னு ஆசைப்படத்தான் படுவா. தெரிவிச்சுடுவது நல்லதுதான்" என்றாள்

அம்மணிப் பாட்டி.

"எழுதலாம்; யார் யாருக்கு எழுதணும்னு சொல் அப்பா? இன்றே எழுதித் தபாலில் சேர்த்துவிடலாம்" என்றான் சிவராமன்.

"கிழவி சாகக்கிடக்கிறாள் என்றால் கல்யாண மகோத்சவம் மாதிரிதான்" என்று சொல்லிக்கொண்டே அம்மணிப்பாட்டி தன் வீட்டுக்குக் கிளம்பினாள்.

தகப்பனார் சொன்னபடி தபாலாபீஸுக்குப் போய், சிவராமன் ஐந்தாறு கட்டுக் கார்டு வாங்கிவந்தான். தான் முன்பின் கேட்டறியாத பேர்வழிகளுக்கெல்லாம் அக்காவுக்கு உடம்பு சரியாக இல்லை என்று கடிதம் எழுதினான். ஊர், பெயர், விலாசம் எல்லாம் பட்டாபிராமையர் சொன்னார். அவர்களில் பலர் தனக்கு எப்படி எந்த வகையில் உறவு என்று சிவராமன் கேட்டு அறிந்துகொள்ள வேண்டியிருந்தது. அவர்களில் பலர் பலதரப்பட்ட உத்தியோகங்களில் இருந்தவர்கள். மிராசுதார் என்கிற சந்தேகாஸ்தபதமான நிலையிலே உள்ளவர்கள் பலர்.

"எதுக்காக இவாளுக்கெல்லாம் இப்போ கடிதாசு?" என்று சிவராமன் ஆச்சரியத்துடன் கேட்டான்.

"உனக்குத் தெரியாது; ஆனால் பாரு" என்றார் பட்டாபி ராமையர். பிறகு, "போய்க் கடிதங்களை எல்லாம் தபாலில் சேர்த்துவிட்டு வா!" என்றார்.

"கிழவி சாகக் கிடக்கிறாள் என்றால் கல்யாண வீடு மாதிரிதான்" என்று எதிர்வீட்டு அம்மணிப் பாட்டி சொல்லிப் போனதன் அர்த்தம் சிவராமனுக்குச் சரிவரப் புரிவதற்குப் பத்துநாள் பிடித்தது.

முதல் நாள் கடிதங்களைத் தபாலில் சேர்த்துவிட்டுச் சிவராமன் கீழச் சந்நிதி வழியாக வீடு திரும்பிக்கொண்டிருந்தபோது ஒரு வீட்டுத் திண்ணையில் உட்கார்ந்திருந்த ஒரு கிழவி அவனைக் கூப்பிட்டாள். அது யார் என்று சிவராமனுக்குத் தெரியாது. ஆனால், அது ஒரு தாசி வீடு என்பது மட்டும் அவனுக்குத் தெரியும். ஏதாவது கடிதம் வந்திருக்கும், வாசித்துக் காட்டத் தன்னைக் கூப்பிடுகிறாள் என்று எண்ணிய சிவராமன் சிறிது தயக்கத்துடனேயே அந்த வீட்டு வாசற்படி ஏறினான். கிழவி உட்கார்ந்திருந்த திண்ணையண்டை போனான்.

திண்ணையில் அந்தக் கிழவியும் ரேழியில் ஒரு விசுபலகையின் மேல் நாற்பது நாற்பத்தைந்து வயசிருக்கும் ஒரு ஸ்திரீயும் உட்கார்ந்திருப்பதைக் கண்டான்.

"உங்க பாட்டிக்கு எப்படியம்மா இருக்கு உடம்பு? என்

ராசாவே!" என்று கேட்டாள் கிழவி.

"பாட்டிக்கா?..." என்று தடுமாறினான் சிவராமன். அவள் என்ன கேட்டாள் என்பது அவன் மனசில் உறைக்கவே இல்லை. பட்டப் பகல்தான் – எதிரே இருந்தவர்கள் அறுபது வயசு தாண்டிய கிழவியும் நாற்பது வயசுள்ள ஒரு ஸ்திரீயுந்தான். ஆனால், அது தாசி வீடு என்ற ஞாபகம் அவனைத் தடுமாற்றத்துக்கு உள்ளாக்கியது. அவன் தடுமாறித் தயங்கிக்கொண்டு நிற்கையில் உள்ளேயிருந்து அவனைக் கேலி செய்வதே போலக் கலீர் கலீர் என்று நகையொலி எழுந்தது. அந்த நகைப்பின் சொந்தக்காரி யுவதியாகத்தான் இருக்க வேணும்; அழகாகவும் இருப்பாள் என்பதில் சந்தேகமில்லை என்று எண்ணினான் சிவராமன்.

அவனுடைய தயக்கத்தைக் கவனிக்காமல் இல்லை கிழவி.

"கும்பகோணத்து டாக்டரு வந்தாராமே, உங்கக்கா உடம்பைப் பார்க்க? அக்காவுக்கு உடம்பு எப்படி இருக்குன்னு கேட்கத்தான் கூப்பிட்டேன்" என்றாள் கிழவி.

தன் அசட்டுத்தனத்தைக் கண்டு பிறர் நகைக்கும்படி விடக்கூடாது என்று எண்ணிய சிவராமன் சமாளித்துக்கொள்ள முயன்றான். "ஆமாம், டாக்டர் வந்தார்" என்று ஆரம்பித்து அக்கா உடம்பைப்பற்றிச் சொல்லிவிட்டு, "நான் இன்னிக்கு காலையிலேதான் வந்தேன்" என்று முடித்தான். சொல்லி முடித்தானதும் ஒரு விநாடிகூடத் தாமதிக்காமல் அங்கிருந்து கிளம்பிவிட்டான்.

அந்தக் கிழவி அப்படி அக்காவைப் பற்றி விசாரித்ததை அவன் தன் தகப்பனாரிடம் சொன்னான். 'யார் அந்தக் கிழவி, அவள் அக்காவைப் பற்றி விசாரிப்பானேன்?' என்று அவரைக் கேட்க விரும்பினான் சிவராமன். தானாகச் சொல்வாரோ ஒன்றும் கேட்காமலே என்று பார்த்தான். ஆனால், பட்டாபிராமையர் எதுவும் சொல்லவில்லை.

ஆனால், அன்று மாலையிலேயே அம்மணிப் பாட்டி மூலம் அந்தக் கிழவி யார் என்பது தெரிந்துவிட்டது. "ஏண்டா, இன்னிக்கிச் சவுந்தரத்தம்மா உன்னை வாயார ராசான்னு கூப்பிட்டுப் பேசினாளாமே!" என்றாள் அம்மணிப் பாட்டி.

அந்தக் கிழவி தன்னைக் கூப்பிட்டு விசாரித்ததைத் தன் தகப்பனார் அவளிடம் சொல்லியிருக்கிறார் போல் இருக்கிறது என்று எண்ணிக்கொண்டே சிவராமன், "யாரு பாட்டி அது, அந்தக் கிழவி?" என்று கேட்டான்.

"உனக்குத் தெரியாதா? அவளும் ஒரு விதத்திலே உனக்குப் பாட்டி முறைதாண்டா" என்றாள் அம்மணிப் பாட்டி.

சிவராமன் திருதிருவென்று விழிப்பதைக் கண்டவுடன் அவளுக்குச் சிரிப்பு வந்துவிட்டது. "நீயும் உங்கப்பனும் என்னவோ இந்த மாதிரி விஷயங்களிலே ரொம்பவும் நல்லவளாக இருக்கேள். உங்க தாத்தா அப்படி இல்லை. பெரிய ஆளு அவர்!" என்றாள்.

இவ்வளவும் சொல்லிச் சிறிது நேரம் ஆன பிறகுதான் சிவராமனுக்கு விஷயம் புரிந்தது. அவனும் தன் தாத்தாவைப் பற்றி ஆதிகாலத்தில் ஏதோ கொஞ்சம் கேள்விப்பட்டதுண்டு. யாரோ ஓர் அழகியின் வலையில் சிக்கிக்கொண்டு பலநாள் வீடுகூடத் திரும்பாமல் இருந்திருக்கிறார் என்று கேள்விப்பட்டிருந்தான். முதல் தடவையாக அவன் இந்தக் கிழவியைப் பற்றி அறிவது இப்பொழுதுதான். நாற்பது, ஐம்பது வருஷங்களுக்கு முன் இந்தக் கிழவி உண்மையிலேயே அழகியாகத்தான் இருந்திருப்பாள். சந்தேகம் என்ன?

அவனுடைய தாத்தாவும் தலையிலே கட்டு மயிருடன் சற்றுக் குள்ளமாகச் செக்கச் சிவக்க மிகவும் அழகாக இருப்பார் என்று பிறர் சொல்லிக் கேள்விப்பட்டிருந்தான் சிவராமன். நல்ல ரசிகர் என்றும் கேள்விப்பட்டிருந்தான்.

"என்ன யோசிக்கறே?" என்று அவன் வாயைக் கிண்டினாள் அம்மணிப் பாட்டி.

"ஒன்றுமில்லை; புது உறவு ஒண்ணு தெரிஞ்சுது இன்னிக்குத்தான்" என்றான் சிவராமன்.

"சவுந்தரம் இங்கே வரதில்லையே தவிர, அக்கா கோயிலுக்குப் போயிட்டு வரச்சே எல்லாம் இரண்டொரு நிமிஷம் அங்கே அவள் ஆத்திலே நின்று பேசாமே போக மாட்டா!" என்றாள் அம்மணிப் பாட்டி.

"ஆனால் தாத்தா உசிரோட இருக்கச்சே!..."

"அது வேற விஷயம், இதே சவுந்தரத்தை உங்கக்கா வையாத வசவில்லை" என்று கூறி நகைத்தாள் அம்மணிப் பாட்டி.

புது உறவினர் இன்னொருவரும் அன்றிரவே அறிமுகமானார் சிவராமனுக்கு.

இரவு எட்டு மணி சுமாருக்கு ஒரு பெரிய காரிலே வந்து இறங்கினார் அவர் வீட்டு வாசலில். மெள்ள அடி மேல் அடி எடுத்து வைத்து, நடந்தே அதிகம் பழகாதவர்போல நடந்த

அவர், “ஏண்டா, பட்டு! எனக்குச் சொல்லியனுப்பப்படாதோ! அக்காவுக்கு உடம்பு சரியாக இல்லையாமே!” என்று கேட்டுக் கொண்டே வாசற்படி தாண்டியவர், சற்று அவசரப்பட்டுத் தலை நிமிர்ந்துவிட்டார். அவர் தலை படார் என்று மேல் படியில் மோதியது. “அப்பாடா” என்று தலையைப் பிடித்துக்கொண்டே உள்ளே கூடத்தில் வந்து உட்கார்ந்துகொண்டார்.

பட்டாபிராமையர் சிரித்துக்கொண்டே, “ஒரு டம்ளர் ஜலம் சாப்பிடு. சாவித்திரி, பாலனுக்கு ஒரு டம்ளர் தீர்த்தம் கொண்டு வா” என்றார்.

“டாம் பூல்னா! நிலைப்படியைச் சித்தே உசத்திக் கட்டப் படாது?” என்று பட்டாபிராமையரைக் கோபித்துக்கொண்டார் பாலன் என்று சொல்லப்பட்டவர்.

“நீ எங்கே இந்தப் பக்கம் வரப்போறேன்னு கட்டாமே இருந்துட்டேன்!” என்று கேலி செய்தார் பட்டாபிராமையர்.

“வராம என்னடா பட்டு? ஆனால், எனக்கு என்னமோ எவ்வளவோ கவலை” என்றார் பாலன். சற்று நேரம் கழித்து, “உன்னைப்பத்தி நினைக்கிறேனோ என்னவோ, சாப்பிடற போதெல்லாம் அக்காவைப் பத்தி நினைக்காமே இருக்கிறதே கிடையாது!” என்றார்.

சாவித்திரி கொண்டு வந்து கொடுத்த ஜலத்தைச் சாப்பிட்டுவிட்டு அக்கா படுத்திருந்த இடத்தண்டை போனார். அக்காவுக்கு அப்பொழுது பிரக்ஞை இல்லை. சிறிது நேரம் பார்த்துக்கொண்டே நின்றார். பிறகு “நீயும் நானும் உறவுன்னு டாக்டரிடம் எப்பவோ சொல்லியிருந்தேன். இன்னிக்குச் சாயங்காலம் கிளப்பிலே சீட்டாடிண்டிருக்கச்சே டாக்டர் அகஸ்மாத்தாகச் சொன்னார் – பாட்டிக்கு உடம்பு ரரியாக இல்லை. பிழைக்கிறதே கஷ்டந்தான்னு. பார்த்துட்டுப் போகலாம்னு கிளப்பிலேருந்து நேரா வரேன்” என்றார் பாலன்.

“சாப்பிட்டுவிட்டுப் போகலாமே” என்றார் பட்டாபிராமையர்.

“இன்னிக்கு வாண்டாண்டா பட்டு. இன்னொரு நாள் வர்றேன். இது யாரு? உன் பிள்ளைதானே? நீ அந்த வயசிலே இருந்த மாதிரியேதான் இருக்கான், என்ன பண்ணிண்டிருக்கான்?” என்றார் பாலன்.

“சும்மாத்தான் இருக்கான்” என்றார் பட்டாபிராமையர்.

“இந்த வயசிலே இந்த நாளிலே சும்மா இருந்தாக் கட்டுமாடா? கும்பகோணத்திலே பிஸினஸ் மானேஜ் பண்ண எனக்கு ஒரு

நம்பிக்கையான ஆசாமி தேவை. அனுப்பி வையேன்" என்றார் பாலன்.

இவ்வளவு தாராளமாகத் தனக்கு வேலை தருவதாகச் சொன்ன இந்த ஆசாமி யார் என்று ஆச்சரியத்துடன் பார்த்தான் சிவராமன். அவர் சொன்னதற்கு தன் தந்தை அளித்த பதில் அவனுக்கு ஆச்சரியத்தை அதிகரித்தது.

"உங்கிட்ட வேலைக்கா? வேண்டாப்பா வேண்டாம். தவிரவும் இருந்த வேலையை விட்டுவிட்டு இனிமே வேலைக்கே போகப் போறதில்லைன்னு உட்கார்ந்திருக்கான் அவன்" என்றார் பட்டாபிராமையர்.

"சரிதான்; அப்பாவுக்கு ஏற்ற பிள்ளைதான் போலிருக்கு. நீ உத்தியோகத்தில் சேர்ந்து பத்து வருஷம் வரையிலும் வேலையை விட்டுடுவேன் விட்டுடுவேன்னு உங்கப்பாவைப் பயமுறுத்திண்டே இருந்தியே, ஞாபகமிருக்கா? உம் புள்ளே நீ பயமுறுத்தினபடி செய்யவே செய்துவிட்டான் போலிருக்கு! பேஷ்? என்னதான் பண்ணிண்டிருக்கான் இப்போ!" என்றார் பாலன்.

"இன்னிக்குத்தாண்டா வந்தான் பட்டணத்திலேருந்து. ஏதோ பத்திரிகைகளுக்கு எழுதிண்டிருக்கான் - புஸ்தகங்கள் எழுதிண்டிருக்கான். என்னமோ செஞ்சுண்டுதான் இருக்கான். ஆனால், எல்லோருமே உன்னைப் போல நாற்பது அடி ரோடு போட்டுக் கொடுத்துவிட்டு நாலாயிரம் லாபம் அடிக்க முடியுமா?" என்றார் பட்டாபிராமையர்.

அவர் இதைச் சொன்னபிறகுதான் சிவராமனுக்குத் தெரிந்தது, வந்திருந்தவர் யார் என்று. கான்டிராக்ட் வேலை செய்து நிறையப் பணம் பண்ணிய ஒருவர் தன்னுடைய தகப்பனாருக்கு உறவு, அத்தானோ அம்மாஞ்சியோ, ஏதோ உறவு, உண்டென்று அவன் அறிந்திருந்தான். அவர்தாம் இந்தப் பாலன் போலும். மிகவும் ஏழையாக இருந்தவர். சாப்பாட்டுக்கு இல்லாமல் ஆரம்ப காலத்தில் அவஸ்தைப்பட்டவர். தம் முயற்சியாலேயே வெகுவாக முன்னேறி நிறையச் சம்பாதித்து விட்டவர் என்று அவரைப்பற்றிச் சொல்லிக்கொள்வார்கள். அவர் தம் வீட்டிலே சாப்பாடில்லாமல் அவஸ்தைப்பட்ட போதெல்லாம் அதாவது அவருடைய இளமைப் பருவத்தில் அக்காதான் சாதம் போட்டு வளர்த்தாள் என்றும் சிவராமன் கேள்விப்பட்டதுண்டு. அதனால்தான், அக்காவை ஞாபகம் வைத்துக்கொண்டு கேள்விப்பட்டவுடனே வந்திருந்தார் போலும்.

பாலன் எழுந்துகொண்டிருந்தார். "நான் இப்போ போய்ட்டு

நாளைக்கு ராத்திரி மறுபடியும் இதே நேரத்துக்கு வர்றேன்" என்றார்.

"வாயேன்" என்று சொல்லிக்கொண்டே பட்டாபிராமையரும் எழுந்து பாலனைப் பின் தொடர்ந்து வாசல் பக்கம் போனார்.

"கும்பகோணத்திலிருந்து ஏதாவது வாங்கிக்கொண்டு வரணுமானால் சொல்லு. நாளைக்கு வரப்போ வாங்கிண்டு வறேன்" என்றார் பாலன்.

"என்ன வேணும்? ஒண்ணும் வேண்டாம். நான் போறேன். இல்லாட்டா சிவராமன் போறான், அப்படி ஏதாவது அவசியமாக வேண்டியிருந்தால்" என்றார் பட்டாபிராமையர்.

பாலன் போனபிறகு, சாவித்திரி சமையலறையிலிருந்து வெளியே வந்து சிவராமனிடம் சொன்னாள். "அவனை மாமா இங்கே சாப்பிட வேறே சொல்றாளேன்னு பயந்துட்டேன் நான். விஷப்பாம்புன்னா அவன். அவனை மனுஷாள்ளே சேத்துக்கவே படாது!" என்றாள்.

இதைக் கேட்டுக்கொண்டே வாசலிலிருந்து பட்டாபிராமையர் திரும்பி வந்தார். "எப்படி இருந்தா நமக்கென்ன? ஏதோ அக்காவுக்கு உடம்பு சரியாயில்லேன்னு கேள்விப்பட்டு வந்தான். வந்தது பெரிசில்லையா!" என்றார்.

"ரொம்பக் கரிசனம்தான்!" என்றாள் சாவித்திரி.

"எது என்னவானாலும் அவனுக்கு அக்காகிட்டே பிரியம் உண்டு என்பது நிஜந்தான். அவாத்துக்கும் நம்மாத்துக்கும் சண்டை. திருட்டுத்தனமாக அக்கா அவனை அழைச்சு வயிறு நிறையச் சாதம் போடுவா – அவாத்திலே பாதி நாள் எல்லோருமே பட்டினிதான்" என்றார் பட்டாபிராமையர்.

"அவாத்துக்கும் நம்மாத்துக்கும் என்ன சண்டை?" என்று விஷயம் தெரியாத சிவராமன் கேட்டான்.

"ஏதோ கோர்ட்டு விவகாரம். சின்ன விஷயம். கோர்ட்டுக்குப் போய் முத்திப்போய்க் குடும்பச் சண்டையாகிவிட்டது. இரண்டு குடும்பமுமே ஏழைதான்; அதிலே கோர்ட்டுக்கு வேறே போயிருக்கப்படாது. அந்தச் சண்டையை எல்லாம் பாராட்டாமே அக்கா அவாத்துக்கும் தெரியாமே, தன் மாமனார் மாமியார் யாருக்கும் தெரியாமே, தன் ஆத்துக்காரருக்குக்கூடத் தெரியாமே, ரகசியத்திலே சின்னப் பையன் பாவம் பட்டினி கிடக்கிறானே என்று கூப்பிட்டு வச்சுச் சாதம் போடுவாள். நான்தான் உடந்தை இதுக்கு. நானும் பாலனும் ஒரே வயசு..." என்று பழைய ஞாபகங்

களில் ஈடுபட்டவராகச் சொன்னார் பட்டாபிராமையர்.

"அப்படி எல்லாம் போட்டுத்தான், பாம்பு பால் சாப்பிட்டுச் சாப்பிட்டு வளர்ந்த பிறகு, பால் வைத்தவர்களையே கடிக்கிறது போல, விஷப்பாம்பாகிவிட்டான் இவனும்" என்றாள் சாவித்திரி.

"அதுக்கென்ன பண்றது? அவாவா சுபாவம், விதி அது" என்றார் பட்டாபிராமையர்.

"அப்படின்னா..."

பட்டாபிராமையர் சொன்னார்: "சாவித்திரி சொல்றது வாஸ்தவம்தான்? காலிப் பயல்தான் அவன். பணம்னா கொலை செய்யறத்துக்குக்கூட அஞ்சமாட்டான்..."

சாவித்திரி குறுக்கிட்டாள். "அக்கா அக்கான்னுண்டு இவ்வளவு கரிசனமாக வந்தானே இன்னிக்கி. அவன் இதே அக்காவுடைய பிள்ளையின் பணத்தை வாங்கிண்டு, எப்படா வாங்கிண்டேன் தரமாட்டேண்டா போடா என்று சொல்லிவிடவில்லை?" என்றாள்.

"என்னவோ அப்போ அவனுக்குத் தேவை அதிகம் இருந்தது. சிவராமனுக்குக் கதை பூராவும் தெரியாது போலிருக்கு. ஒருசமயம் உன் பெரிய சித்தப்பா இரண்டாயிரம் ரூபாய் பணம் கொடுத்தான், அவசரமாகப் பணம் கடன் கேட்டானே என்று இந்தப் பாலனுக்கு. பிறகு, அதைத் திருப்பிக் கொடுக்கவே இல்லை இவன். கிட்டுவும் போய்க் கேட்டிருக்கமாட்டான். தானே கொடுக்கட்டுமேன்னு பேசாமல் இருந்திருப்பான்னு வச்சுக்கோயேன்" என்றார் பட்டாபிராமையர்.

"இது மாத்திரந்தானா? இன்னும் எத்தனையோ? எல்லோரும் சொல்றாளே!" என்றாள் சாவித்திரி.

"ஏழையாக இருந்து புதுசாகப் பணக்காரனாகிவிட்டவனைப் பற்றி பலவிதமாகத்தான் சொல்வார்கள். எல்லோரும் சொல்றதை நம்பிண்டிருக்கலாமா என்ன?" என்றார் பட்டாபிராமையர்.

"முத்து மாமா இப்படிப்பட்டவர்னு தெரிஞ்சுண்டுதான் அந்தப் பாலனும் தைரியமாக இங்கே வரான்னு வைச்சிக்கோ சிவராமா. அம்மா மட்டும் இங்கே இருந்திருக்கட்டும்! இன்னிக்கி அவன் வாசல்படி ஏறச்சேயே பிச்சுக் கட்டியிருக்க மாட்டாளா?" என்றாள் சாவித்திரி.

"அத்தை இருந்தா அது வேறே மாதிரிதான். ஆனால் ஒண்ணு, இந்தப் பாலன் நம்மாத்துக்கு வேண்டாதவன்னு நம்மாத்து

நிலைப்படிக்குக்கூடன்னா தெரிஞ்சிருக்கு. சரியான போடா அவனுடைய வழுக்கைத் தலையிலே ஒண்ணு போட்டுடுத்து" என்றான் சிவராமன்.

"என்னவோ லட்சக்கணக்கிலே சம்பாதிச்சு விட்டான். போறான் எப்படியாவது. நமக்கென்ன? நாம்ப ஒருபோதும் அவன் கிட்டக் கையைக் கட்டிண்டு போய் நிக்கப்போறதில்லை. அவன் எப்படியிருந்தா நமக்கென்ன? போய் இலையைப் போடு, நாழியாகிறது, சாப்பிடலாம்" என்றார் பட்டாபிராமையர்.

இரவு தெருவாசிகளில் பலர் பட்டாபிராமையர் வீட்டுத் திண்ணையில் வந்து உட்கார்ந்துகொண்டு அக்காவின் உடம்பைப் பற்றி விசாரித்தார்கள். அந்தக் காலம், இந்தக் காலம் என்று பொதுவாக இரண்டொரு விஷயங்களைப் பற்றியும் பேசினார்கள். அவர்களில் சிலர் பழைய காலத்து மனுஷி என்று அக்காவைப் பற்றிச் சொன்னது பெருமை தருவதாக இருந்தது சிவராமனுக்கு.

இந்தக் கிராமத்து வாழ்க்கையிலேயே ஒரு விஷயம் தெளிவாகத் தெரிந்தது சிவராமனுக்கு. அந்த அக்ரஹாரத்து ஜனங்கள் எல்லோரும் – சாதாரணமாக அவர்களுக்கிடையே என்னதான் வித்தியாசங்கள் இருந்தபோதிலும், அவர்களுடைய வாழ்க்கையின் தரத்திலே எவ்வளவுதான் ஏற்றத் தாழ்வு இருந்த போதிலும், பரஸ்பரம் பொறாமையும் தாராள மனப்பான்மை இல்லாமையும் எவ்வளவுதான் தலை தூக்கி நின்றாலும், தினசரி வாழ்க்கையிலேயே எவ்வளவோ பூசல்கள் இருந்தாலும் – அவ்வளவு பேரும் ஒரே குடும்பத்தைச் சேர்ந்தவர்கள்தான் என்று பட்டது அவனுக்கு.

அன்றிரவு வந்து பேசிவிட்டுப் போனவர்கள் மூலம் சிவராமனுக்குத் தன் குடும்பத்துக் கதைகள் பல – மிகவும் அல்பமானவை தாம், முக்கியமான விஷயம் எதுவும் இல்லை – தெரிய வந்தன. இன்ன விஷயங்கள்தான் அவை என்று, சாதாரணமாக எந்த மனிதனும் ஞாபகத்திலே இருத்திக்கொள்ள முயலாதவைதான். ஆனால், இந்த மாதிரி சம்பவங்களாலும் ஞாபகங்களாலும்தான் தன் குடும்பம் பண்டை நாட்களில் சென்ற தலைமுறைகளில் வேர் விட்டுக்கொண்டு அந்தக் கிராமத்தில் நிலைத்திருந்தது என்று சொல்லலாம் என்று சிவராமனுக்குத் தோன்றிற்று.

எல்லோரும் வந்து போனபின் திண்ணையில் படுக்கை போட்டு விளக்கையும் அணைத்தபிறகு சிவராமன் இந்த விஷயத்தைத் தன் தகப்பனாரிடம் சொன்னான்.

பட்டாபிராமையர் பதில் அளித்தார்: "கிராமம், சமுதாய வாழ்க்கை என்பன நிரந்தரமான, நிலையான, உண்மையான

விஷயங்கள். எப்படியோ சிலர், பாலனைப் போன்றவர்கள் அதிலிருந்து கத்தரித்துக்கொண்டு, விடுபட்டுத் தப்பிப்போய் விட்டார்கள். அவர்கள் குடும்பங்கள் கிராமத்துப் பூமியிலே வேர்விட்டிருக்கவில்லை என்று சொல்லலாம். அல்லது எவ்வளவோ காலத்துக்கு முன் வேர்விட்டுப் பச்சை எல்லாம் தீய்ந்து மடிந்துவிட்டது என்று சொல்லலாம்" என்றார்.

"எவ்வளவுதான் வேர்விட்டிருந்தாலும் பெரிய பெரிய மரங்கள்கூடக் காற்றிலே அசைந்தாடி விழுந்து விடுவதில்லையா? என்ன?" என்றான் சிவராமன்.

"உண்டு; ஆனால் சாதாரணக் காற்றெல்லாம் போதாது அதற்கு, புயல், பெரும் புயல் அடித்தால் மரம் சாய்ந்துவிடும். நாகரிகம் என்ற புயல் அடித்துப் பல குடும்பங்களை வேரோடு கவ்விக்கொண்டு போய் நகரத்திலே சாய்த்துவிட்டது."

"தேவை என்ற புயல்தான் இதற்கு முதல் காரணமாக எனக்குப் படுகிறது" என்றான் சிவராமன்.

"முதல் காரணம், முக்கியக் காரணம், ஆதிகாரணம் என்றெல்லாம் எதையும் சொல்வதற்கில்லை. எவ்வளவோ காரணங்களால், கிராமத்து வாழ்க்கை சீர்கெட்டுக் கொண்டிருந்தது. யாராவது சிந்திக்கப் பழகியவன், சிந்திக்கத் தைரியமுள்ளவன், நகரங்களைத் தேடி ஓடாமல், பின்தங்கி ஏதாவது செய்தால் சரிப்பட்டு வரும்..." என்றார் பட்டாபிராமையர்.

தன் வார்த்தை வலையில் தானே சிக்கிக்கொண்டு விட்ட விஷயம் சிவராமனுக்கு அப்போதுதான் விளங்கியது. அவன் என்ன பதில் சொல்வது என்று அறியாமல் பேசாதிருந்து விட்டான்.

பட்டாபிராமையர் சிறிது நேரம் மௌனமாக இருந்துவிட்டுச் சொன்னார்: "நானும் நாகரிகத்திலே ஆசைப்பட்டேன். தேவை என்ற புயலுந்தான் என்னை உலுக்கியது. நகரத்திலே இருந்துகொண்டு மேற்படிப்பெல்லாம் படித்தேன். உத்தியோகம் என்ற சாக்கில் எவ்வளவோ ஊர்கள், சிறிதும் பெரிதுமாக, பார்த்திருக்கிறேன். ஆனால், இந்த முப்பது முப்பத்தைந்து வருஷங்களில் என் மனம் சலித்துக்கொண்டிருந்ததே தவிர, நிலைக்கவில்லை. என்னைப் போலவே என் மனசும் அலைந்து திரிந்தது. எல்லாவற்றையும் மூட்டை கட்டிக்கொண்டு வேறு எங்கேயும் இனிச் செல்ல வேண்டிய அவசியமோ தேவையோ இல்லை என்று நிச்சயத்துடன், சுவாமிமலை சர்வமானிய அக்ரஹாரத்தில் என் தாத்தாவுக்குத் தாத்தா, அவருக்கும் தாத்தா இப்படியாகத் தலைமுறை தலைமுறையாக வசித்து வந்த இந்த கிரகத்திலே

வந்து படுத்தபின்தான் எனக்கு இரவுகளில் நிம்மதியாகத் தூக்கம் வருகிறது."

"நிம்மதியாகத் தூக்கம் வருவதற்குக் காரணம் வயசாகிவிட்டதாக இருக்கலாம்" என்றான் சிவராமன்.

"இருக்கலாம்; ஆனால் இந்த நிம்மதிக்கும் மனச் சலிப்பின் மைக்கும் காரணம் – உண்மைக் காரணம் அதுவல்ல. என் இடத்திலே, எனக்கென்று கடவுளாலும் என் முன்னோர்களாலும் ஏற்பாடு செய்யப்பட்டிருக்கும் இடத்திலே நான் பொருந்திவிட்டேன் – அதுதான் காரணம் என்று நான் நம்புகிறேன், நம்ப விரும்புகிறேன்" என்றார் பட்டாபிராமையர்.

அவர் குரலில் தொனித்த ஒரு தீவிர பாவம் சிவராமனைச் சிந்தனையில் ஆழ்த்தியது.

பட்டாபிராமையரே மீண்டும் மௌனத்தைக் கலைத்தார். "நீ பட்டணம் போனதையும் மற்ற விஷயங்களையும் ஞாபகத்தில் வைத்துக்கொண்டு மேலெழுந்த வாரியாக உனக்காகப் பேசு கிறேன் என்று எண்ணாதே நீ. நானே பல மாசங்களாக இதைப்பற்றிச் சிந்தித்துக் கொண்டிருந்தேன். ஒரே குடும்பம் என்ற வார்த்தையை இன்று நீ சொன்னவுடனே என் மனசிலே மீண்டும் அந்தச் சிந்தனைகள் கிளறி விடப்பட்டன. ஒரே குடும்பம் என்ற ஞாபகம் ஒருவனுடைய வீட்டிலே ஆரம்பிக் கிறது – அவன் வசிக்கும் தெருவை அணைத்துக்கொண்டு, ஒரு கிராமம் பூராவையும் பிணைக்கும் சக்தி வாய்ந்ததா கிறது. கிராமத்திலிருந்து ஒரு சமுதாயம், பிறகு தேசம் இப்படி யாகப் பிரபஞ்சம் பூராவுமே பரவிவிட முடியும் என்று நான் சில சமயங்களில் அசட்டுத்தனமாக எண்ணியதுண்டு" என்றார்.

அவர் அப்படிக் கயிறு அறுந்ததுபோலச் சட்டென்று முடித்துவிட்டதற்கு அர்த்தம் இருந்ததுபோலப் பட்டது சிவராமனுக்கு. நம்மை மீறிய சிந்தனைகளில் ஈடுபட்டுவிட்டோம் – அது பற்றி நம் பிள்ளை நம்மைக் கேலி செய்வானே என்று அவர் எண்ணுவது போல இருந்தது.

சிவராமன் சொன்னான்: "மற்ற விஷயமெல்லாம் எப்படிப் போனால் என்ன? அக்கா உடம்பு சரியாக இல்லாமற் போனது, பட்டணத்துக் கரையிலே அழுந்தி அவஸ்தைப்பட்டுக் கொண்டி ருந்த என்னைத் திரும்பி இங்கே இழுத்து வந்துவிட்டது. அந்த மட்டும் நல்லதுதானே!"

மறுநாள் மாலையில் சாத்தனூரிலிருந்து மங்களம் வந்து சேர்ந்தாள்.

மங்களம் யாருடனும் ஒட்டாத ஒரு தினுசான பேர்வழி. ஒரு நாழிகை நேரம் அவளால் யாருடனும் சுமூகமாகப் பேசிக் கொண்டிருக்க முடியாது. ஒரு நாழிகைக்குள் ஒன்பது சண்டைகள் பிடிப்பதுதான் அவள் சுபாவம். வெடுக் வெடுக்கென்று யாரையும் உதறித் தள்ளிப் பேசும் துடுக்குள்ளவள் அவள். முக்கியமாக அவளுக்கும் முத்தண்ணாவுக்கும் ஆகவே ஆகாது. மற்றவர்கள் எல்லோரிடமும் அளவற்ற அன்பும் பிரியமும் வைத்திருந்த பட்டாபிராமையர் தம் தங்கையிடம் சற்றுக் கடுகடுப்புடனேயே நடந்துகொள்வார். எவ்வளவோ காலமாகப் பழகிவிட்ட ஒரு காரியம் அது.

ஆகவேதான், மங்களம் உரிய முறைப்படி தன் அண்ணா வுடன் சுவாமிமலையில் வசிக்காமல் சாத்தனூர்க் கிராமத்தில் வசித்து வந்தாள். சாத்தனூர்தான் அவள் புகுந்த ஊர். அங்கே கணவனுடனும் கணவனுடைய உறவினர்களுடனும் தினச் சண்டையும் பூசலுமாக இருபது இருபத்தைந்து வருஷங்கள் அவள் குடித்தனம் நடத்தினாள். அங்கேயும் அவளுடன் ஒத்துப்போனவர்கள் யாரும் இல்லை.

தினச் சண்டைகளில் தம் தோல்வியை ஒப்புக்கொண்டு அவளுடைய கணவர் அவளைத் தொட்டுத் தாலி கட்டிய குற்றத்துக்காக அவளுக்கு அடிமைப்பட்டு இருபது இருபத்தைந்து வருஷங்கள் அவளுடன் குடித்தனம் நடத்திவிட்டு மாண்டு போனார். சாத்தனூர் அக்ரஹாரத்திலே ஒரு வீடும் இரண்டொரு தோப்புத்துரவுகளும், கொஞ்சம் நஞ்சையும், இரண்டு பெண்களுமே அவர் வைத்துவிட்டுப் போன ஆஸ்தி.

நிலத்தைப் பார்த்துக்கொள்கிற சாக்கிலே மங்களம் சாத்தனூரிலேயே வசித்து வந்தாள். ஆனால், அந்த நிலத்தைப் பார்த்துக்கொள்கிற பொறுப்பு பட்டாபிராமையருடையதுதான். வருஷத்தில் இரண்டு மூன்று தடவை அவர் பல்லைக் கடித்துக்கொண்டு தம் தங்கை வீட்டுக்குப் போய் இருந்து, செய்ய வேண்டிய ஏற்பாடுகளை எல்லாம் செய்துவிட்டு, வசூல் செய்து மங்களத்தின் கையில் கொடுத்துவிட்டுச் சுவாமிமலை திரும்புவார். மங்களத்தால் பட்டாபிராமையர் பட்ட சிரமம் கொஞ்ச நஞ்சம் அல்ல. அதை அவர் பாராட்டாமல் இருக்க முயன்றதே பெரிய காரியம் என்று சொல்ல வேண்டும்.

மங்களம் வந்து சேர்ந்தபோது அக்கா பழையபடியே பிரக்ஞையில்லாமல்தான் கிடந்தாள். முப்பது நாழிகைக்கு ஒருதரம் தோன்றிச் சற்று ஆறுதல் அளித்துக்கொண்டிருந்த பிரக்ஞைகூட அப்பொழுது அறுபது நாழிகையாக மீளாமல் இருந்தது

அக்காவுக்கு. அக்கா பிழைப்பாள், இந்த வயசில் இவ்வளவையும் மீறி மேலும் பிழைத்திருப்பாள் என்ற நம்பிக்கையே அற்றுப் போய்விட்டது பட்டாபிராமையருக்கு. சில சமயம் பிரக்ஞையே இல்லாமல், "ஐயோ அப்பா?" என்று அக்கா முனகியது, அதுவும் இரவுகளில் முனகியது, அவருக்கு மிகவும் கஷ்டமாக இருந்தது. "போனால் பாதகமில்லை; வயசாகிவிட்டது. ஆனால், அதிகமாகக் கஷ்டப்படாமல் போய்விட்டாளானால் தேவலை" என்றார் அவர் தம் தங்கையிடம்.

"அவள் கஷ்டப்படறதைப் பத்திக்கூட எனக்கு ஒண்ணுமில்லை. இருக்கிறவாளைக் கஷ்டப்படுத்தாமல் போனால் சரிதான்" என்றாள் மங்களம்.

"அவள் மற்றவாளுக்காக எவ்வளவோ செய்திருக்காளே! அவளுக்காக மற்றவர்கள் கொஞ்சம் கஷ்டப்பட்டால்தான் என்ன?" என்றான் சிவராமன்.

"அதுக்குச் சொல்லல்லேடாப்பா..." என்று ஏதோ சொல்ல ஆரம்பித்த மங்களம் சட்டென்று நிறுத்திக்கொண்டாள். அங்கிருந்தவர்களில் யாருக்குமே தன்னை அவ்வளவாகப் பிடிக்காது என்பது அவளுக்குச் சட்டென்று அப்போதுதான் ஞாபகம் வந்ததோ என்னவோ?

அக்காவுக்கு அறுபது எழுபது நாழிகை நேரத்துக்குப் பிறகு, அப்பொழுதுதான் பிரக்ஞை திரும்பிக் கொண்டிருந்தது. ஆனால், பூராவும் திரும்பிவிடவில்லை போலும்; ஒன்பது மாசங்களுக்கு முன் கல்கத்தாவில் இறந்துபோன தன் பிள்ளை கிருஷ்ணஸ்வாமி சர்மா வந்துவிட்டானா, அவனைத்தான் பார்க்க வேணும் என்று சொல்லிக்கொண்டிருந்தாள் அக்கா. கிருஷ்ணஸ்வாமி சர்மா இறந்துவிட்ட செய்தி அவள் ஞாபகத்திலிருந்து நழுவிவிட்டது போலும்.

"கஞ்சி சாப்பிடறயா அக்கா?" என்றார் பட்டாபிராமையர்.

பதில் இல்லை.

"யார் வந்திருக்கா, பாத்தியோ அக்கா? மங்களம் வந்திருக்காளே!" என்றான் சிவராமன்.

"அவ இருக்கிற இருப்பிலே, மங்களம் வல்லைன்னுதான் அழுதுண்டிருக்காளாக்கும்!" என்று சலித்துக்கொண்டே மங்களம் சமையற்கட்டுக்குள் போனாள்.

அன்றிரவு மறுபடியும் அக்காவைப் பற்றி விசாரித்துக்கொண்டு கும்பகோணத்திலிருந்து பாலன் காரில் வந்தார். அவர் காரில்

வந்தது அக்ரஹாரத்து ஜனங்களுக்குப் பட்டாபிராமையரிடம் புதுசாக ஒரு மரியாதையை, கௌரதையைக் கற்பித்துத் தந்தது. பட்டாபிராமையர் வெறும் மாஜி உத்தியோகஸ்தர் என்பது மட்டும் அல்ல, அக்கா மூலம் பணக்காரர்களுக்கும் உறவினர் என்று உணர்ந்து அவரை அப்படியே மதிப்பிடவும் செய்தது. பட்டாபிராமையருக்கு இதனால் கிடைத்த மதிப்பிலே ஒரு பகுதி சிவராமனுக்கும் உண்டு என்று சொல்ல வேண்டாமா? ஆனால், இந்த மதிப்பு தனக்கு எவ்விதத்திலும் உரியதாகப் படவே இல்லை சிவராமனுக்கு. அவன் அதை ஏற்றுக்கொள்ளவும் தயாராக இல்லை.

பாலன் இரண்டாவது தடவை வந்தபோது சாவித்திரி சொன்னதுபோல மங்களம் அவரிடம் சண்டை பிடிக்கவில்லை. ஏதோ அப்பொழுது கொஞ்சம் சுமூகமாக இருந்த குணத்திலே, பழைய காலத்தைப் பற்றியெல்லாம் அவரிடம் பேசினாள். இது காரணமாக பாலன் போகும்போது பட்டாபிராமையரிடம், "ஏது, மங்களம்கூடக் கொஞ்சம் மாறியிருக்காள் போல இருக்கே?" என்றார்.

"எல்லோரும் மாற வேண்டியதுதானே? காலம் என்கிற ஆற்றிலே விழுந்து உருமாறிப் போவதற்குத்தானே மனிதன் பிறந்திருக்கிறான்!" என்றார் பட்டாபிராமையர்.

"பையன் புஸ்தகங்கள் எழுதறானேன்னு நீ புஸ்தகங்கள் மாதிரியே பேசக் கத்துக்கிறயா என்ன?" என்று கேலி செய்தார் பாலன்.

சிவராமன்கூட இந்த விஷயத்தை – பாலன் இப்பொழுது சொன்ன விஷயத்தைக் கவனித்திருந்தான். அவன் தகப்பனார் முன்மாதிரி இல்லை. கொஞ்சம் வேதாந்த விசாரணையில் இறங்கியவர் போல் ஏதேதோ பல ஆழ்ந்த விஷயங்களைப் பற்றிப் பேசிக்கொண்டிருந்தார். நடைமுறை வாழ்க்கையின் தினசரித் தொல்லைகளிலிருந்து தப்புவதற்கு உபயோகப்பட்டதா அவர் வேதாந்தம்? அல்லது அந்தத் தொல்லைகள் காரணமாகத் தினசரிப் புதிர்களின் விடுவிப்பாகப் பிறந்ததா அது? இது விஷயம் அவனுக்கே தெளிவாகத் தெரியவில்லை.

அன்றிரவு மீண்டும் தெருக்காரர்கள் பலர் வந்து பல விஷயங்களையும் பற்றிப் பட்டாபிராமையரிடமும் சிவராமனிடமும் பேசிக்கொண்டிருந்துவிட்டுப் போனார்கள்.

அக்காவுக்கு உடம்புக்கு வந்ததால் பட்டணக்கரையை விட்டுக் கிளம்ப நேர்ந்தது மட்டும் அல்ல – பல விஷயங்களையும் பல

மனிதர்களையும் புதுக் கோணங்களிலிருந்து அறிந்து தான் லாபம் அடையப்போவதாகவும் பட்டது சிவராமனுக்கு. இரண்டு மூன்று நாட்களுக்குள்ளாகவே அவன் கவனத்துக்கு வந்திருந்த பல விஷயங்களைப் பற்றியும் சிந்திப்பதற்கு அவகாசம் தேவையாக இருந்தது அவனுக்கு. அன்றிரவு அவன் தகப்பனார் அவனிடம் பேச்சுக் கொடுத்தபோதுகூட, வழக்கத்துக்கு விரோதமாக அதிகம் எதுவும் பேசாமல், மௌனமாகச் சிந்தனையில் ஆழ்ந்தவனாக இருந்துவிட்டான் சிவராமன். ஆனால், அவனால் தொடர்ந்து சிந்தனை செய்ய இயலாதபடி செய்வதற்கென்றேபோலப் புது உறவினர் ஒருவர் வந்தார், இரவு ரெயிலில் பதினோரு மணிக்கு.

அவரைப்பற்றியும் சிவராமன் கேள்விப்பட்டிருந்தானே தவிர நேரில் பார்த்ததில்லை. ஒன்றுவிட்ட சித்தப்பா அவர். பெரிய பணக்காரர்தாம். சொல்பமாகப் படித்துவிட்டுத் தகப்பனார் சம்பாதித்து வைத்திருந்த ஏராளமான பொருளை விருத்தி செய்வதிலே ஈடுபட்டார். லேவாதேவி செய்து, கிட்டி கட்டி வட்டி வாங்க அவருக்கு மனத்தெம்பு இருந்தது. அவர் ஆஸ்திகள் பத்துப் பதினைந்து வருஷங்களுக்குள்ளாகவே நாலு மடங்கு ஆகிவிட்டன என்று சொல்லிக்கொண்டார்கள். அவர் திருச்சிராப்பள்ளியில் வீடு வாங்கிக்கொண்டு குடியேறியிருந்தார். வட்டி வாங்குகிற மும்முரத்திலே அவருக்குத் திருச்சியை விட்டு வெளியே கிளம்ப அவகாசம் கிடைப்பதே சிரமம். அவரைத் தேடிக்கொண்டுதான் பிறர் போகவேணும். அப்படிப்பட்ட ஆசாமி பணம் சம்பாதிப்பதைத் தாற்காலிகமாக இரண்டொரு நாட்களுக்கு நிறுத்தி வைத்துவிட்டு, "பட்டாபி, உங்கள் எல்லோரையும், அக்காவைச் சாக்கிட்டு மறுபடியும் பார்த்துவிட்டுப் போகலாம்னு வந்தேன்" என்று சொல்லிக்கொண்டே வந்தார்.

"குட்டிபோட்ட பணம் எல்லாம் உன்னைக் காணாமல் இந்த இரண்டு நாளும் தவிக்குமே?" என்று அவரைக் கேலி செய்தார் பட்டாபிராமையர்.

"தவிக்கட்டும் தவிக்கட்டும்" என்றார் வந்தவர் சிரித்துக் கொண்டே. பிறகு கீழ்த் திண்ணையிலே உட்கார்ந்திருந்த சிவராமனைப் பார்த்துக் கேட்டார், "சிவராமன்தானேடா இது? அவனைப் படிக்க வக்கறச்சே அஞ்சு வயசிலே பார்த்தது" என்றார்.

பட்டாபிராமையர் பதில் சொல்ல வேண்டியது அவசியமே இல்லை என்று எண்ணினார். இவர் வருகையால் சிந்தனை அறுந்துபோய் எழுந்து உட்கார்ந்த சிவராமன், "நான் உங்களைப் பார்த்ததாகவே ஞாபகம் இல்லை சித்தப்பா!" என்றான்.

"உன் சித்திக்கும் தம்பிக்கும் உன்னைப் பத்தி நன்னாத் தெரியும்.

நீ எழுதின கதைன்னு சொல்லி, எம் புள்ளை அவம்மாகிட்டே ஏதேதோ கதையெல்லாம் வாசித்துக் காட்டிண்டிருப்பான்" என்றார் சித்தப்பா.

"தேவலையே இந்தச் சித்தப்பா!" என்று தன் மனசுக்குள் எண்ணி மகிழ்வெய்தினான் சிவராமன்.

"நான்கூடத் திருச்சிராப்பள்ளிப் பக்கம் வரணும்; அப்போ வர்றேன் உங்காத்துக்கு" என்றான் அவன் உரக்க.

பட்டாபிராமையர் சொன்னார்.

"நீ போறப்போ மட்டும் வழியிலே எங்கேயாவது ஹோட்டல்லே சாப்பிட்டுவிட்டுப் போயிடு. இல்லாட்டா நாள் பூராப் பட்டினியாகத்தான் இருக்கணும்!" என்றார்.

இப்படி அவர் சொன்னதைப் பற்றிக் கோபித்துக்கொள்ளாமல் திருச்சிராப்பள்ளி சித்தப்பா சிரித்தார். "பட்டாபி, நீ சொன்னது பத்து வருஷத்துக்கு முந்தி. எனக்கு இஷ்டமிருந்தால்கூட என் ஆத்துக்காரிக்கு ஒருவேளை சாதம் போட இஷ்டம் இராது. இப்போது அதெல்லாம் மாறிப் போச்சு. சங்கரன் காலேஜிலே படிக்கிறானா, அவன் தன் தோழர்களையெல்லாம் தினம் ஆத்துக்கு டிபன் சாப்பிட அழைச்சுண்டு வந்துடறான்" என்றார் அவர்.

"அடே! அப்படி நீ இன்னமும் எப்படடா உசிரை வச்சுண்டிருக்கே சுப்புமணி?" என்றார் பட்டாபிராமையர்.

"ஆரம்பத்திலே எனக்கு அப்படித்தான் இருந்தது. ஆனால், நாளடைவிலே ஹோட்டலுக்குப் போகாமே பையன் ஆத்துக்கு வர்றானே என்று அந்தமட்டும் திருப்திப்படலாமேன்னு மனசு தேறிப் போச்சு" என்றார் சுப்புமணி.

உள்ளே போய் அக்காவைப் பார்த்துவிட்டு இருவரும் வெளியே திண்ணையில் வந்து படுத்துக்கொண்டார்கள். பட்டாபிராமையரும் திருச்சிராப்பள்ளி சுப்பிரமணிய ஐயரும் ஒன்றுக்கொன்று சம்பந்தமில்லாத பல பழைய காலத்திய விஷயங்களை ஞாபகப்படுத்திப் பேசிக்கொண்டே இருந்தார்கள். அவர்கள் எவ்வளவு நேரம் பேசிக்கொண்டிருந்தார்கள், என்ன என்ன பேசினார்கள் என்பதெல்லாம் சிவராமனுக்குத் தெரியாது. அவர்கள் பேச்சு சுவாரஸ்யத்திலே மூழ்கியிருந்தவன் அப்படியே தூங்கியும் போய்விட்டான். சிவராமன் மறுநாள் அதிகாலையிலே வீட்டுக்கு எதிரே குதிரைவண்டி வந்துநின்ற சப்தம் கேட்டு விழித்துக்கொண்டான். அவனுடைய மாமனாரும் மாமியாரும் மைத்துனியும் வந்திருந்தார்கள், அக்காவைப் பார்க்கிற சாக்கிலே

நாராயணஸ்வாமி ஐயருக்குச் சர்மாவின் உயிலைப் பற்றிப் பூரா விவரங்களும் தெரிந்துகொள்ள வேண்டும் என்ற ஆசை. இரண்டொரு கடிதங்கள் அவர் அதைப்பற்றி எழுதியும் யாரும் எவ்விதமான பொறுப்புடனும் பதில் அளிக்கவில்லை. ஏழை அம்மாமி ஏழெட்டு மாசங்களுக்குப் பிறகு, தன் பெண்ணைப் பார்க்கலாமே என்று ஆசைப்பட்டு ஊருக்குக் கிளம்பியவர்களுடன் கூடக் கிளம்பியிருந்தாள்.

சிவராமன் விழித்தெழுந்தவன் படுக்கையிலேயே உட்கார்ந்திருந்தான், இதற்குள் பட்டாபிராமையரும் விழித்தெழுந்துவிட்டார். சம்பந்தியை "வாங்கோ, வாங்கோ!" என்று வரவேற்றார். குட்டித் திண்ணையிலிருந்து இறங்கிக் கீழே வந்து ஆளோடியில் நின்றுகொண்டு, "நீங்கள்ளாம் ஞாயிற்றுக்கிழமைதான் வருவேள்னு பார்த்தேன்" என்றார்.

இறங்கி ஆளோடி ஏறி அவர் பக்கத்திலே போய் நின்றுகொண்டு நாராயணஸ்வாமி ஐயர் சொன்னார்: "முதல்லே ஞாயிற்றுக்கிழமைதான் வரலாம்னு நினைச்சேன். அப்புறம் இன்னிக்கும் நாளைக்கும் கோர்ட்டிலே அவ்வளவா வேலையும் ஒண்ணுமில்லே. வேறு ஒருத்தரைப் பாத்துக்கச் சொல்லிட்டு வந்தேன். எப்படியிருக்கு, கிழவிக்கு உடம்பு?" என்று விசாரித்தார்.

"கிழவிதானே! இழுத்துண்டு கிடக்கா" என்று பதில் அளித்தார் பட்டாபிராமையர்.

ராதை அம்மாமியும் பட்டுவும் வண்டியிலிருந்து இறங்கி வீட்டுக்குள்ளே போனார்கள். ஒரு பெட்டியையும் படுக்கையையும் உள்ளே கொண்டுபோய் வைத்துவிட்டு வந்து வண்டிக்காரன் கூலி வாங்கிக்கொண்டு கிளம்பினான்.

"சிவராமா, காபி போடச் சொல்லு. பால் இதோ வந்துவிடும்" என்றார் பட்டாபிராமையர்.

இதற்குள் நாராயணஸ்வாமி ஐயர் கீழ்த் திண்ணையில் பாயில் உட்கார்ந்திருந்த தம் மாப்பிள்ளையண்டை போய், "நீங்களெல்லாம் என்னிக்கி வந்தேள்?" என்று விசாரித்தார்.

"முந்தாநாள் வந்தேன். நீங்கள்ளாம் சௌக்கியந்தானே?" என்று பதிலுக்கு விசாரித்தான் சிவராமன்.

"சௌக்கியந்தான்."

"இரண்டு நாள் இருக்கலாம்மோல்லியோ?"

"திங்கட்கிழமை அங்கே இருக்கணும்" என்றார் நாராயணஸ்வாமி

ஐயர்.

"குஞ்சு என்ன பரீட்சை எழுதியிருக்கான்?" என்று விசாரித்தான் சிவராமன்.

"ஏதோ எழுதியிருக்கான். மத்த நாளெல்லாம் படிக்காமே இருந்துட்டுப் பரீட்சையின்போது மட்டும் விழுந்து விழுந்து இரவு பகலாப் படிக்கிறான். இந்தக் காலத்திலே ஏதாவது சொன்னால் அவனுக்கெல்லாம் ஏறினால்தானே!" என்று குறைபட்டுக்கொண்டார் நாராயணஸ்வாமி ஐயர்.

இந்தக் குறை தன்னையும் பற்றித்தான் என்று சிவராமனுக்கும் தெரியாமல் இல்லை. ஆனால், தெரிந்ததாகக் காட்டிக் கொள்ளவில்லை அவன்.

உள்ளே போன ராதை அம்மாமியை வரவேற்று விசாரித் தாள் மங்களம். பட்டு உள்ளே ஓடிப்போய்த் தன் அக்காவைக் கட்டிக்கொண்டாள். விசாலம், "பட்டு, பட்டு" என்று அவளிடம் கொஞ்சிக்கொண்டு வந்தாள்.

ராதை அம்மாமி மங்களத்திடம் சொல்லிக்கொண்டிருந்தாள். "திங்கட்கிழமை கோர்ட்டிலே வேலை இருக்கு, போகணும்னு சொல்லிண்டிருந்தார் அவர்" என்று. மங்களம் அதற்குள் சற்று விஷமமாகவே, "கிழப் பிராணன்! திங்கள்கிழமைக்குள்ளே போரதோ இல்லையோ?" என்று பதில் அளித்தாள்.

"போவானேன்? பேரனுக்குப் பிள்ளை பொறக்கற மட்டும் போகமாட்டார். திங்கள்கிழமைக்குள் உடம்பு சரியாகப் போயிடும்" என்று பதில் அளித்தாள் ராதையம்மாள்.

மங்களம் சொன்ன வார்த்தைகளின் உள் அர்த்தத்தை ராதை அம்மாள் கண்டுகொள்ளாததுபோல இருந்தாளே தவிர, கண்டுகொள்ளாமல் இல்லை.

"என்னத்தைச் சொல்றது? வயசாயிடுத்து, என்னைக் கேட்டால் அவ போறதே நல்லதுதான்னு சொல்லுவேன்" என்றாள் மங்களம்.

"வயசானதினாலேயே அப்படி ஏற்பட்டுவிடுமா? எவ்வளவோ பேர் வயசானவா இருக்கணும், இருக்கணும்னு மற்றவாள்ளாம் வேண்டிக்கறமாதிரி இருக்கா. சில பேர் பூமிக்குப் பாரமா ஏன் இருக்கா? இன்னமும் ஏன் இருக்கான்னு கேட்கும்படியா இருந்துண்டே இருக்கா! நம்ம செயலா அதெல்லாம்?" என்றாள் ராதை அம்மாமி. இவ்வளவு சீக்கிரமே வஞ்சம் தீர்த்துக்கொள்ள ஒரு சந்தர்ப்பம் கிடைக்கும் என்று ராதை அம்மாமி எதிர்பார்க்கவில்லை. ஆனால், கிடைத்த சந்தர்ப்பத்தைப் பயன்படுத்திக்கொண்டாள்.

ஆனால், அம்மாமி சொன்ன வார்த்தைகளின் அர்த்தம் மங்களத்துக்குச் சட்டென்று உறைக்கவில்லை. முதலில் அர்த்தம் அவள் பெண் சாவித்திரிக்குத்தான் புரிந்தது. அர்த்தத்தைப் புரிந்துகொண்டு அவள் என்ன பதில் சொல்லலாம் என்று யோசிப்பதற்குள் சிவராமன் உள்ளே வந்துவிட்டான். சிவராமன் காதில் விழும்படியாக ஏதாவது சொல்லி விட்டால் ஆபத்து வந்துவிடும் என்று அவளுக்குத் தெரியும். ஆகவே, அச்சமயம் எதுவும் சொல்லவில்லை. பின்னால் சமயம் வாய்த்தால் ஏதாவது சொல்லிக்கொள்ளலாம் என்று பேசாமல் இருந்துவிட்டாள்.

சிவராமன் உள்ளே வந்த சமயம் அக்காவுக்குப் பிரக்ஞையும் வந்தது. கண்களைப் பார்த்தாள் அக்கா. பிறகு திரும்பி எதிர்ப் பக்கத்தில் கூடத்து அறையின் கதவோரமாக நின்றிருந்த ராதை அம்மாமியைப் பார்த்தவுடன் தெரிந்துகொண்டு விட்டாள். மெல்லிய ஹீனமான குரலில், "வாங்கோ!" என்றாள். ராதை அம்மாமி அருகில் வந்ததும், "நீங்கள் வருவேள்னு தெரியும். நீங்கள் வந்ததும் உங்ககிட்டே ஒண்ணு சொல்லணும்னு நினைச்சுண்டிருந்தேன். அது என்னன்னுதான் இப்போ மறந்து போச்சு" என்றாள் அக்கா.

"அவசரம் இல்லை. உடம்பு சரியாகப்போய் எழுந்திருந்தப்புறம் ஞாபகப்படுத்திண்டு சொல்லுங்கோ" என்றாள் ராதை அம்மாமி.

"ராஜம் இங்கேதானே இருக்காள்?" என்றாள் சானுப் பாட்டி. இதைக் கேட்டுவிட்டு அவள் உச்சிமோட்டைப் பார்த்துக்கொண்டே இருந்தாள் இரண்டு விநாடி.

இரண்டு விநாடிகள் கழித்து ராஜம் வந்து அவள் அண்டையில் நிற்கும்போது மீண்டும் பிரக்ஞை தவறியிருந்தது அவளுக்கு.

இதற்குள் வாசலிலிருந்து பட்டாபிராமையரும் நாராயண ஸ்வாமி ஐயரும் உள்ளே வந்தார்கள். "அக்கா தன் ஆயுசிலே ஒரு தரமாவது இந்த மாதிரி நாலுநாள் படுத்திண்டிருந்தது எனக்குத் தெரியாது" என்றார் பட்டாபிராமையர்.

"பழைய மண்ணு" என்றார் நாராயணஸ்வாமி ஐயர். "'எங்கம்மாவும் அப்படித்தான். ஒருநாள்கூடப் படுத்துண்டது கிடையாது. சாகிறப்போகூட அவள் நாலே நாழி நேரந்தான் படுத்திண்டிருந்தாள்" என்றார்.

"கஷ்டப்படாமல் சாவதுதான் நல்லது; பாவம்" என்றார் பட்டாபிராமையர்.

ராதை அம்மாமியும் ராஜமும் அவர்கள் வருவதைக்

கண்டவுடனே சமையல் அறைக்குள் போய்விட்டார்கள். மங்களம் மட்டும் கூடத்திலே தூண் ஓரமாக நின்றுகொண்டிருந்தாள்.

"அக்காவுக்கு மறுபடியும் ஒரே நிமிஷம் பிரக்ஞை வந்தது அப்பா!" என்றான் சிவராமன்.

"ஏதாவது சொன்னாளா?" என்று கேட்டார் நாராயணஸ்வாமி ஐயர்.

"ஏதோ சொல்ல ராஜியைக் கூப்பிட்டாள். அவ வரத்துக்குள்ளே பிரக்ஞை தப்பிவிட்டது" என்றான் சிவராமன்.

"என்ன சொல்ல ஆசைப்பட்டாளோ? பாவம் கிழவர் களுக்குத்தான், அதுவும் பட்டுப்பட்டு அலுத்துப் போயிருக்க வேண்டிய கிழவர்களுக்குத்தான், உயிர் ஆசை அதிகமாக இருக் கிறது. குடும்பப் பாசமும் அதிகமாக இருக்கிறது" என்றார் நாராயணஸ்வாமி ஐயர்.

"குடும்பம் என்கிற லட்சியந்தான் அவர்கள் அறிந்தது. மற்ற லட்சியங்கள் எல்லாம் ஒரு காலத்தில் அவர்களுக்கு இருந்தனவோ என்னவோ? ஒவ்வொன்றாக மறைந்துவிடுகின்றன. கடைசிவரையில் குடும்பம் என்கிற லட்சியம் அவர்களுடன் வருகிறது. அவர்கள் குடும்பத்திலே பாசம் வைத்திருப்பதிலே ஆச்சரியம் ஒன்றுமில்லை" என்றார் பட்டாபிராமையர்.

சிவராமன் தன் பழைய பல்லவியை மீண்டும் தொடங்கினான். "அக்கா செத்துப் போயிடுவான்னு எனக்குத் தோணலை" என்றான்.

இதைக் கேட்டுக்கொண்டே வந்த எதிர்வீட்டு அம்மணிப்பாட்டி நகைத்துக்கொண்டு பரிகாசமாகச் சொன்னாள்: "அக்காவை அழைச்சிண்டு போக யமன் வந்தால்கூடப் படற கஷ்டத்தைப் பார்த்து, விட்டுவிட்டுப் போனாலும் போயிடுவான்" என்றாள்.

மங்களம் குறுக்கிட்டாள்: "அக்கா இவ்வளவு கிடையாகக் கிடந்துவிட்டுப் பிழைச்சிண்டா ஆபத்துத்தான்னு எனக்குத் தோன்றது. வயசானவாளை என்னவோ விட்டு விட்டான்னால் யமன் வேறு யாராவது வயசாகாதவாளே அழைச்சுண்டு போயிடுவான்" என்றாள்.

சிவராமனுக்குத் தூக்கிவாரிப் போட்டது – தன் அத்தை இப்படிப் பேசுகிறாளே என்று.

பட்டாபிராமையர் நிதானமாகவே பதில் அளித்தார்: "அதெல்லாம் நம்ம கையிலேயும் இல்லை. நீ போய்க் காபி

போடறதைப் பாரு, மங்களம்" என்றார்.

அதற்குமேல் மங்களத்துக்கு அங்கே நிற்கத் தைரியம் இல்லை, உள்ளே போய்விட்டாள்.

அம்மணிப் பாட்டி அக்காவுக்குப் பக்கத்திலே போய் உட்கார்ந்துகொண்டு அவள் படுக்கையைச் சரிப்படுத்திப் போர்வையை இழுத்துவிட்டாள்.

நாராயணஸ்வாமி ஐயரிடம் பட்டாபிராமையர், "எதிர்வீட்டு அம்மணிப் பாட்டி அவள். அக்காவும் அவளும் அக்கா தங்கை மாதிரிதான். எனக்குக்கூட அவள் தாயார் மாதிரிதான்" என்றார். பிறகு அம்மணிப் பாட்டியிடம், "இவர்தான் சிவராமனின் மாமனார்" என்றார்.

"தெரியுமே! முன்னே ஒரு தரம் காவடி எடுக்க வந்திருக்கச்சே பார்த்திருக்கேன். இன்னிக்குக் கார்த்தாலை இவாள்ளாம் வரச்சே நான் திண்ணையிலே உட்கார்ந்து பாத்திண்டுதான் இருந்தேன்" என்றாள் அம்மணிப் பாட்டி.

"திண்ணையிலே வேறே யாரோ படுத்திருந்தாளே, அவர் யார்?" என்று நாராயணஸ்வாமி ஐயர் சிவராமனைக் கேட்டார்.

சிவராமன், "என் சித்தப்பா!" என்று பதில் அளித்தான்.

"யார்? சித்தப்பாவா? கல்கத்தாவிலேர்ந்து அதுக்குள்ளே வந்துட்டாரா என்ன?" என்று கேட்டார் அவன் மாமனார்.

"இது என்னுடைய ஒண்ணுவிட்ட தம்பி. திருச்சியிலே இருக்கான். வெங்கிட்டு இப்பத்தான் ரெயில்லே வந்திண்டிருப்பான். இன்னிக்கு வரதாக இருந்தால் உங்க ரெயில்லே வந்திருக்கணும். வரல்லை. நாளைக்குத்தான் வருவான்னு நினைக்கிறேன்" என்றார் பட்டாபிராமையர். ஒரு விநாடி கழித்து, "காபி தயாராயிடும். போய்ப் பல்லைத் தேய்த்துவிட்டு வரலாம் வாங்கோ" என்றார். இருவரும் கொல்லைப் பக்கம் போனார்கள். சிவராமனும் பின் தொடர்ந்தான்.

காலையில் டாக்டர் வந்தார். பரிசோதித்துப் பார்த்துவிட்டு, "முன்னைக்கு இப்போது ஒன்றும் தேவலை என்று சொல்வதற்கில்லை. இவ்வளவு நாள் தாங்கியதே பெரிசு" என்றார். "இவ்வளவு நாள் தாங்கியிருக்கிறதே! இனி எப்படி இருக்குமோ? கிழவி பிழைத்துக்கொண்டாலும் பிழைத்துக்கொள்வாள்" என்றார். "ஆனால் அப்படிப் பிழைத்தாளானால் அது அவளுடைய வைரம் பாய்ந்த தேகத்தின் கூறு என்று சொல்லலாமே தவிர வேறு எதுவும் சொல்வதற்கில்லை" என்றார்.

டாக்டரிடமே தன் சாஸ்திரத்தைக் கொஞ்சம் அவிழ்த்துவிட்டுப் பார்த்தாள் மங்களம். "நாளைக்கு அமாவாசை. அமாவாசை தாண்டறது கொஞ்சம் கஷ்டந்தான்" என்றாள்.

"நாளைக் காலையில் கல்கத்தாவிலிருந்து என் தம்பியும் வந்துவிடுவான்னு எதிர்பார்க்கிறேன்" என்றார் பட்டாபிராமையர்.

அண்ணனும் தங்கையும் சொன்னதற்கும் நோயாளியின் உடல் நிலைக்கும் வைத்திய சாஸ்திரத்துக்கும் எதுவும் சம்பந்தம் இருந்ததாக டாக்டருக்குப் படவில்லை. "இன்னும் ஒரு நாள் இல்லை. பத்து நாள் இப்படியே ஏன் கழியக்கூடாது என்பதற்கு ஒரு காரணமும் சொல்ல முடியாது. கிழவி பிழைத்துக் கொண் டாளானால்கூட ஆச்சரியப்படமாட்டேன்" என்றார்.

"மருந்து கொடுத்தால் அவள் உடம்பிலே கப்பென்று பிடிக்கும்" என்று தம் அபிப்பிராயத்தைத் தெரிவித்தார் பட்டாபிராமையர்.

சிவராமனின் மாமனார் நாராயணஸ்வாமி ஐயரும் அதே மாதிரிதான் அபிப்பிராயப்பட்டார். "மருந்தே சாப்பிட்டுப் பழக்கமில்லாதவாள் உடம்பிலே மருந்து புதுசாகச் சாப்பிட்டால் சட்டென்று பிடிக்கும். மருந்து சாப்பிட்டுச் சாப்பிட்டு ரத்தத்தைக் கெடுத்திண்டிருக்கறவாளுக்குச் சுலபத்திலே பிடிக்கிறதே இல்லை. மருந்து என்கிறதும் போதை மாதிரிதானே! எங்கம்மா இருந்தாளே..."

டாக்டர் குறுக்கிட்டார். "மருந்து பிடிக்குமோ என்னவோ? கொடுக்காமல் இருப்பதே நல்லதுன்னு எனக்குப் படறது. தானாகக் குணப்பட்டு வந்தா வரட்டும். இல்லாவிட்டால் விதி இருக்கவே இருக்கு" என்று சொல்லிவிட்டுப் போய்விட்டார் டாக்டர்.

"மருந்து வேண்டாம்னு சொல்ற முதல் டாக்டர் இவரைத்தான் என் ஆயுசிலே நாற்பது வருஷத்திலே இன்னிக்குப் பார்க்கிறேன்" என்றார் வக்கீல் நாராயணஸ்வாமி ஐயர்.

"கோர்ட்டுக்கு போகாமே ராசியாகப் போய்விடலாமேடா என்று கட்சிக்காரனுக்குச் சொல்ற வக்கீல் மாதிரி அபூர்வந்தான் மருந்து வேண்டாமென்ற டாக்டர்களும்" என்றான் சிவராமன். தொடர்ந்து, "டாக்டர்களிலேகூட நல்லவா இருக்காள்னு தெரியறது இப்போ!" என்றான் சிவராமன்.

பட்டாபிராமையர் குறுக்கிட்டார் இந்த விவாதத்திலே: "அக்காவைப் பற்றியவரைக்கும் அவள் பிழைக்கிறதோ, சாகிறதோ டாக்டர் கையிலேயா இருக்கு? என்னவோ – எவ்வளவு வருஷம் என்று பிரம்மா அவள் தலையிலே எழுதியிருக்கானோ?" என்றார்.

சிறிது நேரம் கழித்து, தன் சிந்தனையைத் தொடர்ந்து

சொன்னார்: "அநேகமாக நாளைக்குக் காலையிலே வெங்கிட்டு வந்திடுவான் கல்கத்தாவிலிருந்து. அவன் வந்த பிறகுதான் பிராணனை விடணும்னு அக்கா காத்திண்டிருக்கான்னு எனக்குத் தோன்றது" என்றார்.

"நாளைக்குச் சனிக்கிழமை. அக்கா பாட்டுக்கு நாளைக்கு செத்து வச்சால் கஷ்டந்தான். சனிப்பிணம் தனிப்போகாது என்பார்களே!" என்றாள் மங்களம்.

"நாளைக்குப் போகாமல் அவள் பிராணனை நாம்ப பிடிச்சு வச்சுக்க முடியுமா என்ன?" என்றார் பட்டாபிராமையர்.

"இல்லை, அக்காவை எடுத்து இப்பவே வாசல் திண்ணையிலே போட்டுட்டால் பாதகமில்லைன்னு சொல்ல வந்தேன்" என்றாள் மங்களம்.

"இறந்து போனால் நாலு நிலைப்படி தாண்டித் தூக்கிட்டு வரச் சிரமமாக இருக்கும்!" என்றார் நாராயணஸ்வாமி ஐயர்.

சாதாரணமாகத் தம் தங்கை எது சொன்னாலும் காதில் வாங்காத பட்டாபிராமையர், இன்று என்னவோ அவள் சொன்னதைக் கேட்டுக்கொண்டிருந்தது மட்டும் அல்லாமல், அவள் சொன்னபடியும் செய்தார்.

ரேழி வசதியாக இருந்திருந்தால் அக்காவை ரேழியிலே தூக்கிப் போட்டிருப்பார்கள். பெரிய ரேழியாக இருந்ததைத் தடுத்து ஓர் அறையும் கட்டிவிட்டதால் ரேழியிலே போதிய இடம் இல்லை. தவிரவும் அங்கே ஒரே இருட்டு. ஆகவே வாசற்பக்கம் மேல் திண்ணையிலே, குட்டித் திண்ணையில், கொண்டுபோய் அக்காவைக் கிடத்தினார்கள். அக்கா அன்று வெள்ளிக்கிழமை பூராவும் லேசாக முனகிக்கொண்டே இருந்தாள்.

அக்காவை வெளியே திண்ணைக்கு எடுத்துப்போய் விட்டது மங்களத்துக்கும் அவள் பெண் சாவித்திரிக்கும் மிகவும் சௌகரியமாக போய்விட்டது. அக்கா கூடத்தில் கிடந்தவரைக்கும் அங்கே யாராவது புருஷர்கள் இருந்து கொண்டே இருந்தார்கள். இஷ்டப்படி வாய்விட்டுப் பேச முடியவில்லை. இப்பொழுது பேசுவதை யார் தடை செய்ய முடியும்?

தன் புருஷனின் அத்தை மங்களம் சண்டைக்காரி என்பது ராஜத்துக்கும் தெரியும். மற்ற நாட்களானாலும் நமக்கென்ன இந்த வம்பெல்லாம், எப்படியாவது தொலையட்டும் என்று ஒதுங்கிப்போய்விடுவாள். ஆனால், இந்தத் தடவை அவள் ஒதுங்கிப் போவதாக இல்லை. வேண்டுமானால், அத்தையே ஒதுங்கிப்

போய்க்கொள்ளட்டும் என்று தீர்மானித்துவிட்டாள்.

தவிரவும், அக்கா தலை சாய்த்துவிட்டால் அந்த வீட்டு எஜமானி ராஜம்தானே? அதைத் தெரிந்துகொண்டு மங்களமும் சாவித்திரியும் நடந்துகொள்ளட்டும். சுவாமிமலை சர்வமானிய அக்ரஹாரத்திலே பட்டாபிராமையர் கிருகத்துக்கு இனி எஜமானி அவள்தான். அவருடைய பிள்ளை சிவராமனை மணந்திருந்த தனால், அத்தையும் சாவித்திரியும் யார் அவளை அடக்கி மிரட்டி விரட்டுவதற்கு?

சீக்கிரமே சண்டை வந்தது. ராஜம் தன் புது அதிகாரத்தை ஸ்தாபித்துக்கொள்வதற்குச் சந்தர்ப்பமும் கிடைத்தது.

விழுப்பும் தீட்டும் கலந்துவிட்டது என்று மங்களம் அவளிடம் சண்டை பிடிக்க முயன்றுகொண்டிருந்தாள். "நீ குளிக்காமே, கொள்ளாமே சாவித்திரி கொண்டு வந்து கொட்டியிருக்கிற மடி ஜலத்தை எல்லாம் தொட்டுவிட்டாயானால், இந்த ஜலத்தை வச்சுச் சமைத்த சாப்பாட்டை நான் எப்படியம்மா சாப்பிடறது?" என்று ஆரம்பித்தாள் மங்களம்.

ராஜம் சமயம் வாய்த்தது என்று சற்று வெடுக்கென்றே பதில் அளித்தாள். "சாப்பிட வேண்டாமே! யார் சாப்பிடணும்னு கட்டாயப்படுத்தினா?" என்றாள்.

அவளுடைய தாயார் ராதை அம்மாமி, "வீண் சண்டையும் பொல்லாப்பும் நமக்கெதுக்கு ராஜம்? ஒண்ணுஞ் சொல்லாதே. பேசாமே இரு" என்று தன் பெண்ணை அடக்கப் பார்த்தாள்.

ராஜம் அடங்குவதாக இல்லை. "கொல்லைத் தாழ்வாரத்திலே இடம் இருக்கு. அங்கே தனியா ஜலம் கொண்டு போய் வச்சுண்டு தனியாச் சாதம் வடிச்சுச் சாப்பிடட்டுமே; யார் வேண்டாம் என்று சொன்னது?" என்றாள்.

தன் தாயாரை ஒருவர் இப்படியும் சொல்ல ஆச்சுதா என்று ரோஷத்துடன் ஆரம்பித்தாள் சாவித்திரி: "பேஷ், பட்டணம் போய்விட்டு வந்ததிலே..."

"பட்டணத்தையும் பட்டிக்காட்டையும் ரொம்பக் கண்டவா மாதிரி பேசாதேயுங்கோ!" என்று சட்டென்று, சாவித்திரி தன் வாக்கியத்தை முடிப்பதற்குமுன், சுடச்சுடக் கொடுத்தாள் ராஜம்.

"நன்னாத்தான் இருக்கு. என்னமோ நேத்திக்கு வந்த பிடாரிக்கு..." என்று மங்களம் சொல்ல ஆரம்பித்துக் கொண் டிருக்கையில், அதைக் கேட்டுக்கொண்டே பட்டாபிராமையர் உள்ளே வந்துவிட்டார். மங்களம் உடனே பெட்டிப் பாம்பாக

இருந்த இடம் தெரியாமல் அடங்கிவிட முயன்றாள். ஆனால், பட்டாபிராமையர் விடவில்லை.

"மங்களம், சும்மா வாயைக் கொடுத்து வாங்கிக் கட்டிக்காதே! சண்டை பிடிக்காமல் உன்னாலே இருக்க முடியாதுன்னா பேசாமே திரும்பி ஒங்கூருக்குப் போய்விடு! இங்கே இருந்து ஏதாவது அட்டகாசம் பண்ணிண்டு, எங்க மன நிம்மதியை யெல்லாம் கெடுக்காதே!" என்று பட்டாபிராமையர் கண்டிப்புடன் கூறிவிட்டு மீண்டும் வெளியே போனார்.

வெளியே சிவராமன். "என்ன அப்பா?" என்று கேட்டான்.

"ஏதோ வழக்கம்போல ஆரம்பிச்சுட்டா. சும்மாக்கிடன்னு சொல்லிவிட்டு வந்தேன்" என்றார் பட்டாபிராமையர்.

சிவராமன் எதுவும் பதில் சொல்லவில்லை.

பட்டாபிராமையர் மீண்டும் சிறிது நேரம் கழித்துச் சொன்னார்: "இருந்தாலும் இந்த மங்களம் வந்து விட்டாலே வீடு அல்லோல கல்லோலந்தான் படறது. இன்னிக்கி நேத்திக்கின்னு இல்லே. எப்பவும் இப்படித்தான். அவளுக்கு இருக்கிற வாய்."

"பாவம்! அவள் வாழ்க்கையிலே வேறு என்ன இருக்கு? சந்தோஷத்தையே அறியாதவள் அவள். ஏதோ பிறரைப் பற்றிப் பேசிச் சந்தோஷப்படற வரைக்கும் சந்தோஷப்படட்டுமே!" என்றான் சிவராமன்.

"மங்களம் இப்ப பண்ற ஆர்ப்பாட்டங்களே சகிக்கல்லை. நீ வேறெ பரிஞ்சுண்டு வந்துட்டாயானால், அப்புறம் கேக்க வேண்டியதே இல்லை" என்றார் பட்டாபிராமையர்.

"அப்படி உன் மாட்டுப் பெண்ணும் ஒண்ணும் லேசுப்பட்ட வளில்லை. பேச ஆரம்பித்தால் சுடச் சுடக் கொடுத்துவிடுவாள்; அதெல்லாம் தயங்கவேமாட்டாளே. சில சமயம் அவள் கிட்ட மாட்டிண்டு நான் பட்டபாடு!"

"சில பொம்மனாட்டிகளுக்கு சுபாவத்திலேயே வாய்த்துடுக்கு ஜாஸ்திதான். கூடியவரையிலும் அவாளுடைய சண்டைகளிலே தலையிட்டுக்காமே இருப்பதுதான் நல்லது. அவா எப்படியாவது 'மானேஜ்' பண்ணிண்டு போய்டுவா" என்றார் வக்கீல் நாராயணஸ்வாமி ஐயர்.

"எனக்கு ஒரே ஒரு விஷயந்தான் ஆச்சரியமாயிருக்கு. இந்த மங்களத்தின் வயத்திலே அந்தப் பவானி வந்து பிறந்ததுதான் ஆச்சரியம்னு சொல்லணும். அவள் இருக்கிற பதவிசும்..." என்று

தம் மருமகளைப் பற்றி ஆரம்பித்தார் பட்டாபிராமையர்.

"ராஜியும் பவானியும் ரொம்ப சிநேகிதம். அவள் அநேகமாக ஒரு நாள் லீவு கிடைத்துவிட்டால்கூட ஆத்துக்கு வருவாள். இரண்டு பேரும் வாய் ஓயாமே கலகலன்னு ஏதாவது பேசிண்டே இருப்பார்கள்" என்றான் சிவராமன்.

"அந்தப் பெண் வந்திருக்கோ?" என்று விசாரித்தார் நாராயணஸ்வாமி ஐயர்.

"இல்லை. அவளுக்கு அடுத்த செவ்வாய்க்கிழமையோடு பரீட்சை முடிகிறது. முடிந்தவுடனேதான் கிளம்பி வருவாள்" என்றான் சிவராமன்.

"பவானி வந்துவிட்டாளானால் சாவித்திரியும் மங்களமும் கூட இருக்கிற இடம் தெரியாமே பெட்டிப் பாம்பா அடங்கிப் போயிடுவார்கள்" என்றார் பட்டாபிராமையர்.

"படிச்ச பெண், நாலு விஷயம் தெரிஞ்சிருக்கும்..." என்றார் வக்கீல்.

"படிப்பினால் மட்டும் வரதில்லை, இதெல்லாம். அடுத்தாப் பலே என் தம்பி வெங்கிட்டு பெண்டாட்டி இருக்கிறாளே, அவள் என்னத்தைப் படிச்சிருக்காள்? ஏதோ ரொம்ப ஏழைக் குடும்பத் திலே பிறந்து பத்தும் பட்டுக் கஷ்டப்பட்டவள். ஏதோ சில பேருக்கு ஜாதக விசேஷம் - சில பேருக்கு ஆரம்ப காலப் பழக்க வழக்கங்கள் - சில பேருக்கு சுபாவம் இப்படியாகச் சாமர்த்தியமும் கெட்டிக்காரத்தனமும் பதவிசும் படிந்து விடுகின்றன. சிலபேருக்கு வயசுவந்த பிறகு வரும். சில பேருக்கு ஆயுசுப் பூராவும் வரதே இல்லை. என்னவென்று சொல்றது?" என்றார் பட்டாபிராமையர்.

"ஆமாம், உங்க பெண் வரல்லியோ?" என்று சாவகாசமாக விசாரித்தார் நாராயணஸ்வாமி ஐயர்.

"கடுதாசி போட்டிருக்கேன். ஆனால், எங்கே வரப்போறாள்? இப்போதான் நாலு மாசத்துக்கு முன்னாலே கைக் குழந்தையோடு போனாள்; உடனே மறுபடியும் கிளம்பி வரதா இருந்தால் லேசாகவா இருக்கு. நான் அவள் வர வேண்டாம் என்கிற உத்தேசத்தாலேதான் தந்திகூட அடிக்காமல் வெறும் கடிதாசு போட்டேன்" என்றார் பட்டாபிராமையர்.

சிறிது நேரம் கழித்து, "கடிதாசு இன்னிக்குத்தான் டெல்லியிலே அவர்களுக்குப் போய்ச் சேர்ந்திருக்கும்" என்றார்.

வருகிற ரெயிலிலும் போகிற ரெயிலிலுமாகப் பலர் அக்காவைப்

பார்ப்பதற்கு என்று வந்து போய்க்கொண்டிருந்தார்கள். வந்து இருந்து ஒருவேளைச் சாப்பாடோ, காபியோ சாப்பிட்டுவிட்டு, அக்காவுடைய குணாதிசயங்களையும் அவளுடைய வாழ்க்கை நேர்மையையும் பற்றி ஓர் அத்தியாயம் புகழ்ந்து பேசிவிட்டு, மறு ரெயிலில் போய்விட்டார்கள். அவர்களுக்கு அவசியமான எவ்வளவோ அலுவல்கள் கிடக்கும். அக்கா சாகக் கிடப்பதற்காக அவை எல்லாம் தடைப்பட்டு நிற்கலாமா என்ன?

கல்யாண வீடு போலக் கலகலப்பாகத்தான் இருந்தது, சுவாமிமலை சர்வமானிய அக்ரஹாரத்திலே பட்டாபிராமையருடைய வீடு. தன் குடும்பம் இவ்வளவு வியாபகமாகப் பரவி, இவ்வளவு கிளைகள் விட்டு, இவ்வளவு பேர்களுடன் நிலைத்திருந்தது என்பது இப்பொழுதுதான் சிவராமனுக்குத் தெரிய வந்தது. ஹிந்துக் குடும்பம் என்றால் ஏதோ கிள்ளுக்கீரை மாதிரி எண்ணிக்கொண்டு புஸ்தகங்களில் எழுதி வைத்திருக்கிறார்களே, அதிலிருந்தெல்லாம் உண்மையை அறிந்து கொண்டிருக்க முடியாது அவன். இந்த மாதிரி ஒரு சம்பவத்திலிருந்து, ஒரு பழங்காலத்துக் கிழவி சாகமாட்டாமல் அவஸ்தைப் பட்டுக்கொண்டு கிடக்கும்போதுதான் அதை அவனால் உணர்ந்துகொள்ள முடிந்தது. இந்தக் குடும்பம் என்கிற தத்துவத்தின் புனிதத்தன்மை என்றென்றைக்கும் தன் மனசை விட்டு இனி அகலாது என்று உணர்ந்தான் சிவராமன்.

சனிக்கிழமை வந்தது. ஆனால், அன்றும் கல்கத்தாவிலிருந்து வேங்கடராமையரும் அவர் மனைவியும் குழந்தைகளும் சுவாமிமலை வந்து சேர்ந்தபாடில்லை. "வராமல் இருக்க மாட்டான். லீவு கிடைத்ததோ இல்லையோ? எப்படியும் நாளைக் காலையில் வந்துவிடுவான் என்றுதான் நினைக்கிறேன்" என்று பட்டாபிராமையர் தமக்கும் பிறருக்கும் சொன்னார். தம்பி வந்தால் அவர் மனசுக்கும் கொஞ்சம் ஆறுதலாக இருக்கும் போல இருந்தது அந்தச் சமயம். அக்காவிடமிருந்து பிரிகிற துக்கத்திலே சமமாகப் பங்கெடுத்துக் கொள்ளக்கூடியவன் அவன் என்கிற நினைப்பிலே அவர் அவனுடைய வரவை அவ்வளவு ஆவலுடன் எதிர்பார்த்திருந்தார்.

கிருஷ்ணஸ்வாமி சர்மாவினுடைய உயில் விஷயமாக நாராயணஸ்வாமி ஐயர் சிவராமனையோ அவர் தகப்பனாரையோ வாய்திறந்து ஒரு வார்த்தையும் கேட்கவில்லையே தவிர, அவர் மனசிலே இருந்தது இந்த விஷயந்தான். வந்த சந்தர்ப்பத்தைப் பயன்படுத்திக்கொண்டு அந்த உயில் விஷயம் என்ன ஆயிற்று என்று தெளிவு செய்துகொண்டு போய்விட வேண்டும் என்று அவர் ஆத்திரப்பட்டுக் கொண்டிருந்தார். கல்கத்தாவிலிருந்து வர

வேண்டியிருந்தவர்களும் வந்த பிறகு, கேட்டுத் தெரிந்துகொள்ளலாம் என்று சற்றுப் பொறுமையுடனேயே காத்திருந்தார் அவர்.

சிவராமனும் வேங்கடராமையரின் வரவைப் பெரிதும் எதிர்பார்த்தான். வேங்கடராமையருடைய வரவை என்று சொல்வதுகூடப் பிசகுதான். அவருடைய குழந்தைகளுடைய வரவைத்தான் அவன் எதிர்பார்த்திருந்தான் ஆவலுடன். தவிர சித்தியும் வருவாள். அவள் வந்தால் சமையலறைப் பக்கத்துக் கசமுசாவெல்லாம் தீர்ந்துவிடும். அவளிடம் மங்களமோ, சாவித்திரியோ வாலாட்டமாட்டார்கள்.

வேறு யார் யாரோ எங்கிருந்தெல்லாமோ வந்து பட்டாபி ராமையரைப் பட்டு என்றும் பட்டாபி என்றும் கூப்பிட்டு, அக்காவைப்பற்றி விசாரித்து, உறவு கொண்டாடிவிட்டுப் போனார்கள்.

அக்கா அன்று பூராவும் பிரக்ஞையில்லாமல்தான் கிடந் தாள். ஜுர வேகம் சற்று அதிகமாகவேதான் இருப்பதுபோலக் காணப்பட்டது. ஆனால், எப்படியோ எவ்விதமான நெருக்கடியும் இல்லாமல் அன்றையப் பகல் பொழுது கழிந்துவிட்டது.

இரவிலும் மற்றவர்கள் எல்லோரும் தூங்கிவிட்டார்கள். பட்டாபிராமையருக்கும் சிவராமனுக்குந்தான் தூக்கம் வரவில்லை. ஏதேதோ எல்லையற்ற சிந்தனைகளில் ஈடுபட்டவர்களாக இருவரும் புரண்டு புரண்டு படுத்துக்கொண்டிருந்தார்கள்.

சிவராமனுடைய மனசிலே இரண்டு உணர்ச்சிகள் போராடிக் கொண்டிருந்தன. இந்த நாலைந்து நாட்களில் அவனுக்கு ஏற் பட்டிருந்த அனுபவங்களையும் சிந்தனைப் பெருக்கையும் போல வேறு எப்பொழுதும் ஏற்பட்டதில்லை. அக்கா, தன்னைச் சீராட்டிப் பாராட்டி எடுத்து வளர்த்த அக்கா, சாகக்கிடக் கிறாளே என்கிற வருத்தம் அவன் உள்ளத்தில் ஒரு பகுதியிலேயே புரண்டு வேதனை தந்தது. மறுபகுதியிலே வேறு ஒருவிதமான உணர்ச்சி புரண்டது - நுணுகி நுணுகி ஆராய்ந்து வாழ்க்கை என்பதன் வழிகளைக் காண அவன் முயன்றுகொண்டிருந்தான். இலக்கிய ஆசிரியனாகிய அவன் மனம் ஒவ்வொரு விஷயத்தையும் தனித்தனியாக முடிச்சு முடிச்சாகக் கட்டி மனசுக்குள்ளே போட்டுக் கொண்டிருந்தது. ஒவ்வொன்றாகப் பின்னர், அவிழ்த்துப் பார்த்து ஞாபகப்படுத்திக்கொண்டு அர்த்தம் கண்டு ஆக வேண்டிய அவசியம் வேறு இருந்தது.

"என்னடா சிவராமா? தூக்கம் வரவில்லையா?" என்றார் பட்டாபிராமையர்.

"மத்தியானம் வேறே சித்த நேரம் தூங்கினேன். இப்போது தூக்கமே வரவில்லை" என்றான் சிவராமன்.

"இன்னிப் போது தள்ளிவிட்டால் போதும். அப்புறம் கவலைப்பட வேண்டாம்னு தோண்றது."

"எனக்கென்னவோ அக்கா சாகமாட்டான்னுதான் தோண்றது" என்றான் சிவராமன்.

"அவளுக்கு மனசிலே ரொம்பப் பெரிய குறை இருக்கு பாவம்!" என்றார் பட்டாபிராமையர்.

எதைப்பற்றிச் சொல்லுகிறார் அவர் என்று சிவராமனுக்குத் தெரியாமல் இல்லை. ஆனாலும், "என்ன?" என்றான்.

பட்டாபிராமையர் நேரடியாகப் பதில் அளிக்கவில்லை. "அக்காவுக்கு உடம்பு சரியாகப் போய்விட்டால் அவளையும் அழைச்சிண்டு நீயும் ராஜமும் ராமேஸ்வரத்துக்குப் போயிட்டு வரத்தான் வேண்டும்" என்றார்.

"அதிலெல்லாம் நம்பிக்கை இருக்கா என்ன உனக்கு?" என்றான் சிவராமன்.

"நம்பிக்கை இருக்கோ இல்லையோ? செய்யறதுன்னு வச்சிருக்கா. செஞ்சுடறது நல்லது. அப்புறம் பாத்துக்கலாமே!" என்றார் பட்டாபிராமையர்.

இப்படி அவர்கள் பேசிக்கொண்டிருக்கையிலே தெரு நாய்கள் எல்லாம் சுவாமிமலை சர்வமானிய அக்ரஹாரத்திலே டஜன் கணக்கில் இருந்தன, ஏக காலத்தில் குரல் கொடுத்தன – உரக்க ஊளையிடத் தொடங்கின. சட்டென்று பட்டாபிராமையர் எழுந்து சின்னத் திண்ணையண்டை போய், அக்காவைப் பார்த்தார். சிவராமனும் எழுந்து அவரண்டையில் நின்றான்.

இவ்வளவு நேரமும் ஸ்மரணையேயில்லாது கிடந்த அக்கா படுக்கையில் புரண்டு புரண்டு படுத்தாள். கண்களை அகல விழித்துத் தன் பிள்ளையும் பேரனையும் பார்த்தாள். ஆழ்ந்த யோசனை செய்த பிறகுதான், அவர்கள் யார் என்பது புரிந்தது அவளுக்கு. சிவராமனைக் கையைக் காட்டி அருகில் அழைத்து வற்றி உலர்ந்துபோன கையால் அவன் முதுகைத் தடவியும் கொடுத்தாள் – ஜலம் வேண்டும் என்று தன் பிள்ளைக்குச் சைகை காட்டினாள்.

பட்டாபிராமையர் ரேழியைத் தாண்டிப்போய் மங்களத்தைக் கூப்பிட்டு, "கங்கையிலேருந்து ஜலம் கொண்டு வா" என்றார்.

சானுப் பாட்டியே காசிக்குப் போய்த் தனக்கு உபயோகமாக வேண்டும் என்று கொண்டு வந்திருந்த கங்கை இருந்தது. அக்கா படுத்தது முதலே அதை உடைத்து அதிலிருந்துதான் ஜலம் கொடுத்து வந்தார்கள். ஒரு சிறிய வெள்ளி டம்ளரில் கங்கா ஜலத்துடன் மங்களம் வெளியே வந்தாள். அவளுக்குப் பின்னால் சாவித்திரி, ராதை அம்மாமி, ராஜம் மூவரும் வந்தார்கள்.

மங்களத்தைப் பார்த்தவுடன் அக்கா, “நீ எப்போ வந்தே?” என்று கேட்கிற பாவனையாகப் பார்த்தாள்.

“அவ வந்து மூணு நாள் ஆகிறது” என்று பதில் அளித்தார் படடாபிராமையர்.

மங்களத்துக்கு அப்பால் நின்ற ராஜம், அக்கா கண்ணில் பட்டவுடன் அவளை அழைப்பது போலக் கையை நீட்டினாள். ராஜம் அருகில் நகர்ந்து நின்றாள்.

“யாருன்னு தெரியறதா அக்கா?” என்று கேட்டார் பட்டாபிராமையர்.

ராஜத்தின் முகத்தைப் பார்த்துக்கொண்டே இருந்த அக்காவின் கண்களிலே நீர் பெருகி வழிந்து ஓடிற்று. ராஜம் குனிந்து, “அக்கா, அக்கா, என்ன?” என்று கேட்டாள். ஏதோ சொல்வது போல அக்காவின் உதடுகள் அசைந்தன. ஆனால், வார்த்தை எதுவும் வெளியே வரவில்லை.

அதற்கு இரண்டொரு நிமிஷங்களுக்கெல்லாம் சானுப் பாட்டி மீண்டும் பிரக்ஞை இழந்துவிட்டாள். அதற்குப் பிறகு அவளுக்குப் பிரக்ஞை வரவேயில்லை.

மறுநாள் காலையில் வேங்கடராமையரும் மதுராம்பாளும் அவர்களுடைய குழந்தைகளும் வந்தது அவளுக்குத் தெரியாது. பவானி பரீட்சை எல்லாம் முடிந்ததும் அக்காவைப் பார்க்க அவரசம் அவசரமாக வந்ததும் அவளுக்குத் தெரியாது.

அப்படியே பிரக்ஞையில்லாமல் ஏழு நாட்கள் கிடந்துவிட்டு அடுத்த ஞாயிற்றுக்கிழமை அதிகாலையில் உயிர் துறந்தாள் சானுப் பாட்டி.

மூன்றாம் பாகம்

ராஜமும் பவானியும்

சானுப் பாட்டி இறந்து ஐந்தாறு வாரங்கள் ஆகிவிட்டன. சுவாமிமலையிலே சர்வமானிய அக்ரஹாரத்திலே பட்டாபி ராமையருடைய வீட்டிலே தினசரி வாழ்க்கை அக்கா இல்லாமலே, அக்கா இருந்தாள் என்கிற ஞாபகத்திலேயே, சாதாரணமாக எப்பொழுதும் போலவே, நடந்துகொண்டிருக்கிறது.

இன்னும் சில நாளில் அக்கா என்கிற ஞாபகங்கூட அழிந்தாலும் அழிந்துவிடலாம்.

இதுதானே வாழ்க்கை? ஒருவர் உள்ளவரையில், அவர் இல்லாவிட்டால் உலகமே அஸ்தமித்துச் சிறுகச் சிறுக இருட்டி விடும்போல் இருக்கும். ஆனால், அவர் போய்விட்டதனாலேயே உலகம் அஸ்தமித்து விடுவதில்லை என்று தெரிய வருகிறது. முதலில் கொஞ்சநாள் போனவருடைய ஞாபகம் இருக்கிறது. நாளடைவில் அந்த ஞாபகங்கூடத் தேவையில்லை என்கிற நிலைமை ஏற்பட்டுவிடுகிறது.

அக்காவைப் போன்றவர்கள் விஷயத்தில்கூட இப்படித்தான் என்று அறிந்து அங்கீகரிக்கத் துணிவதில்லை மனம். இப்படித்தான் என்று அறிந்து கொண்டபின் ஸ்தம்பித்தும் போய்விடுகிறது.

பட்டாபிராமையர் கூடவா மறந்துவிடுவார்? அறுபது வருஷ காலத்துக்கு அதிகமாகவே ஆட்சி செலுத்திவிட்ட அந்தப் பாசத்தையும் அன்பையும் அவர் கூடவா மறந்துவிடுவார் என்று கேட்கத் தோன்றுகிறது. ஆனால், இந்தக் கேள்விக்குப் பதில் அளிக்கத் தேவையே இல்லை. அவர் ஞாபகம் வைத்துக் கொள்ள முயன்றால்கூட அவர் அதை எவ்வளவு காலம் பாதுகாக்க முடியும்? அவர் முடிவும் நெருங்கிக்கொண்டிருந்தது – அவருக்கும் வயசு ஏகப்பட்டதாகிவிட்டதே!

அவர் தம்பி வேங்கடராமையர் ஆதிகாலத்தில் தாய் அன்பையே அறியாதவர். மற்றபடி அக்காவை எந்த விஷயத்திலும் குற்றம் சொல்ல முடியாது. ஆனால், இந்த ஒரு விஷயத்தில் அவள் குற்றவாளிதான். தன் கணவன் இறந்த துக்கத்தைப் பாராட்டிக்கொண்டு, தன் கடைசிப் பிள்ளை வெங்கிட்டுவை அவள் பாராட்டியதே இல்லை.

அவன்தான் தன் துக்கத்துக்கெல்லாம் காரணம் என்பதுபோல நினைத்துக்கூட அவனை உதறித் தள்ளவும் தள்ளியிருந்தாள் என்று சொல்லலாம். ஆனால், இந்தச் சமயத்திலே வேங்கடராமையர் அதை எல்லாம் பாராட்டினார் என்று சொல்வதற்கில்லை. அவர் மனசிலே கொஞ்ச நாட்களாகத்தான் தாயன்பு என்பது பற்றிய சிந்தனைகள் ஊற்றெடுத்திருந்தன. அக்காவுக்கு உடம்பு சரியாக இல்லை என்று முத்தண்ணாவினுடைய தந்தி வந்த பிறகுதான், அவர் மனசிலே தாயிடம் அன்பு உதித்திருந்தது என்று சொல்வது மிகையாகாது. இவ்வளவு சீக்கிரமாகவா அந்த அன்பு மாறிவிடும்? அந்த ஞாபகம் மறைந்துவிடும்.

அவர் மனைவி மதுராம்பாள் அக்காவிடமே இருந்து வளர்ந்தவள். தாய் தந்தையிடம் வைத்திருந்ததைவிட அதிக அன்பு வைத்திருந்த தன் அக்காவை அவ்வளவு சுலபத்தில் அவள் மறந்துவிடுவாளா?

அக்கா சாகக் கிடக்கிறாள் என்று வருவதற்குமுன் ஒரு தடவை, இரண்டு மூன்று வருஷங்களுக்கு முன், மதுராம்பாள் தன்னுடைய சிறு குழந்தைகள் இரண்டுடனும் சுவாமிமலையிலே வந்து தங்கியிருந்தாள். பிரசவத்துக்காகத்தான். ஆனால், அந்தப் பிரசவத்திலே பிறந்த குழந்தை தரிக்கவில்லை. அந்தச் சமயம் ராஜமும் மணியும் அக்காவை இல்லாத பாடெல்லாம் படுத்தி விரட்டினர். அவர்களுடைய இளம் உள்ளங்களிலே அக்காவி னுடைய உருவம் ஆழமாகப் பதிந்திருந்தது. தேவையான போதெல்லாம் மேலே மிதந்து வந்து காட்சியளிக்கும். அவர்கள் நீண்டகாலம் வாழ்வார்கள், நெடுங்காலம் அக்காவை ஞாபகத் திலே வைத்திருப்பார்கள். இன்னும் இரண்டு தலைமுறைகளுக்குப் பின்னால் தன் பேரன் பேத்திமார்களுக்கு அக்காவைப் பற்றிச் சொல்வார்கள்.

இவர்கள் இப்போது சிறுவர்கள் போகட்டும் – சிவராமன் விஷயம் என்ன?

எங்கேயோ பட்டணத்துக் கரையிலே சமாளித்துக்கொள்ள முடியாமல் திணறிக்கொண்டு கிடந்த சிவராமன் சுவாமிமலை திரும்பி நிம்மதி பெற்றதற்குக் காரணமாக இருந்தவள் அக்காதான். நல்ல சமயத்திலே அவள் பிரக்ஞை இழந்து, சிவராமனைக் காப்பாற்றினாள். அவள் இறக்க மாட்டாள். இன்னும் சில காலம், அதாவது தனக்குக் குழந்தை பிறக்கும் வரையிலாவது, அவள் உயிருடன் இருப்பாள் என்று எண்ணிக் கொண்டிருந்த சிவராமன்தான் அவள் மரணத்தால் மிகவும் மனமுடைந்து

போனான் என்று சொல்ல வேண்டும்.

அவன் காரணமில்லாமல் இனிப் பட்டணம் திரும்ப மாட்டான். ராஜம் எவ்வளவுதான் ஆசைப்பட்டு அவனை வற்புறுத்தினாலும் அவன் திரும்பமாட்டான். நிலையாகத் தனக்கென்று ஓரிடம் ஏற்படும் வரையில் அவன் திரும்பமாட்டான். அவன் மனைவி ராஜத்துக்கு - தனியாகப் பட்டணத்திலே கஷ்டப்பட்டாலும், நாகரிகமாக, நாசுக்காகக் குடித்தனம் நடத்த வேண்டும் என்று ஆசைப்பட்ட ராஜத்துக்கு, இது பெரிய ஏமாற்றமாகத்தான் இருக்கும். இருந்தாலும் மீண்டும் ஒருமுறை தீயுடன் விளையாட, தன் நிம்மதியை இழக்க சிவராமன் தயாராக இல்லை. அவன் சுவாமிமலையிலேயே தன் தகப்பனாருடன் தங்கிவிடுவது, வேறு இடத்திலே தனக்கு வேலை இல்லை என்று தீர்மானித்துவிட்டான்.

இப்படி அவனுடைய வாழ்க்கையிலும் கொள்கைகளிலும் ஒரு புரட்சி ஏற்படுத்தியிருந்த அக்காவை அவன் மறப்பது சாத்தியமா?

இது தவிர சிவராமனுக்கு அக்காவைப்பற்றிய ஞாபகங்கள் எவ்வளவோ இருந்தன - எண்ணிறந்தன இருந்தன - பலதரப்பட்டவை இருந்தன.

சிறு பிராயத்திலிருந்தே அவனை எடுத்து வளர்த்தவள் அவள்தான். கதாசிரியன் சிவராமனுக்கு அவள் எத்தனையோ கதைகள் சொல்லியிருந்தாள். அக்காவை மறந்தாலும் அக்கா சொன்ன கதைகளில் சிலவற்றைச் சிவராமன் ஒரு நாளும் மறக்கவே முடியாது. வருந்தி வருந்தி உபசரித்து, அவள் அவன் வயிற்றுக்குள் திணித்திருந்த பழையதும் பலகாரமுந்தான் இப்போது அவன் உடலிலே ரத்தமாக ஓடிக்கொண்டிருந்தன. அவளை அவன் அவ்வளவு சுலபமாக மறந்துவிட முடியுமா?

ஆனால், ஒருவிதத்தில் சொல்லப்போனால், அக்கா இறந்ததற்கு மறுநாளே அவளை மறக்கத் தொடங்கிவிட்டான் சிவராமன் என்றும்தான் சொல்ல வேண்டும்.

உயிர் துறப்பவர்களுக்கு எந்தவிதமான கஷ்ட நஷ்டமும் இல்லை. உயிர் வாழ்கிறவர்களுக்கு விநாடிக்கு ஒரு கவலை, கஷ்டம், சிந்தனை, தேவை தோன்றிக்கொண்டுதான் இருக்கும்.

மறதி என்பது வாழ்க்கை நியதிகளிலே முக்கியமான தொன்று. மறதி இல்லாவிட்டால் மனிதனுக்கு அடுத்த விநாடி வாழ்வு சாத்தியமே இல்லாமல் போய்விடும் என்றுதான் சொல்ல வேணும். ஞாபகத்தில் வைத்துக்கொள்ள வேண்டும் என்று ஒருவன் விரும்புகிற விஷயங்களைக்கூட நழுவ விட்டுவிடக்கூடிய

சக்தியுடன் கூடியிருப்பதால்தான் மனிதனுடைய உள்ளம் ஒவ்வொரு போராட்டத்திலும் துக்கத்திலும் நஷ்டத்திலும் வளைந்து கொடுத்துக்கொண்டு மீறி நிமிர்ந்து நிற்கிறது.

தன் முயற்சி சிறிதும் இல்லாமலே சிவராமன் கொஞ்சம் கொஞ்சமாக அக்காவை மறக்க ஆரம்பித்துக் கொண்டிருந்தான்.

சிவராமனுடைய மனைவி ராஜம் அந்தக் குடும்பத்துக்குள் வந்து அக்காவை அறிந்து சொற்ப காலந்தான் ஆகியிருக்கும். பத்து வருஷங்களுக்குள்ளாகவேதான் இருக்கும். ஆனால், இந்தப் பத்து வருஷங்களுக்குள்ளாகவேகூட அக்கா அவள் மனசிலே இடம் பெற்றுவிட்டாள். அவளுக்கும் அக்காவைப்பற்றி எவ்வளவோ இன்பமான ஞாபகங்கள் இருந்தன. அவளும் அக்காவுடைய 'ஆசாமி'களிலே ஒருத்தி ஆகிவிட்டாள். ராஜத்தினுடைய பெட்டியின் அடியில் போட்டிருந்த வாசனைப் பொட்டலம் மாதிரி கண்ணுக்குத் தென்படாமல் இந்த ஞாபகங்கள் அவள் உள்ளத்திலும் வாழ்க்கையிலும் சதா வாசனை வீசிக்கொண்டிருக்கும். பெட்டி திறக்கும்போதெல்லாம் அறை பூராவும் வாசனை கமழும். அதேபோல் இந்த ஞாபகங்கள் அவள் ஆயுள் உள்ள வரையில் பரிமளிக்கும்.

ஆனால் ஒன்று. அக்கா சாகக் கிடந்தபோது, கடைசி முறையாக அவளுக்குப் பிரக்ஞை வந்த சமயம் அவள் ராஜத்தைப் பக்கத்தில் அழைத்து அணைத்துக்கொண்டு இரண்டு சொட்டு கண்ணீர் விட்டாள். அவளால் பேச முடியவில்லை. ஆனால், பேசியிருந்தால் என்ன சொல்லியிருப்பாள் என்பது ராஜத்துக்கும் தெரியாமல் இல்லை. ராஜத்துக்குக் குழந்தையில்லாதது பற்றி, ஏழெட்டு வருஷமாகியும் இன்னும் பிறக்காதது பற்றி, அக்காவுக்கு இருந்த வருத்தம் வேறு யாருக்கும் இருக்க முடியாது. ராஜத்துக்குக் கூட அவ்வளவு இருந்திருக்க முடியாது - நிச்சயம். தன் மூத்த பிள்ளையின் ஒரே பிள்ளைக்குப் பிள்ளைக் குழந்தை பிறந்து, தான் கண்ணால் காண வேணும் என்ற ஆசை சானுப் பாட்டிக்கு அளவு கடந்து இருந்தது என்பதில் ஆச்சரியம் ஒன்றுமில்லை. குடும்பத்தின் வளர்ச்சி ஒன்றுதான் சானுப் பாட்டிக்கு அவளுடைய வயசிலே லட்சியமாக இருந்தது. இருப்பவர்கள் நன்றாக இருக்க வேண்டும்; புது அங்கத்தினர்கள் வந்துகொண்டே இருக்க வேண்டும்; குடும்பம் உலகிலே நல்ல ஸ்தானத்தில் நீண்ட காலம் நிலைக்க வேண்டும் என்பதுதான் அக்காவினுடைய வாழ்க்கை லட்சியம்.

இந்த லட்சியம் பெண்ணாகப் பிறந்த ஒரு காரணத்தால் ராஜத்தினுடைய மனதிலும் இருக்கத்தான் இருந்தது. ஆனால்,

அவ்வளவாகத் தெளிவாக இல்லாமல் ஆழத்திலே புதைந்து கிடந்தது.

அக்கா கடைசி விநாடிகளில் தன்னை எண்ணி அழுதது ராஜத்துக்கு மிகவும் வருத்தமாகவே இருந்தது. மனிதனுடைய உள்ளத்திலே துன்பம் உறைப்பது அவ்வளவு ஏனோ தெரியவில்லை, இன்பம் உறைப்பதில்லை.

ராஜம் தானாகவே பட்டது போதாதென்று மங்களம் வேறு குத்திக்காட்டினாள். "நம்பாத்து மாட்டுப் பெண்ணை நினைச்சு அக்கா சாகறச்சேகூட அழுதுண்டுதான் போனாள்!" என்றாள் அவள் ஒரு நாள்.

ஏற்கனவே, புண்பட்டு நொந்து போயிருந்த ராஜத்தின் கண்கள் சட்டென்று நிறைந்துவிட்டன. சாதாரணமாக அத்தைக்கு ஏதாவது பதில் சொல்லிச் சண்டை போட ஆரம்பித்திருக்க வேண்டிய ராஜம், இவ்விஷயத்தில் தன் குற்றத்தைப் பூராவும் உணர்ந்துகொண்டவள் போலக் கண்ணைத் துடைத்துக்கொண்டு ஒரு வார்த்தையும் பேசாமல், குனிந்த தலை நிமிராமல், கொல்லைத் தாழ்வாரத்துக்குப் போய்விட்டாள்.

தன் தாயார், ராஜத்தை இப்படி ஏதோ சொல்லிவிட்டது பவானிக்கு அன்று மாலை அவள் அக்காவுடைய பெண் விசாலம் சொல்லித்தான் தெரியவந்தது. அன்றே அஸ்தமன சமயத்திற்கு மங்களம் தன் ஊராகிய சாத்தனூர் போகக் கிளம்பியது பவானியின் வற்புறுத்தலின் பேரில்தான்.

"ஏற்கனவே கஷ்டப்படறவாளை நீ ஏன் மேலும் கஷ்டப் படுத்தறே? அக்காவை அனுப்பறதுக்கு வந்தே! அனுப்பியாயிடுத்து, போய்த் தொலையேன் உன் ஊருக்கு!" என்று தன் தாயாரை விரட்டினாள் பவானி.

"வேண்டாத இடத்திலே நான் எதுக்கடி இருக்கணும்? நான் கிளம்பறேன் இப்பவே!" என்று மூட்டை கட்டிக்கொண்டு கிளம்பினாள் மங்களம்.

"தொலை! தொலை!" என்று தன் தாயாரிடம் சிறிதும் அனுதாபம் காட்டாமலே பேசினாள் பவானி.

ராஜத்தினிடம் விடைபெற்றுக்கொள்ளும்போது மங்களம் விஷயத்தைச் சொல்லாமல் போய்விடவில்லை. "நான் உன்னை என்னமோ சொல்லிப்புட்டேனாம்! என்னை ஊருக்குத் தொலை தொலைன்னு விரட்றாள் என் பொண்ணு! உன்னைச் சொல்லி என்னம்மா பிரயோஜனம்? சிவராமன் பாவம்! சாது, ரொம்ப

நல்லவன்!" என்று சொல்லிவிட்டுக் கிளம்பினாள்.

"ரொம்பச் சாதுதான்; உன் மருமான் சிவராமன்" என்று சொல்லித் தன் தாயாரின் அர்த்தத்தை ராஜம் புரிந்துகொள்ளாத வாறு மறைக்க முயன்றாள் பாவனி.

ஆனால், ராஜம் அத்தை கடைசியில் சொன்னதைக் காதில் வாங்கவேயில்லை. இந்த நெருக்கடியில் தன்னைக் காப்பாற்ற முன்வந்தது பவானிதான் என்கிற சிந்தனையை அவள் தொடர்ந்துகொண்டிருந்தாள். இந்தப் பவானிக்குத் தன்னிடமும் தன் கணவனிடமும் எவ்வளவு பிரியமும் அன்பும் கரிசனமும் இருந்தன என்று எண்ணி ஆச்சரியப்பட்டுக் கொண்டிருந்தாள் ராஜம். அம்மாஞ்சியிடம் அவளுக்கு அன்பு இருந்தது. அம்மாஞ் சியின் மனைவி என்பதற்காக அவளுக்குத் தன்னிடமும் அளவிட முடியாத அன்பு இருந்தது.

முன் ஒருதரம் பட்டணத்தில் சிவராமனும் தானும் சண்டைப் போட்டுக் கொண்டிருக்கையில் பவானி, குறுக்கிட்டது தெரியாமலே சண்டையைத் தீர்த்து வைத்தது ஞாபகம் வந்தது ராஜத்துக்கு. பவானி குறுக்கிட்டதன் பிறகு, தன் விஷயத்தில்கூடச் சிவராமன் அதிகப் பிரியத்துடன் முன்பு இருந்ததைவிட அதிகப் பிரியத்துடன் நடந்துகொண்டான் என்பதை ராஜம் கவனிக்காமல் இல்லை. அதுவும் அப்போது அவளுக்கு ஆச்சரியத்தையே தந்தது.

சண்டையோ, மனத்தாங்கலோ நேரும்போதெல்லாம் குறுக்கிடுவதற்குப் பவானி எப்போதும் தங்களுடன் இருப்பாளா என்ன என்று தன்னையே கேட்டுக்கொண்டாள் ராஜம்.

ஆனால், இதற்குப் பதில் சொல்வது இன்னதென்று அவளுக்குத் தெரியவில்லை. வெகுநேரம் யோசித்து ஒரு பதில் உண்டு என்கிற முடிவுக்கு வந்தாள். ஆனால் அந்தப் பதிலை அவள் துணிந்து வெளியிடுவதற்கில்லை – துணிந்து வெளியிட முடியாது. பவானி என்ன நினைப்பாளோ? இவர்கள் இருவரையும் தவிர, மற்றவர்களும் இருந்தார்களே!

ராஜத்திற்குத் துணிவு குறைவுதான். பேச்சிலே, அதிலும் சிவராமனுடன் பேசுவதில், வார்த்தைகளை மனம் போனபடி எல்லாம் கொட்டிவிடுவாள். கொட்டிவிட்ட அடுத்த விநாடியே ஏன் இப்படிச் சொன்னோம் என்று வருத்தப்படுவாள். ஆனால் வருத்தத்தைக் காட்டிக் கொள்வது தவறு, அது பலஹீனத்தைக் காட்டுகிற விஷயம் என்று எண்ணித் தான் சொன்னதையே பிடிவாதமாக ஸ்தாபிக்க முயல்வாள். இந்த முயற்சியால் அவள் பல தடவைகளில் சிவராமனுடைய மனசைப் புண்படுத்தியிருக்

கிறாள், அநாவசியமாகவே. இது அவளுக்கும் தெரியும்.

தனக்கும் பவானிக்கும் உள்ள வித்தியாசத்தை அறியாமல் இல்லை ராஜம். அந்த வித்தியாசத்தைப் பரிபூரணமாக அறிந்திருந்த காரணத்தினால்தான் அவள் மனம் துணுக்குற்றது.

தன்னை மணப்பதற்குப் பதில் சிவராமன் பவானியை மணந்து கொண்டிருந்தால்...? என்று தன்னையே கேட்டுக் கொண்டாள் ராஜம்.

இந்தக் கேள்விக்குப் பதில் சொல்வது அவ்வளவு சுலபமாக இல்லை.

நேரடியாகப் பதில் சொல்லாமல் வேறு ஒரு கேள்வியைக் கேட்டு இதை மடக்கலாம். பவானியைச் சிவராமன் மணந்து கொள்வது என்பது சாத்தியமான காரியமா?

பவானி என்னமோ அழகிதான். கல்யாணமாகிப் புருஷனை அறியும்முன் விதவையாகிவிட்டவள். நன்கு படித்திருந்தாள். கதாசிரியனுக்கு ஏற்றவள் என்றுகூடச் சொல்லாம். அவளும் கதைகள் எழுதினாள். அது மட்டுமல்ல. சிவராமன் எழுதிய கதைகளைப் புரிந்து கொள்ளவும் – புரிந்துகொண்டாள் போலத்தான் இருந்தது. அவர்கள் இருவரும் அவைபற்றிப் பேச ஆரம்பித்துவிட்டால், அவர்கள் பேச்சிலே பாதிக்குமேல் ராஜத்திற்குப் புதிராகத்தான் இருக்கும்.

இந்த விஷயத்தில் ஒரு கதாசிரியனின் மனைவியாகத் தன் தோல்வியை ராஜம் ஒப்புக்கொள்ளத்தான் வேண்டியிருந்தது. சிவராமன் எழுதிய கதைகளில் ஒரு பாதிக்கு மேல் ராஜத்திற்குப் புரிந்ததே இல்லை. பத்திரிகைகளில் கணவனின் பெயர் வந்தது என்கிற பெருமை இருந்தது. எழுதப் படிக்கத் தெரியும் என்பதால் அவளும் சிவராமனுடைய கதைகளை விடாமல் வாசித்து விடுவாள். ஆனால், வாசித்ததில் பாதி புரியாது. சிவராமனின் கதைகள் சுவாரசியமாக இருந்ததாகக்கூட அவளுக்குப் பட்ட தில்லை. பக்கத்திலுள்ள வேறொரு கதை நன்றாயிருப்பதுபோல அவளுக்குப் படும். ஆனால், பவானியும் சிவராமனும் சேர்ந்து கொண்டு அந்தக் கதையைச் சொல்லி நகைக்கும்போது நன்றா யிருக்கிறது அது என்று தான் நினைத்தது தவறோ என்று சந்தேகம் வந்துவிடும் ராஜத்துக்கு. நல்லவேளையாக அவள் தன் சந்தேகங்களைத் தன் மனதுக்குள்ளேயே வைத்துக்கொள்ளப் பழகியிருந்தாள். அந்தமட்டும் சரிதான்.

இலக்கிய ஆசிரியனுடைய மனைவியாக இருக்கப் பவானி

எல்லா விஷயங்களிலுமே லாயக்கானவள்தான் என்று உள்ளத்திலே சற்று லேசாகக் கசப்புத் தட்ட எண்ணினாள் ராஜம். இந்தக் கசப்பு மிகவும் லேசான கசப்பு – சிவராமன் தரப்பில் நின்று எண்ணும்போது என்றுதான் தோன்றிற்று. பவானி தரப்பில் நின்று எண்ணும்போது தோன்றவே இல்லை.

ராஜத்துக்குப் பவானியிடம் அனுதாபமும் பிரியமும் அளவு கடந்திருந்தன. விதி அவளைச் சதி செய்துவிட்டது. எவ்வளவோ கொடுமையாகச் சதி செய்துவிட்டது என்றுதான் அவள் எண்ணியிருந்தாள். விதி மட்டும் அவளுக்கு நல்லது செய்வது என்று எண்ணிவிட்டால்...

மேலே தொடர்ந்து சிந்தனை செய்ய ராஜத்துக்குச் சக்தியில்லை.

அடுத்தாற்போல் பவானி இருந்தாளே, அவள் தைரியமாகச் சிந்திக்கப் பழகியவள். அடி நாள் முதலே சிந்தனையின் அவசியத்தை விதி அவளுக்கு நன்கு கற்றுக் கொடுத்துவிட்டது. நல்ல முறையிலே சிந்திக்க, சிந்திப்பதற்கெல்லாம் முடிவுகள் கண்டு தீர்மானமாக நடந்துகொள்ள, அவள் பழகியிருந்தாள்.

அக்காவைப் பற்றி, அக்கா இறந்தபிறகு அவள் சிந்தனைகள் ஒருதலைப்பட்சமாகவே இருந்தன. ஹிந்துக் குடும்பத்தின் லட்சிய ஸ்திரீ என்றே அக்காவைப் பற்றிப் பவானி எண்ணியிருந்தாள். லட்சியப் பெண், லட்சிய ஸ்திரீ, லட்சியத் தாய் என்றெல்லாம் அவளை ஒரு லட்சியமாகவே வைத்துத்தான் மனசில் கோயில் கட்டியிருந்தாள். அக்கா மாதிரி இருந்து, அக்கா மாதிரி இறப்பதற்குக் கணக்கற்ற புண்ணியம் முன் ஜென்மத்தில் செய் திருக்க வேண்டும் என்றே பவானிக்குத் தோன்றிற்று.

ஆனால், இந்த லட்சியம் எல்லாம் பவானிக்கு எட்டாத லட்சியம். தனக்கு எட்டாதது என்பது அவளுக்கே நன்கு தெரியும்.

ஈசன் அருள் இருந்தால் அக்கா இறந்தபின்னும், தலை முறைக்குப்பின் தலைமுறையாக அவள் லட்சியங்கள் சிதை வுறாமல் நிறைவேறும். வாழ்ந்த வருஷங்களிலும் விதவையாகப் பிள்ளை, பேரன், பேத்திகளுடன் குலாவிய வருஷங்களிலும், இறந்த பிற்பாடுங்கூட அவள் லட்சியங்கள் நிலைத்துவிட்டன. அவள் வாழ்க்கை வேகம் அவளுடைய குடும்பத்தின் ரத்தத்திலே ஓடிக்கொண்டிருந்தது.

பவானியின் வாழ்க்கையிலே பழைய லட்சியங்களுக்கெல்லாம் இனி இடமில்லை. புது லட்சியங்கள் படைத்துக் கொண்டு சமூகத்துடனும் விதியுடனும் போராடி, வெற்றிபெறத் தனக்குத்

தெம்பு இருந்ததா என்பது பற்றித் தீர்மானிக்கப் போதிய அனுபவமுமில்லை அவளுக்கு. நாள் ஆக ஆக, அனுபவம் முதிர முதிரத்தான், அது நிச்சயமாகும். ஆனால் சிரமம் எவ்வளவோ உண்டு. அக்கா என்கிற லட்சியம் அவளுக்கு உகந்ததாக இருந்தது போல, வேறு புது லட்சியம் உகந்ததாக, உண்மையாக, அவசிய மானதாக இருக்குமா என்பதும் இனித் தீர்மானமாக வேண்டிய விஷயம்.

பவானியின் வாழ்க்கை அவள் சிறு பெண்ணாக இருந்தபோதே – பத்துப் பன்னிரண்டு வருஷங்களுக்கு முன்னரே முடிந்துவிட்டது என்றுதான் சொல்ல வேண்டும். புது வாழ்வு தொடரத் தெம்பு வேணும் – அவளுக்கு மட்டும் இருந்து போதாது. அவள் சார்ந்துள்ள மற்றவர்களுக்கும் தெம்பு நிறைய வேண்டும்.

சிந்திக்கத் தெரிந்த பவானி சிந்தனைகளைத் தொடர்ந்து ஓடும்போது நெடுக பெருமூச்செறிந்தாள் என்பதில் ஆச்சரியம் ஒன்றும் இல்லை. எவ்வளவு தரம் விதியை நொந்து பெரு மூச்செறிந்தாள் என்பது கணக்கெடுக்கமுடியாத காரியம்.

ஆனால், அவளுடைய பெருமூச்சுகளுக்கும் ஒரு முடிவு, ஓர் ஆறுதல் இல்லாமலா போய்விடும்?

தன் விதியைப் பற்றி எண்ணி எண்ணி பெருமூச்செறிந்த பவானி, தன் தாயாரையும் சகோதரியையும், மாமாவையும் பற்றி எண்ணாமல் இல்லை. கிருஷ்ணஸ்வாமி சர்மாவையும் சிவ ராமனையும், ராஜத்தையும் பற்றியும் எண்ணி எண்ணிப் பார்த்தாள்.

கிருஷ்ணஸ்வாமி சர்மாவின் உயில் இன்னும் அவளிடம் பத்திரமாகத்தான் இருந்தது. சர்மாவின் சுபாவம் ரகசியத்தை அதிகமாக விரும்பாத சுபாவம். அப்படிப்பட்டவரே ஏதோ ஒரு ரகசியத்தைத் தன்னிடம் ஒப்படைத்துவிட்டுப் போயிருக்கும்போது அதைப் போற்றிக் காப்பாற்ற வேண்டியது தன் கடமை என்று அவள் உணர்ந்தாள். சர்மா எழுதியிருந்தபடி இன்னும் ஒரு வருஷம் ஆகவில்லை.

நாலைந்து வாரங்கள் பாக்கியிருந்தன. அதற்குப் பிறகுதான், சர்மாவின் உயிலைப் பிரித்துப் பார்க்க முடியும்.

ஆனால், அவள் பெண் உள்ளம் அந்த உயிலில் என்ன ரகசியம் அடங்கியிருக்கும் என்பதைப் பற்றிச் சிந்திக்காமல் இல்லை. அவருடைய லட்சத்துச் சொச்சம் ஆஸ்தியைப் பற்றி அவ்வளவாகக் கவலைப்படவில்லை பவானி. ஆனால், சர்மா பெரிய ஜோஸ்யர். பிற்காலத்தில் நடக்கப் போவதை எல்லாம் ஓரளவு அறிந்து

சொல்லக்கூடிய அளவுக்கு அவர் நவக்கிரகங்களைப் பற்றி அறிந்துகொண்டிருந்தார். இந்த விஷயந்தான் முக்கியமாகப் பவானியின் மனசிலே குடிகொண்டிருந்தது. தன்னுடைய பிற்கால வாழ்க்கையைப் பற்றி ஏதாவது குறித்திருப்பார், வழிகாட்டியிருப்பார் என்று அவள் எதிர்பார்த்தாள்.

சர்மாவினுடைய உயில், பணவிஷயத்தில் மட்டுமன்றி வேறு பல வகையிலும் தன் வாழ்க்கையைப் பாதிக்கும் என்பதுபற்றி பவானிக்குச் சிறிதும் சந்தேகம் இல்லை. எப்படிப் பாதிக்குமோ என்பது பற்றிதான் அவளுக்குக் கவலையாக இருந்தது. தன் நன்மையிலே நாட்டம்கொண்ட சர்மா மாமா தனக்குக் கஷ்டம் தரும்படியாக எதுவும் சொல்லியிருக்க மாட்டார் என்கிற நிச்சயமும் அவளுக்கு இருந்தது. ஆனால், தனக்குக் கஷ்டம் இல்லாதது பிறருக்குக் கஷ்டம் அளிப்பதாக இருந்துவிட்டால் என்ன செய்வது? சர்மா தன்னுடைய உயிலில் என்ன எழுதி வைத்திருந்தாலும் அதன்படி செய்ய யாரும் தயங்க மாட்டார்கள். முத்து மாமா ஆகட்டும், வெங்கிட்டு மாமாதான் ஆகட்டும், சிவராமன்தான் ஆகட்டும், ஆட்சேபமே சொல்லாமல் சர்மா சொல்லியுள்ளபடி செய்துவிடுவார்கள். மங்களம் முணுமுணுத்தாலும் எதிர் செய்யமாட்டாள். இந்த நிலையில்..?

ஆனால், சர்மா சிறந்த அறிவாளி. அவர் இதை எல்லாம் பூராவும் யோசிக்காமல் எதுவும் சொல்லியிருக்க மாட்டார் என்பது நிச்சயம். தான் இதைப்பற்றி அதிகமாகக் கவலைப்பட்டு மண்டையை உடைத்துக்கொள்வானேன் என்று தன்னையே திருத்திக்கொண்டாள் பவானி.

ஆனால், சர்மாவும் சர்மாவினுடைய உயிலும் அவள் சிந்தனையில் இல்லாத நாளே இல்லை.

அக்காவைப் பற்றியும் அவள் சிந்திக்காத நாள் இல்லை.

இந்த இரண்டு சிந்தனைப் பிரவாகங்களுக்கும் இடையே சிவராமனின் உருவமும் சிலசமயம் அவள் சிந்தனை அலைகளிலே மிதந்துகொண்டு வரும். சிவராமனுடைய குணங்களிலே பல கிருஷ்ணஸ்வாமி சர்மாவினுடைய குணங்கள்தான். அவன் உள்ளத்தைச் சமைப்பதிலே சர்மாவும் சானுப் பாட்டியும் சரி சமமான பங்கு எடுத்துக்கொண்டார்கள்.

சிவராமன் லட்சியவாதி. அவன் லட்சியத்தின் வேகத்தைத் தடைப்படுத்தினாள் ராஜம் என்பதைப் பவானி உணராமல் இல்லை. உணர்ந்து, தன் லட்சியங்கள் சிதைந்ததற்கு வருத்தப்பட்டது போல வருத்தப்பட்டாள். ஆனால், அதற்காக அவள்

ராஜத்தைக் குறைசொல்ல முடியவில்லை. அப்படிச் சொல்வது தவறு என்றே எண்ணினாள். இயற்கை வெற்றி பெற்று ராஜத்தின் தாயுள்ளமும் பெண்ணுள்ளமும் நிறைந்து விடுமேயானால் அவள் சிவராமனின் லட்சியங்களில் குறுக்கிடுவதை நிறுத்தி விடுவாள் என்றே எண்ணினாள் பவானி. ஆனால், அப்படியும் சிவராமனுக்கு அவன் லட்சியங்களை அடைய ராஜம் ஒரு நாளும் உதவமாட்டாள். அந்த விஷயத்தில் சிவராமனைத் துரதிர்ஷ்டசாலி என்றுதான் சொல்ல வேண்டும்.

சிந்தனையின் இந்தக் கட்டத்தில், பவானி மீண்டும் சர்மா வினுடைய உயிலைப் பற்றியும், அதில் என்ன இருக்கும் என்பதைப் பற்றியும் சிந்திக்கத் தொடங்கிவிடுவாள்.

ஆனால், ஒரு விஷயம் பவானிக்கும் தெளிவாகிக்கொண் டிருந்தது. சிவராமனைப் பற்றிய சிந்தனைகள் வரவர நாளடைவில், அவளுக்கு இன்பம் தருபவை ஆகிக்கொண்டிருந்தன. அவள் அதுவரையில் சிந்தனையிலும் அறிந்திராத இன்பம் அது.

ஏன் இது என்று தன்னையே கேட்டுக்கொண்டாள் பவானி.

ஆனால், இந்தக் கேள்விக்குப் பதில் சொல்லிக்கொள்ளக்கூட அவளுக்குத் தெரியவில்லை.

◯

'ஒரே குடும்பம்'

அக்கா சாகக்கிடக்கிறபோது உறவினர்கள் ஒவ்வொருவராக வந்து போனதும் தெருவில் பலர் வந்து வந்து விசாரித்துப் போனதுமாகச் சேர்ந்து, சிவராமனுடைய மனசிலே வாழ்க்கைபற்றி ஒரு புதுச் சிந்தனையை எழுப்பியது. தெரு வாழ்க்கையும், கிராம வாழ்க்கையும், உலக வாழ்க்கையுமே ஒரு பெரிய குடும்பமாகச் சிவராமன் மனசிலே பட்டது. அந்தச் சமயத்தில் இது அவசியமான ஒரு பெரிய உண்மையாகத்தான் அவன் இருதயத்திலே உறைத்தது.

ஆனால், அக்கா இறந்தபிறகு, அது ஒன்றும் அப்படி உண்மை என்று சொல்லமுடியாது என்பதைச் சிவராமன் உணர்ந்துகொண்டான். ஏதோ மேலெழுந்தவாரியாகப் பார்க்கும்போது, ஓரளவு அதில் உண்மை இருப்பது போலத்தான் இருந்தது. ஆனால், அந்த உண்மை தோற்றமே தவிர வேறல்ல; வெறும் மாயமே தவிர வேறல்ல. தெருக் குடும்பங்களில் பல ஒன்றுக்கொன்று பரஸ்பரம் விரோத மனப்பான்மையை வேண்டு மென்றே வளர்த்துக்கொண்டு காலந்தள்ளி வந்தார்கள் என்று எண்ணினான் அவன். பிறர் வாழ்வதைக் கண்டு பொறாமை கொள்ளும் மனோபாவம் நகரங்களிலே குறைவு என்று சொல்லலாம். நகரங்களில் மற்றவர்களைப் பற்றி அறிய, அறிந்து கொண்டாலும் சிந்திக்க அவகாசம் குறைவு. கிராமங்களில் அவகாசம் நிறைய இருந்தது. பிறர் விஷயங்கள் பூராவும் ஒரு துளிகூட விடாமல் அறிந்துகொள்வதற்குப் போதிய சௌகரியங் களும் இருந்தன. சாதாரணமாகக் கிராமங்களில் ஒரு குடும்பத்தில் நடப்பது எல்லாம் மற்றவர்களுக்குத் தெரியாமல் இருப்பதில்லை.

இப்படித் தனக்குத் தெரிந்த குடும்பங்களில் பல உள்ளூரப் பொறாமைத் தீயைப் போற்றி வளர்த்துக்கொண்டுதான் வாழ்ந்து வந்தனர் என்பதை அறிந்துகொள்ள சிவராமனுக்கு அதிக காலம் பிடிக்கவில்லை. தவிரவும், தன் குடும்பத்தைப்பற்றி, ஊரிலோ தெருவிலோ யாருக்கும் நல்ல அபிப்பிராயம் இல்லை என்பதை அவன் தெளிவாகவே தெரிந்துகொண்டு விட்டான். இந்த அறிவு அவன் மனசிலே சதா உறுத்திக்கொண்டே இருந்தது.

நிலைமை இப்படி இருந்ததற்குக் காரணங்கள் பல சொல்லலாம். ஆனால், காரணங்கள் சொல்வதால் மட்டும் நிலைமை

திருந்திவிடுமா என்ன?

பட்டாபிராமையர் ஏதோ உத்தியோகம் பார்த்தவர்தான்; கெட்டிக்காரர்தான். என்றாலும் ஊர் ஜனங்கள், அவருடன் நண்பர்கள் என்று தினசரி பார்த்துப் பேசிப் பழகியவர்கள்கூட, அவரிடம் பொறாமையும், விரோத மனப்பான்மையுமே கொண்டிருந்தார்கள் என்பதை அவர் அறியவில்லை. தம்மையும் அறியாமலே இந்தப் பொறாமையை வளர்ப்பதற்கானதையும் செய்து வந்தார் அவர். அவர் அதைப்பற்றிச் சிந்தித்தால்தானே! தம்மைப் பற்றியும், தாம் ஏழையாக இருந்ததைப் பற்றியும், சிரமங்கள் பட்டதைப் பற்றியும் ஓயாமல் பேசிக்கொண்டிருப்பார். கேட்பவர் காதிலெல்லாம் தம் பிள்ளையின் பிரதாபங்களை அவர் அள்ளி வீசாத நாள் இல்லை. சற்றுத் தாராள மனப்பான்மை உடைய அவர் கையை வீசியே செலவு செய்வார். செட்டாக எண்ணிச் செலவு செய்யப் பழகாதவர் அவர். செட்டாக இருக்க வேண்டிய அவசியமும் இல்லை அவருக்கு.

இதெல்லாமாகச் சேர்ந்து கிராமத்தாருக்கு உள்ளூர ஆத்திரமூட்டியது என்பதைச் சிவராமன் கண்டான்.

இதைக் கண்டது போலவே, கிராமம் பூராவும் ஒரே குடும்பமாக வாழ வேண்டியதன் அவசியத்தையும் அவன் கண்டான் என்று சொல்வதில் ஆச்சரியம் ஒன்றுமில்லை. ஒரே குடும்பமாக இருக்க வேண்டியதுதான் லட்சியம். அந்த லட்சியத்தை அடைவதற்கு உகந்தபடியேதான் சமுதாயம் ஏற்பட்டிருந்தது. சிந்திக்கத் தெரிந்து, அறிவும் பண்பும் உள்ள மனிதர்கள் அதிகரித்தால், அந்த லட்சியம் சித்திக்கக்கூடிய லட்சியந்தான். அப்படி ஒன்றும் எட்டாத கொம்புப் பழம் அல்ல அது.

இப்படிச் சிந்திக்கத் தொடங்கிய சிவராமன், ஊராரையும் பரிபூரணமாக அறிந்துகொள்வதில் அளவு கடந்த உற்சாகம் காட்டியதில் ஆச்சரியம் ஒன்றும் இல்லை என்றே சொல்ல வேண்டும். சில நாள் ஆராய்ச்சிக்குப் பிறகு, ஊரின் அந்தராத் மாவை அவன் உள்ளபடியே அறிந்துகொண்டு விட்டதாக எண்ணியதிலும் ஆச்சரியம் ஒன்றும் இல்லை. ஒரு கிராமத்தின் அந்தராத்மாவை, சமூக அமைப்பை, தினசரி வாழ்வை, அதனுடைய கடைசி லட்சியத்தை அறிந்துகொண்டு விட்டதாகவும், அதை ஒரு நாவலாக வெளியிட வேண்டும் என்றும் அவன் எண்ணினான். அந்த நாவல் அற்புத கிராமச் சித்திரமாக அமையும் என்று அவன் எண்ணினான். அந்த நாவலுக்கு 'ஒரே குடும்பம்' என்கிற பெயர் மிகவும் பொருத்தமாக இருக்கும் என்று அவன் தீர்மானித்தான்.

அது எப்படி அமையும் என்றும், அது வெளிவந்த பிறகு ரசிகர்கள் எப்படி அதை வரவேற்பார்கள் என்றும், கனவுகள் காணவும் தொடங்கிவிட்டான் இலக்கியாசிரியன்.

இலக்கியாசிரியர்களின் கனவுகளுக்கும் மற்றவர்களுடைய கனவுகளுக்கும் முக்கியமான ஒரு வித்தியாசம் உண்டு. இலக்கியா சிரியர்களுடைய கனவுகளிலே ஒரு சில, என்றாவது ஒரு நாள் பலித்தேவிடும். பலிக்காவிட்டாலுங்கூட இலக்கியாசிரியனுடைய கனவுகளிலே ஓரளவு உண்மை இருந்தே தீரும். இந்த ஓரளவு உண்மையே போதுமானது, இலக்கியாசிரியனுக்குப் பரவசம் ஊட்ட.

அவன் கனவுகளிலே, கனவுகளின் பரவசத்திலே பங் கெடுத்துக்கொள்ளச் சிவராமனுடைய மனைவி ராஜத்துக்குத் தெரியவில்லை. ஆகவே, அவன் தன் கனவுகளைப்பற்றியும் தான் எழுத உத்தேசித்திருந்த கட்டுரைகளைப் பற்றியும் 'ஒரே குடும்பம்' என்கிற அற்புத கிராமச் சித்திரத்தைப் பற்றியும் அவனுடைய அத்தங்காள் பவானியிடந்தான் அடிக்கடி பேசி விஸ்தரிக்க வேண்டி இருந்தது. ராஜம் பேசத் தெரியாமல் விழித்துக்கொண்டு அண்டையில் நிற்பாள். பவானி சில சமயம் ராஜத்தைப்பற்றி நினைத்தவளாக எதுவும் பேசாதிருப்பாள். ஆனால், அப்படிப் பேசாமல் இருக்கிற சந்தர்ப்பங்கள் மிகவும் குறைவு.

இலக்கிய விஷயத்திலும் மற்றும் சிந்தனையைத் தூண்டக் கூடிய பல விஷயங்களிலும் சிவராமனுக்கு இருந்த உத்வேகமும் ஈடுபாடும் பவானிக்கு இருந்தன - சற்று அதிகமாகவே இருந்தன என்றுகூட ஒரு விதத்தில் சொல்லலாம். அம்மணிப் பாட்டி ஒரு தடவை சொன்னது சிவராமனுக்கு அடிக்கடி ஞாபகம் வரும். தன் அத்தங்காள் மனசு வைத்தாளானால் தன்னையும்விடச் சிறந்த நூல்களும் எழுதக் கூடியவள் ஆகிவிடுவாள் என்றே சிவராமனுக்கும் தோன்றிற்று. விவாதத்திலே சில விஷயங்களை எடுத்து அவள் அலசும்போது இப்படி எண்ணுவான் அவன்.

இடையில் பவானியின் கதைகள் இரண்டொன்றும் பத்திரி கையில் பிரசுரமாகியிருந்தன. புதிதாக எழுதுகிறவர்களுக்கு ஊக்கம் தர வேண்டும் என்றோ, வேறு எக்காரணத்தாலோ, அந்தக் கதைகளைப் பாராட்டிப் பலரும் பத்திரிகாலயத்துக்கு எழுதியிருந்தார்கள். அந்தக் கடிதங்களை எல்லாம் பத்திரிகாசிரியர் சுவாமிமலையில் பவானிக்கு அனுப்பியிருந்தார்.

அப்படி வந்திருந்த கடிதங்களைப் பார்த்துக்கொண்டிருக் கையில் ஒருநாள் காலையில் சிவராமன் உண்மையான மனக்குறை

தொனிக்க, ஆனால் சற்றும் பொறாமையில்லாமல், பவானியிடம், "நானும் இவ்வளவு நாளாகக் கதை எழுதறேன். எனக்கு ஒரு பாராட்டுக் கடிதங்கூட இதுவரையில் வந்ததில்லையே!" என்றான்.

"நல்ல கதையாக எழுதினால்தானே வரும்! ஏதாவது புராணமாக எழுதினால் வருமா?" என்று உடன் இருந்த ராஜம் ஒரு போடு போட்டாள்.

"ஆமாண்டியம்மா ஆமாம். அம்மணிப் பாட்டி சொன்னமாதிரி, நிஜமாவே பொம்மனாட்டிக்குத்தான் கதை நன்றாக எழுத வரும் போல இருக்கு" என்றான் சிவராமன்.

"இந்தப் பாராட்டுக் கடிதங்களெல்லாம் கதையைப் பொறுத்ததில்லேன்னு எனக்குத் தோண்றது!" என்றாள் பவானி.

"பின்னே எதைப் பொறுத்ததுன்னு நீ நினைக்கிறாய்? சொல்லு" என்றான் சிவராமன்.

"நம்மூரிலே இப்போ மேல்நாட்டு நாகரிகம் அதிகமாகப் பரவியிருக்கிற காரணமாக, பெண் பிள்ளைகளுக்கு அதிகக் கௌரவம் கொடுக்கணும்னு எல்லோரும் பாடுபடறா! அவ்வளவுதான்" என்றாள் பவானி.

அவள் சொன்ன காரணம் ஓரளவு உண்மையாகவே இருக்கலாம் என்றுதான் பட்டது சிவராமனுக்கும். இருந்தாலும் தனக்கு அதுவரையில் ஒரு பாராட்டுக் கடிதங்கூட வந்ததில்லையே என்பதுபற்றி அவனுக்கு இருந்த வருத்தம் மறையவில்லை.

அவன் சென்னையிலிருந்து சுவாமிமலை திரும்பிய பிறகு, இன்னொரு விசேஷமும் நடந்தது. ஏதோ புதுசாக அவனுடைய மேதைமையை அறிந்துவிட்டவர்கள்போல் சில பத்திரிகாசிரியர்கள், விசேஷ மலர்களுக்கும் சாதாரண இதழ்களுக்கும் கதை, கட்டுரைகள் அனுப்பச் சொல்லி அவனுக்கு அழைப்பு அனுப்பினார்கள். கேட்டவர்களுக்கெல்லாம் பிகு பண்ணிக்கொள்ளாமல் எழுதியும் தந்தான் சிவராமன். சுவாமிமலை வந்த அவன் எழுதிய கதைகளிலே ஒரு புது விறுவிறுப்பும் புது வேகமும் இருந்ததாகப் பவானிகூடச் சேர்ந்துகொண்டு சொன்னதுதான் சிவராமனுக்கு மிகவும் ஆச்சரியமாக இருந்தது.

"நல்ல கதைகள் எழுத அக்கா சாக வேண்டும் என்று நான் காத்திருந்தேன் என்கிறாயா நீ!" என்று பவானியை ஒரு நாள் அவன் விளையாட்டாகக் கோபத்துடன் கேட்டான்.

"அப்படி அல்ல அர்த்தம் இதற்கு. நீ முன்னாடி நல்ல கதைகள்

எழுதவில்லை என்பதும் அல்ல. ஏதோ ஒரு புது அனுபவம் ஏற்பட்டதன் காரணமாக உன் எழுத்துக்கும் சிந்தனைக்கும் புது மெருகு ஏற்பட்டிருக்கிறது அவ்வளவுதான்" என்றாள் பவானி.

"இருக்கலாம்" என்று சிவராமனே ஒப்புக்கொள்ள வேண்டியிருந்தது. அந்த விஷயத்தைத் தொடராமல், "நான் புது மெருகு என்று ஒரு கதை எழுதிப் பார்க்கிறேன்" என்றான் சிவராமன்.

"நான் ஏற்கனவே எழுதிவிட்டேனே!" என்று சட்டென்று பவானி தன் பெட்டியிலிருந்து ஒரு கற்றைக் காகிதத்தைக் கொண்டு வந்து சிவராமனிடம் தந்தாள். அது பவானியினுடைய ஐந்தாவது கதை.

"ஏதேது? அம்மாஞ்சியும் அத்தங்காளும் போட்டி போட்டுண்டுன்னா எழுதறேள்!" என்றாள் ராஜம்.

"உன்னை யாரு எழுத வேண்டாம்னது? நீயும் போட்டியிலே கலந்துக்கறதுதானே!" என்று சற்றுக் கேலி செய்கிற மாதிரியே சொன்னான் சிவராமன்.

"வேண்டாம் வேண்டாம்! நீங்க ரெண்டு பேரும் எழுதற வேகத்தைப் பார்த்தால் தமிழ்ப் பத்திரிகைகளிலே உங்க கதை களைத் தவிர வேறு யாருடைய கதைகளுக்குமே இடம் கிடைக் காதுபோல் இருக்கே!" என்றாள் ராஜம்.

"நீ எழுத ஆரம்பிச்சா எங்களுக்கெல்லாம் போட்டியாவா இருக்கும்?" என்றாள் பவானி, கேலிக் குரலில்.

"பின்னே?" என்றான் சிவராமன். அவனும் கேலி செய்கிற மாதிரி கேட்டான்.

"நம்ப இரண்டு பேருடைய கதையையும்விட அற்புதமாக எழுதி முடித்துவிடமாட்டாளா என் அம்மாஞ்சி மன்னி!" என்றாள் பவானி.

"உங்களுக்கெல்லாம் கேலியாகத்தான் இருக்கும்! நீங்க எழுதற கதையை எனக்குப் படிச்சுப் புரிஞ்சுக்கக்கூடத் தெரி யலையேயோல்லியோ – உங்களுக்குக் கேலியாகத்தான் இருக்கும்!" என்றாள் ராஜம்.

அப்பொழுது ராஜம் அதற்குமேல் எதுவும் சொல்லவில்லை. ஆனால், அன்று மாலையில் பவானியும் அவளும் தனியாகக் கொல்லைக்கூடத்தில் பேசிக்கொண்டிருக்கும்போது, "நீ உங்க அம்மாஞ்சியைக் கல்யாணம் பண்ணிண்டிருந்தால் எவ்வளவோ

நன்னாருக்கும்னு எனக்குத் தோண்றது” என்றாள் கேலியாகச் சொல்லுகிற மாதிரியில்.

திடீரென்று இந்தப் பேச்சை எதிர்பாராத விதமாகக் கேட்ட பவானி திடுக்கிட்டு ஒரு நிமிஷம் என்ன பதில் அளிப்பது என்று அறியாமல் நின்றாள். பிறகு, ஒருவாறு சமாளித்துக் கொண்டு, “என்ன ராஜம்! நீ இப்படி என் விஷயத்தை எல்லாம் தெரிஞ்சுண்டிருந்தும் ஏதோ சொல்லி என் மனசைப் புண்படுத்தறது சரியில்லை” என்றாள்.

“அந்த மாதிரி அர்த்தம் பண்ணிக்காதே! ஆனால், உங்க அம்மாஞ்சிக்கு நீதான் ரொம்பவும் ஏற்றவள்னு நினைக்காமலிருக்க என்னால முடியவில்லை” என்றாள் ராஜம், குரலில் உண்மை தொனிக்க.

“நீ அந்த மாதிரி நினைக்கறதுக்கு...” என்று பவானி ஏதோ சொல்லுகையில் ராஜம் குறுக்கிட்டாள்.

“நீயும் அவரும் இலக்கியம், கதை, நாவல்னு ஏதாவது பேசிண்டிருக்கச்செல்லாம் எனக்கு இந்த மாதிரிதான் தோண்றது நான் என்ன பண்ண?” என்றாள். அவள் சாதாரணமாகப் பேசுவதுபோலப் பேச முயன்றாள். எனினும், அவள் குரலில் அழுகை நிறைந்த ஒரு சோகம் தொனித்தது.

“பாவம்! சிவராமன்!...”

“பாவம்னு சொல்ல வேண்டிய அவசியம் இருக்கத்தான் இருக்குன்னு நானும் ஒப்புக்கறேன். பாவம்! என்னைப் போன்ற ஒரு ஜடத்தைக் கட்டிண்டு...”

“உன்னோட நான் இன்னிக்கு இனிமே இதைப் பத்திப் பேசப் போறதில்லை! உனக்கு மனசு சரியாயில்லை போல இருக்கு. பிறகு பேசிக்கலாம். நீ இந்த மாதிரி பேசறதும் நினைக்கறதும் சிவராமனுக்குத் தெரிஞ்சுட்டால்...” என்றாள் பவானி.

“அதென்னவோ அம்மா, எனக்குத்தான் பத்து வருஷம் ஆகியும் குழந்தை உண்டாகவில்லை. உங்க அம்மாஞ்சிக்கும் புத்திர தோஷம் இருக்குன்னு யாரோ ஜோசியர் சொல்லக்கூடச் சொன்னார்” என்றாள் ராஜம்.

பவானி பதில் சொல்லாமலே இருக்க முயன்றாள். எவ்வளவோ கெட்டிக்காரியான அவளுக்குக்கூட என்ன சொல்வது என்பதே தெரியவில்லை.

“வேறு யாராவது ஒருத்தியைக் கல்யாணம் பண்ணிண்டா

ரானால் என்னை வீட்டை விட்டே விரட்டிவிடுவாள். உன்னைக் கல்யாணம் பண்ணிண்டாரானால் எனக்கு இங்கே தங்கறத்துக் கானும் நீ இடம் கொடுப்பே" என்றாள் ராஜம்.

அதற்குமேல் அழுகையை அடக்க முடியவில்லை ராஜத்தால். ஒன்றும் பேசாமல் அங்கிருந்து நகர்ந்துவிட முயன்ற பவானியின் தோள்மேல் சாய்ந்துகொண்டு ஹோவென்று அழவே ஆரம்பித்துவிட்டாள் ராஜம்.

"நன்னாருக்கு – கொல்லைத் தாவாரத்திலே நாடகம்" என்று சொல்லிக்கொண்டு, சாவித்திரி அந்தப் பக்கம் வந்து அவர்களுடைய சிந்தனையைக் கலைத்த பிறகுதான், ராஜத்துக்கும் பவானிக்கும் சுய ஞாபகம் வந்தது. ஆனால், அன்று அப்போது அந்த விஷயமாக இருவருமே வேறு எதுவும் பேசத் துணியவில்லை.

சற்று ஏறக்குறைய இதே சமயம் சிவராமன் சுவாமிநாத ஸ்வாமி சந்நிதியில் நின்றுகொண்டிருந்தான்.

'ஒரே குடும்பம்' என்கிற நாவல் எழுதுவது பற்றி அவன் சிந்தனைகள் திடப்பட்டுக்கொண்டிருந்தன. எழுத வேண்டும் என்கிற அவாவுடன், உள்ளூர இருந்த ஓர் ஆத்திரத்துடன் வேறு ஒரு விஷயமும் சேர்ந்துகொண்டது. நாலைந்து வருஷங்களுக்கு முன் அவன் கைக்காசு போட்டு வெளியிட்டிருந்த நாவலில் இனாமாகக் கொடுத்ததும், ஏதோ விற்றது ஒன்றிரண்டும் போக, ஆயிரத்து இருநூறு பிரதிகள் சுவாமிமலையிலே இவ்வளவு நாளும் கேட்பாரற்று அடுக்கிக்கிடந்தன. யார் சொன்னார்களோ, அது எப்படி நேர்ந்ததோ, சிவராமனுக்கே தெரியாது. சென்னையில் சற்றுப் பிரபலமான புஸ்தக வியாபாரக் கடை ஒன்று முன்பணமாகக் கமிஷன் கழித்து நூறு பிரதிகளை விற்பனைக்கு வாங்கிக்கொண்டது. இரண்டொரு வாரங்களுக்குள்ளாகவே நூறு பிரதிகளும் விற்பனையாகிவிட்டன என்றும் இன்னும் இருநூறு பிரதிகளுக்கு ஆர்டரும் முன் பணமும் அனுப்பிற்று. இந்த வெற்றியும் சேர்ந்துகொள்ளவே 'ஒரே குடும்பம்' என்கிற இரண்டாவது நாவலை எழுதி முடித்து விடுவது என்கிற வேகம் அதிகப்பட்டுக்கொண்டே இருந்தது என்பதில் ஆச்சரியம் இல்லை.

கிராம சமுதாயத்தை 'ஒரே குடும்பம்' என்று தீட்டுகிற காலத்திலே ஊர் நடுவிலுள்ள சுவாமி கோயிலுக்கு ஒரு பிரதம பாகம் அளிக்க வேண்டும் என்று தீர்மானித்திருந்தான் சிவராமன். பல சமயங்களிலும் போய் நின்று சந்நிதியிலும் வேறு பல இடங்களிலும் கோயில் காற்றை அனுபவிப்பது, கோயில் தோற்றத்தைக் கண்டு மனசில் வாங்கிக்கொள்வது ஆகிய காரியங்களைச் சிவராமன்

தினசரி செய்துகொண்டிருந்தான்.

இதன் மத்தியில் தெய்வம் என்பதோர் சித்தமும் உண்டாகிக் கொண்டிருந்தது சிவராமனுக்கு, அவனையும் அறியாமலே.

தெய்வ சந்நிதியில் நிற்பதில் ஓர் ஆறுதலும் நிம்மதியும் ஆனந்தமுங்கூட இருக்கின்றன என்பதைச் சிவராமன் அறிய ஆரம்பித்தான். சாதாரண நாட்களிலும் சற்றுக் கும்பலாகவேதான் இருக்கும், சுவாமிநாதஸ்வாமி சந்நிதியில். சந்நிதிக்குப் பக்கத்திலே பிரகாரத்தில் இன்னொரு சிறிய கர்ப்பக்கிருகமும் அதிலே தெய்வயானை வள்ளி சமேதராகச் சுப்பிரமணிய ஸ்வாமியும் சிலை உருவத்தில் வைக்கப்பட்டிருந்தன. அந்தச் சந்நிதியில் சிவராமன் வெகுநேரம் தன்னையும் மறந்து நின்றிருப்பான். சுவாமிநாத ஸ்வாமி சந்நிதியிலே ஒரே கூட்டமாக இருக்கும். சில சமயங்களில் பக்கத்து ஊர்களிலிருந்தும் வெகுதூரத்துக்கு அப்பாலிருந்த ஊர்களிலிருந்தும் சாயங்காலம் அஸ்தமன சமயத்துக்குக்கூடக் காவடிகள் வரும்.

ராஜமும் பவானியும் வீட்டிலே சிவராமனைப் பற்றிப் பேசிக்கொண்டிருந்த அந்தச் சமயத்தில் சிவராமன் வழக்கம் போல், மாலையில் கோயிலுக்குப் போனவன், வழக்கம் போலவே கூட்டத்தில் இடிபட்டுக்கொண்டு சுவாமிநாத ஸ்வாமி சந்நிதியில் நிற்க மனசில்லாமல், சற்று ஒதுக்குப்புறமாக இருந்த சுப்பிரமணிய ஸ்வாமி சந்நிதியிலே நின்றிருந்தான். அவன் போய் நின்றபோது அங்கே யாரும் இல்லை. இடம் காரணமோ, புதிதாக ஏற்பட்டிருந்த பக்தி காரணமோ, எல்லோரும் அப்படிச் செய்கிறார்களே நாமும் அப்படிச் செய்தால் எப்படியிருக்கும் என்று எண்ணியோ, வாய் ஏதோ முருகன் துதிபாட, கண்மூட, 'கைகள் மொட்டித்து இருதயம் மலர' வெகுநேரம் நின்றிருந்தான் சிவராமன்.

அவன் கண் திறந்து பார்த்தபோது, எதிரே ஒரு சாமியார் நின்றிருந்தார். அவர் எப்பொழுது அங்கே வந்து சேர்ந்தார் என்பது சிவராமனுக்குத் தெரியாது. அவர் தன்னையே பார்த்துக் கொண்டிருப்பதைக் கவனித்த சிவராமன் அவரைக் கேட்டான்: "ஏன், எங்கேயாவது என்னைப் பார்த்த மாதிரி இருக்கிறதோ?" என்று.

சாமியார் அவன் கேட்டதற்குப் பதில் சொல்லவில்லை. "எனக்குக் கொஞ்சம் ஜோசியம் வரும். கையைக் காட்டினால் பார்த்து நிச்சயப்படுத்திச் சொல்கிறேன்" என்றார்.

சிவராமன் ஒரு விநாடி யோசித்தான். 'இதில் தப்பு என்ன?' என்று ஒரு விநாடிக்குப் பிறகு, தீர்மானித்தவனாகக் கையை நீட்டினான்.

க.நா.சுப்ரமண்யம் | 167

சாமியார் ஒரே விநாடியில் அவன் கையைப் பார்த்து விட்டார். "ரொம்ப அதிர்ஷ்டம் இருக்கிறது. பெரும் புகழும் கூடிவருகிற நாள் நெருங்கிக்கொண்டிருக்கிறது. அதை அனுபவிக்க நீண்ட ஆயுளும் இருக்கிறது. கஷ்டங்கள் உண்டு. அவ்வளவுக்குச் சுகமும் இன்பமும் உண்டு" என்றார்.

அவர் ஜோசியம் சொல்வதுபோலச் சொல்லவில்லை. ஏதோ ஆசீர்வதிப்பதுபோலச் சொன்னார். சிவராமனுடைய உதடுகளில் லேசாகப் புன்சிரிப்புப் படர்ந்தது.

மறுபடியும் ஒரு வினாடி அவன் கையைப் பிடித்துப் பார்த்தார்: "இன்னும் பத்துப் பன்னிரண்டு நாட்களுக்குள் கல்யாணம் இருக்கிறது" என்றார்.

இந்தத் தடவை சிவராமன் உரக்கவே சிரித்துவிட்டான். "எனக்குக் கல்யாணமாகிவிட்டதே சுவாமி!" என்றான்.

சாமியார் சிரித்தார். "அதனால் என்ன?" என்றார் எதிரே கர்ப்பக் கிருகத்தில் இருந்த சுப்ரமணிய சுவாமியைச் சுட்டிக் காட்டினார்.

சாமியார் சுட்டிக் காட்டியதன் அர்த்தம் சிவராமனுக்கு உடனே விளங்கவில்லை. இரண்டொரு விநாடிகள், சுப்ரமணிய சுவாமியைப் பார்த்துக்கொண்டே இருந்த பிறகுதான் தெய்வயானை, வள்ளி என்கிற இரு பெண்களின் உருவம் அவன் கண்களில் பட்டு, மனசிலும் உறைத்தது. சுப்ரமணிய சுவாமிக்கு இரண்டு மனைவிகள் இருந்தது மாதிரி என்கிற அர்த்தத்தில்தான் சாமியார் சொன்னாரோ?

அவரைக் கேட்கலாம் என்று திரும்பினான். ஆனால், அவர் அங்கிருந்து கிளம்பித் தெற்குப் பிரகாரம் தாண்டி மேற்குப் பிரகாரத்திற்குள் திரும்பிக் கொண்டிருந்தார். அவரைத் துரத்திக் கொண்டு போகவில்லை சிவராமன். சுவாமி சந்நிதியிலேயே இன்னும் சற்று நேரம் சிந்தனையில் ஆழ்ந்தவனாக நின்றான்.

சந்நிதியை விட்டுக் கிளம்பும் சமயத்திலே சிவராமனுக்கு ஒரு விஷயம் திடீரென்று ஞாபகம் வந்தது. அன்று கிருஷ்ணஸ்வாமி சர்மா இறந்து சரியாக ஒரு வருஷம் ஆகியிருந்தது.

வக்கீல் ஐயா

அன்று காலையில் எழுந்தது முதலே வக்கீல் நாராயணஸ்வாமி ஐயருக்கு என்னவோபோல் இருந்தது. அவர் வழக்கத்துக்கு விரோதமாகச் சிந்தனையில் ஆழ்ந்திருந்தார். "ஏய், காபி கொண்டுவா" என்று சொல்லிவிட்டு ஊஞ்சல் பலகையில் அமர்ந்தவர், அப்படியே வெகுநேரம் உட்கார்ந்திருந்தார். பத்து நிமிஷங்களுக்குப் பிறகு காபி பக்கத்தில் கொண்டுவந்து வைக்கப்பட்டதைக்கூட அவர் கவனிக்கவில்லை. காபி ஆறி ஏடு தட்டிக் கொண்டிருந்தது. அவ்வளவு ஆழ்ந்த யோசனையில் இருந்தார் வக்கீல் ஐயா.

தினசரி சாதாரணமாகச் சிந்தனையில் ஈடுபட்டு விடுகிற மனிதர் அல்ல நாராயணஸ்வாமி ஐயர். சிந்தனைகளில் ஈடுபட்டுப் பொழுதை வீணாக்கிக் கொண்டிருப்பதைவிடச் சாட்சிகளுக்குப் பாடம் கற்பித்துக்கொண்டிருப்பது லாபகரமான காரியம் என்பதை அவர் அனுபவபூர்வமாக உணர்ந்தவர். அது மட்டுமல்ல. சிந்தனைகளோ செய்கைகளோ வாழ்க்கையின் லட்சியம் அல்ல. பொருளும் லாபமுமே வாழ்க்கை லட்சியங்கள் என்ற கொள்கை உடையவர் அவர். சிந்திக்க வேண்டியதே அனாவசியம் – லாபம் வருவதற்கு நடைமுறையில் ஒரு வழி கண்டு கொண்டுவிட்டால் அதற்குப் பிறகு சிந்திக்க வேண்டியதே அனாவசியம் – என்ற தீர்மானமான அபிப்பிராயம் உடையவர்.

அப்படிப்பட்டவர் அன்று தன் லட்சியங்கள் எல்லாம் மறந்துவிட்டு, மூட்டை மூலையில் வைத்துவிட்டுச் சிந்தனையில் ஈடுபட்டிருந்தார். சிந்தனையிலிருந்து தப்பிவிடத்தான் அவர் முயன்றார். ஆனால், அன்று காலை அவரை மீறிய ஒரு சக்தி அவரைப் பிடித்து ஆட்டி வைத்துக்கொண்டிருந்தது. வாசலிலே மூன்று கட்சிக்காரர்கள் வந்து காத்திருந்தார்கள். ஏழு சாட்சிக் காரர்கள் வந்து காத்திருந்தார்கள். எல்லாமாகச் சேர்ந்து நாற்பது ஐம்பது ரூபாய் சம்பாத்தியம் அன்றைய காலைப்பொழுது வேலையைப் பொறுத்திருந்தது. அதையும் மறந்துவிட்டு, காபிகூடச் சாப்பிடாமல், உட்கார்ந்திருந்தார் வக்கீல் நாராயணஸ்வாமி ஐயர்.

"காபி ஆறிப் போறதே! அதைக்கூடச் சாப்பிடாமே என்ன, இன்னிக் கார்த்தாலை?" என்று கேட்டுக்கொண்டு ஊஞ்ச லாண்டை வந்தாள் அவர் மனைவி ராதா அம்மாள்.

காபி ஞாபகமே அப்பொழுதுதான் வந்தது வக்கீல் நாராயண ஸ்வாமி ஐயருக்கு. தொட்டுப் பார்த்தார்; காபி ஜில்லிட்டுப் போயிருந்தது. "சுட வைத்துக் கொண்டு வா; ஆறியே போயிடுத்து" என்றார்.

"நம்பாத்து மாப்பிள்ளை காத்து இங்கேயும் வீச ஆரம்பித்து விட்டதோ! காபிகூடச் சாப்பிட நேரமில்லாம யோசிக்கத் தொடங்கிவிட்டேளா? பேஷ்!" என்று சொல்லிக்கொண்டே காபியை எடுத்துக்கொண்டு போய்ச் சுட வைத்துக்கொண்டு வந்தாள் ராதை அம்மாமி.

தன் கணவன் மீண்டும் பழையபடியே உட்கார்ந்திருப்பது கண்டு ஆச்சரியத்துடன் கேட்டாள் ராதை அம்மாமி: "என்ன! இப்படி எந்தக் கோட்டையைப் பிடிக்கிறதாக யோசனை பண்ணிண்டிருக்கேள்?" என்று.

"ஒரு கோட்டையும் இல்லை. எனக்கு என்னவோ இன்று காலையிலிருந்தே நம்ப ராஜத்தைப் பத்தியே யோசனையாக இருக்கிறது. அந்தப் பெண் இப்படி உலக அனுபவமே இல்லாமல் இருக்கிறாளே – கொஞ்சங்கூடச் சாமர்த்தியம் இல்லாத பெண்ணாக இருக்கிறதே! அவன்தான் கொஞ்சம் அசடாக இருக்கிறான் என்றால் இவளாவது கெட்டிக்காரியாக இருக்கக்கூடாதா? என்று யோசித்துக்கொண்டிருந்தேன்" என்று தன் மனதிலிருந்ததைக் கூறினார் வக்கீல் நாராயணஸ்வாமி ஐயர்.

"என்னமோ, எல்லாம் அவாளவாள் அதிர்ஷ்டம் போலத்தான் நடக்கும் – நீங்களும் நானும் கவலைப்பட்டு என்ன செய்யமுடியும்? நாம் கவலைப்படறத்துக்காகன்னு எதுவும் மாறிவிடப் போறதில்லை" என்றாள் ராதை அம்மாமி. ஆனால், இந்த வேதாந்த வேகம் அதிக நேரம் தாங்கவில்லை. இதைத் தொடர்ந்தே இரண்டொரு விநாடிகளுக்கெல்லாம் அம்மாமியே சொன்னாள்: "என்னவோ நம்ப பொண்ணும் சமத்தாயிருக்கலாம். மாப்பிள்ளையும் இன்னும் கொஞ்சம் சமத்தாயிருக்கலாம். ஆனால் இல்லையே; என்ன பண்ணறது?" என்று.

"மாப்பிள்ளையைக் கெட்டிக்காரனில்லேன்னு சொல்றதுக்கும் இல்லை..."

"அதுசரி; நேத்திக்கு ரங்காச்சாரியாத்துப் புள்ளே வந்து இவன் எழுதின ஒரு கதையைப் பத்தி இங்கே பிரமாதமாகப் பேசிண்டிருந்தான். பெருமையாகத்தான் இருக்கு. இருந்தாலும்..." என்று இழுத்து நிறுத்தினாள் ராதை அம்மாமி.

"பண விஷயங்களிலே கெட்டிக்காரத்தனம் இல்லாது

போனால் ரொம்பவும் கஷ்டப்படும் படியாகத்தான் போயிடும். இப்ப சத்தியாகப் பெரியவர் இருக்கிறார். சரிக் கட்டிக்கொண்டு போகிறது. கிழவர் தலை சாய்த்துவிட்டாரானால் என்னவாகுமோ? யார் சொல்ல முடியும்?" என்று குறைபட்டுக் கொண்டார் வக்கீல் ஐயர்.

"ஒரே பிள்ளை. அருமையாக வளர்த்திருக்கிறார் கிழவர். பணத்தின் கஷ்டமே தெரியாமல் வளர்த்திருக்கிறார். ஏதோ அவரால் ஆனது கொஞ்சம் சேர்த்தும் வைத்திருக்கிறார். அவர் என்ன பண்ணுவார் பாவம்!" என்றாள் ராதை அம்மாமி.

"அவருக்கே பண விஷயங்களில் கொஞ்சம் புத்தி கட்டைன்னுதான் சொல்லணும்னு தோணறது. இதோ பாரேன். அவர் தம்பி கிட்டத்தட்ட ஒரு லட்ச ரூபாய்க்கு ஆஸ்தி வைத்துவிட்டுச் செத்துப்போய் ஏறக்குறைய ஒரு வருஷத்துக்கு மேல் ஆகிவிட்டது. இன்னமும் அந்த ஆஸ்தியில் ஒரு பாதியாவது தன் பிள்ளைக்குச் சேர வேண்டுமே என்ற கவலையே இல்லாமல் அதைப் பற்றி ஒண்ணுமே செய்யாமல் உட்கார்ந்திருக்கார்" என்றார்.

"எங்கே போயிடப்போறது என்று அவசரப்படாமல் இருக்கிறார்" என்றாள் ராதை அம்மாமி.

"பணம் போறதுக்கா இடம் கிடையாது? கல்கத்தாவிலிருந்து வந்திருந்தாரே வேங்கடராமையர்னு ஒரு தம்பி. அவர் பலே பேர்வழின்னு எனக்குத் தோணறது. ஏதோ உயில் உயில்னு அண்ணா சாகிறபோது சொன்னார்னு கதை பண்ணிண்டே எல்லாத்தையும் எடுத்துப் பத்திரப் படுத்திண்டிருக்கார்னு எனக்குத் தோணறது" என்றார் நாராயணஸ்வாமி ஐயர்.

"உங்க சம்பந்தி அப்படி ஒண்ணும் அசடில்லை. விட்டு விட்டு ஏமாந்து நிற்கிற ஆசாமி இல்லே அவர்" என்று சம்பந்திக் கிழவருக்கும் பரிந்து பேசினாள் ராதை அம்மாமி.

"அதென்னவோ ஒரு மனுஷன் செத்துப்போய் ஒரு வருஷம் ஆனப்பறங்கூட ஆஸ்தியைச் சரியாகப் பங்கு போட்டுக் கொடுக்காம இருக்கிறது சரியான காரியமாகத் தோணல்ல எனக்கு" என்றார் வக்கீல்.

"நீங்கதான் நேரிலே பார்த்தேளே! அப்பவே கேக்கறதுதானே!"

"கேட்டாத்தான் என்ன? அண்ணா, தம்பி இரண்டு பேரும் சிரித்து மழுப்புகிறார்கள். என்னைக் கேலி செய்கிறார்கள். 'பணமே பிரதானம்னு நான் நினைக்கிறேன்னு. கேட்டேன், கேட்காமே விட்டுடுவேனா!" என்றார் வக்கீல் ஐயர்.

“இங்கே உட்கார்ந்துண்டு நாம்ப இந்தக் கவலை எல்லாம் பட்டு என்னத்துக்காகும்?”

“என்னவோ எனக்கு இன்னிக்கு அதிகாலையிலே விழிப்புக் கொடுத்துவிட்டது. விழித்துக்கொண்ட விநாடி முதல் இதுவரையில் இதே விஷயந்தான் என் மனசில் உறுத்திக்கொண்டிருக்கிறது. இன்னிக்கு என்னமோ தெரியல்லை...” என்றார் வக்கீல்.

“ஏன் வீணாகக் கவலைப்படறேள்? இன்னிக்குச் சுவாமி மலையிலிருந்து ஏதாவது கடிதாசு வந்தாலும் வரும்” என்றாள் ராதை அம்மாமி.

தன் தினசரி காரியங்களைக் கவனிக்க உள்ளே போய்விட்டாள் ராதை அம்மாமி. அவள் போனபிறகும், ஓர் ஐந்து நிமிஷங்கள் செயலற்றுச் சிந்தனையில் ஆழ்ந்தவராகவே உட்கார்ந்திருந்தார் வக்கீல் நாராயணஸ்வாமி ஐயர்.

“ராமசாமி முதலியாரு வந்து காத்திருக்காரே!” என்றான் சோமு.

“சித்தே உக்காரச் சொல்லுடா, வரேன்.”

வக்கீல் ஐயாவுடைய இந்தப் பதில் சோமுவை ஆச்சரியத்தில் ஆழ்த்தியது. ராமசாமி முதலியார் என்பவர் ஒவ்வொரு வாரமும் புதுக் கேசு கொண்டுவரும் கட்சிக்காரர். முன்னெல்லாம் அவர் வந்துவிட்டார் என்று தெரிந்தால் ஓடோடி வரும் வக்கீல் ஐயா இன்று இப்படி, ‘உட்காரச் சொல், வரேன்’ என்றது அவனுக்கே ஆச்சரியமாக இருந்தது. அருமை பெருமைகளை அறியாதவர்போல அசட்டுத்தனமாக நடந்து கொள்கிறாரோ தன் எஜமான் என்று வருத்தப்பட்டுக்கொண்டே தன் காரியங்களைக் கவனிக்கப் போனான் குமாஸ்தா சோமு.

மீண்டும் பித்துப் பிடித்தவர் போல ஊஞ்சலிலேயே உட்கார்ந்திருந்தார் வக்கீல். அவருடைய மூத்த பிள்ளை குஞ்சு தூங்கி எழுந்து தூக்கத்தால் கலங்கிய கண்களுடன் தட்டுத் தடுமாறிக் கூடத்திற்கு வருவதைப் பார்த்ததும், “ஏய் குஞ்சு, பல் தேய்த்துக் காபி சாப்பிட்டு விட்டுத் தபால் பார்த்துக் கொண்டு வாடா, போ” என்றார்.

“தபால் எப்படியும் எட்டு மணிக்கு வந்துடறது. இதுக்கு ஒருத்தர் போய்த் தபாலாபீஸிலே காத்துக்கொண்டு நிற்பானேன்? தபாலாபீஸுக்குப் பக்கத்தில் வீட்டிலே இருந்துகொண்டு, தபால் பார்க்கத் தினம் ஒருத்தரை விரட்டிக் கொண்டிருப்பானேன்?” என்று கேட்டுக்கொண்டே மீண்டும் ஊஞ்சலண்டை வந்தாள் ராதை அம்மாமி.

“தபால் ஏதாவது வந்திருந்தால் அதைப் பார்த்தால்தான் எனக்கு ஆறுதலாக இருக்கும். என்னவோ இன்னிக்குக் கார்த்தாலைப் பொழுது பூராவும் ஒரே சஞ்சலமாக இருக்கு” என்றார் வக்கீல்.

“போய்ப் பல் தேய்த்துவிட்டு வாடா” என்று குஞ்சுவை விரட்டினாள் அம்மாமி. பிறகு, தன் கணவன் பக்கம் திரும்பிச் சொன்னாள்: “நீங்க என்னவோ பெரிசாப் பணம் பணம்னு கவலைப்படறேள், அவாளுக்காக? என் மனசிலே இருக்கறது என்ன தெரியுமா?” என்று.

“என்ன?”

“வாயாடி அத்தைக்குக் கெட்டிக்காரப் பெண் ஒண்ணு இருக்குதே! அது மாப்பிள்ளையோடும் ராஜத்தோடும் சகஜமாகப் பழகறதைப் பார்க்கறச்சேதான் என் வயத்தைப் பகீரென்கிறது” என்றாள் ராதை அம்மாமி.

“படிக்கிற பொண்ணு அது; நாகரிகமாகக் கூச்சமில்லாம பழகுகிறது. அவ்வளவுதான்” என்றார் வக்கீல்.

“அதென்னவோ எனக்கு...” என்று ராதை அம்மாள் ஆரம்பித்ததும் சிரித்துக்கொண்டே வக்கீல் நாராயணஸ்வாமி ஐயர் சொன்னார். “நீ சுத்தக் கர்நாடகம். உனக்கு ஒன்றும் தெரியாது. உன் மாதிரி இல்லாதவாளை எல்லாம் கண்டு நீ பயப்படறே; அவ்வளவுதான்” என்று.

“அவளைப் பற்றிப் பரிதாபமாகத்தான் இருக்கிறது எனக்கும். என்றாலும் கொஞ்சம் பயமாகவும் இருக்கிறது” என்றாள் ராதை அம்மாமி.

“பெண் அழகுதான்; புத்திசாலி. கள்ளங்கபடில்லாமே சரிசமானமா எல்லாரோடும் பழகுகிறது. நன்னாப் படிச்சிருக்கு...” என்றார் வக்கீல் ஐயர்.

“ஏது! இப்படியே சொல்லிக்கொண்டு போனால் நீங்கள்கூட அவள் வலையில் விழுந்துவிடுவேள்போல் இருக்கே!” என்றாள் ராதை அம்மாமி.

“போடி போ! அவ்வளவுதான் உனக்குத் தெரிஞ்சது” என்று சொல்லிக்கொண்டே ஊஞ்சலிலிருந்து எழுந்தார் வக்கீல் ஐயா. மற்றது எப்படிப் போனாலும் அவருடைய சிந்தனை மூட்டம் இந்தப் பேச்சால் கலைந்துவிட்டது. இவ்வளவு நேரம் வெட்டிச் சிந்தனையிலும் கவலையிலும் பொழுதைப் போக்கிவிட்டது பற்றி வெட்கப்படுகிறவர் போல, ராமசாமி முதலியாரையும் காத்திருந்த

க.நா.சுப்ரமண்யம் | 173

மற்றவர்களையும் கவனிக்கப் போய்விட்டார் அவர்.

அவர் மனசு சரியாக இல்லாத அன்றைக்கென்று கவனிப் பதற்கும் நிறைய வேலை இருந்தது. அன்றைக்கே எடுத்துக்கொண்டு முடிய இருந்த இரண்டொரு கேசுகள் இருந்தன. இரண்டொரு விவகாரங்களில் சாட்சிகளைத் தயார் செய்து பாடம் ஒப்பிக்கச் சொல்லித்தர வேண்டியதாகவும் இருந்தது. எல்லாரும் வந்து காத்திருந்தார்கள். இதெல்லாம் போதாது என்று ஊர்ப் பெரிய வக்கீல் அவசர அவசரமாகப் பார்க்க வேணும் என்று ஆள் வேறு அனுப்பிவிட்டார். தட்ட முடியாமல் ஒன்பதரை மணிக்கு வருவதாகச் சொல்லி அனுப்பிவிட்டு, மற்ற விஷயங்களைக் கவனிக்கலானார் வக்கீல் நாராயணஸ்வாமி ஐயர். வேலையை ஒத்திவைக்க முடியுமானால் ஒத்தி வைத்திருப்பார். சிரத்தையாகச் செய்யாமல் இருப்பதைவிட ஒத்தி வைத்துவிடுவதே நல்லது என்றுகூட அவருக்குத் தோன்றிற்று.

திடீரென்று இருந்தாப்போல இருந்து, வக்கீல் நாராயணஸ்வாமி ஐயருடைய இடது கண் துடிக்கத் தொடங்கியது. எதற்கும் அஞ்சாமல், பணம் என்கிற ஒரு தெய்வத்துக்காக, கேசுலே வெற்றி என்ற ஒரு திருப்திக்காக எதுவும் செய்யத் துணிகிறவர்களுக்குக் குருட்டு நம்பிக்கைகளையும் அதிகமாக அளித்திருக்கிறான் ஈசுவரன். அவர்களுடைய மனச்சாட்சியின் மேல் வஞ்சம் தீர்த்துக்கொள்வது போலவே அமைந்துள்ள இந்த நம்பிக்கைகள் எத்தனையோ கவலைகளைத் தருகின்றன அவர்களுக்கு. ஒரு திருப்திக்குச் சரிக்கட்ட ஒன்பது கவலைகள் தலைவிரித்து ஆடுகின்றன அவர்களுடைய மன அரங்கிலே. இதுதான் நல்ல வாழ்க்கை என்ற மட்டிலே தங்களைத் தாங்களே திருப்தி செய்துகொண்டு வாழ்கிறார்கள். பணம் என்ற லட்சியத்தை ஏற்றுக்கொள்ளாதவர்கள் அசடர்கள் என்று இவர்களுக்குத் தோன்றுகிறது.

சோமுவைக் கூப்பிட்டார் வக்கீல் ஐயா. "நம்ப கேசு இன்னிக்கு" என்று ஆரம்பித்த ராமசாமி முதலியாரிடம், "இதோ பத்து நிமிஷத்திலே உங்க விஷயத்தைக் கவனிக்கிறேன். வந்துட்டேன்" என்று சொல்லிவிட்டு சோமுவிடம், "தபாலாபீஸுக்குப் போய்த் தபால் பார்த்துவிட்டு வா" என்றார். அவர் இதைச் சொல்லி வாய்மூடுமுன், "தபால்!" என்று கூவிக்கொண்டே தபால்காரன் பத்துப் பதினைந்து கடிதங்களைக் கொடுத்துவிட்டு நகர்ந்தான்.

முதல் கடிதத்தின் தபால் முத்திரை சுவாமிமலை என்று இருப்பதைக் கண்டதும் அதை அவசர அவசரமாகப் பிரித்துப் படித்தார் வக்கீல். அவருடைய சம்பந்தி பட்டாபிராமையர்

எழுதியிருந்த கடிதம் அது. பட்டாபிராமையர் கடிதங்கள் எழுதுவதே துர்லபம். மிகவும் அவசியமானாலொழிய எழுதமாட்டார். எழுதினாலும் ரொம்பவும் சுருக்கமாகத்தான் எழுதுவார்.

இந்தக் கடிதமும் விஷயம் எதையும் தெளிவாக்காமல் மிகவும் சுருக்கமானதாகவே இருந்தது. "தாங்கள் இங்கே வந்துவிட்டுப் போனால் தேவலை. இரண்டுநாள் தங்கும்படியாக வரவும். தங்கள் மனைவியையும் உடன் அழைத்து வந்தால் நலம். எல்லாரும் சௌக்கியம். வேறு விசேஷமில்லை" என்று எழுதிவிட்டுப் பின்குறிப்பாகப் பின் வருகிற மாதிரி எழுதியிருந்தார்: "என் தம்பி கிருஷ்ணஸ்வாமி சர்மாவினுடைய உயில் கிடைத்துவிட்டது. அது விஷயமாகத்தான் தங்களை வரச்சொல்லி எழுதினேன்."

"அப்பாடி! வேறு ஒன்றும் இல்லையே! ஒரு கவலை விட்டது" என்று சொல்லிக்கொண்டே மற்ற கடிதங்களைப் பிரித்துப் பார்க்கலானார். தொழில் விஷயமாக இரண்டொரு கடிதங்கள் வந்திருந்தன. அவற்றைப் பார்த்துவிட்டு, மூன்றாவது கடிதத்தைக் கையில் எடுத்தபோது நாலாவது கடிதத்து விலாசம் அவர் பெண் ராஜத்தின் கையெழுத்தாக இருக்கவே பரபரப்புடனேயே எடுத்துப் பிரித்துப் படித்தார்.

வழக்கத்துக்கு விரோதமாகவே ராஜமும் ரத்தினச் சுருக்கமாகக் கடிதம் எழுதியிருந்தாள். "நீ சௌக்கியமா? நான் சௌக்கியம். குஞ்சு சௌக்கியமா? பட்டு சௌக்கியமா? அம்மா சௌக்கியமா? பதில் எழுது. உடனே பதில்" என்றெல்லாம் சுற்றி வளைத்து வழக்கமாகக் கடிதம் எழுதும் ராஜம், மிகவும் சுருக்கமாகவே எழுதியிருந்தாள். "மாமனாரும் இன்று உனக்குக் கடிதம் எழுதுவதாகச் சொன்னார். உடனே நீ புறப்பட்டு வரவும். அம்மாவையும் அழைத்துக்கொண்டு வா" என்று எழுதியிருந்தாள்.

ஏற்கனவே உருத்தெரியாத பலவிதமான சிந்தனைகளால் குழம்பிப் போயிருந்த வக்கீல் நாராயணஸ்வாமி ஐயர் மற்ற கடிதங்களைப் பிரித்துக்கூடப் பார்க்காமல் அப்படியே மேஜை மேல் போட்டுவிட்டு, "ஏய், ஏய்" என்று கூப்பிட்டுக்கொண்டே உள்ளே போனார். சுவாமிமலையிலிருந்து வந்த இரண்டு கடிதங்களும் அவர் கையில் இருந்தன.

உலை வைத்து அடுப்பிலே அரிசி போட்டிருந்த ராதை அம்மாமி கையில் கரண்டியுடன், "என்ன? கடிதாசு வந்திருக்கா?" என்று கேட்டுக்கொண்டே வெளியே வந்தவள் தன் கணவனின் முகபாவத்தைப் பார்த்தவுடன் திடுக்கிட்டுப்போய், "ஒண்ணும் கெட்ட செய்தி இல்லையே?" என்று பதறிக் கேட்டாள்.

அவள் அப்படிப் பதறியதைக் கண்ட வக்கீல் தம் சிந்தனைகளைச் சமாளித்துக்கொண்டு, "கெட்ட செய்தின்னு ஒண்ணுமில்லை. ஆனால், சம்பந்தி உடனே புறப்பட்டு வரச் சொல்லி எழுதியிருக்கிறார்" என்றார்.

"ராஜத்துக்கு உடம்பு கிடம்பு..?"

"அதெல்லாம் ஒண்ணுமில்லை. எல்லாரும் சௌக்யம்னு எழுதியிருக்கிறார். ராஜமும் கடிதாசு எழுதியிருக்கிறாள்" என்றார் நாராயணஸ்வாமி ஐயர்.

"பின்னே என்ன?" என்று கேட்டாள் ராதை அம்மாமி.

"கல்கத்தா தம்பியினுடைய உயில் கிடைத்துவிட்டதாம். அது விஷயமாகத்தான் வரச்சொல்லி எழுதியிருப்பதாக எழுதியிருக் கிறார் சம்பந்தி" என்றார் நாராயணஸ்வாமி ஐயர்.

"அப்போ சாயங்காலமே கிளம்பிவிடலாம்" என்றாள் ராதை அம்மாமி. "இரண்டுநாள் இருக்கும்படி வரச்சொல்லி எழுதி யிருக்கிறார். இன்னிக் காரியத்தைப் பார்த்துவிட்டு நாளைக்கும் நாளன்னைக்கும் இருக்கிறதை ராமசாமி ஐயரிடம் ஒப்பித்துவிட்டுக் கிளம்பிவிடலாம். மத்தியானம் இரண்டரை மணிக்கு வரேன். மூணரைக்கு ரெயில். கிளம்பத் தயாரா எல்லாம் எடுத்து வை" என்று சொல்லிவிட்டு வக்கீல் நாராயணஸ்வாமி ஐயர் கோர்ட்டு விவகாரங்களைக் கவனிக்கச் சென்றார்.

சுவாமிமலையில் ராதை அம்மாமி வண்டியிலிருந்து இறங்கி உள்ளே போன உடனேயே ராஜம் அவளை வந்து கட்டிக் கொண்டு தேம்பித் தேம்பி அழ ஆரம்பித்துவிட்டாள். ராதை அம்மாமிக்கு விஷயம் சிறிதும் புரியவில்லை. "ஏண்டி அழறே? என்னடீ சமாசாரம்?" என்று கேட்டுக்கொண்டே அவளை அணைத்துக்கொண்டு முதுகைத் தடவிக் கொடுத்தாள்.

வண்டியிலிருந்து பெட்டி படுக்கையைக் கொண்டு வந்து வைக்கச் சொல்லிவிட்டு, வண்டிக்காரனைப் பின் தொடர்ந்த வக்கீல் நாராயணஸ்வாமி ஐயர், ராஜம் அழுவதைக் கண்டவுடன் திகைத்துப்போனார். "என்னடீ என்ன நடந்தது? ஏன்? சொல்லேன்" என்று பதைபதைத்துக் கேட்டார் தன் பெண்ணை.

ராஜம் பதில் சொல்லவே முயலவில்லை. அழுகையைக் கொஞ்சம் கொஞ்சமாக அடக்கிக்கொண்டு சமாளித்துக் கொள்ள முயன்றாள்.

அதற்குள் சமையல் அறையிலிருந்து சாவித்திரி வெளியே

வந்து, "வாங்கோ மாமி" என்று சம்பந்தி அம்மாளை வரவேற்றாள். வக்கீல் நாராயணஸ்வாமி ஐயர் திண்ணைக்கு நகர்ந்துவிட முயன்றார். ஆனால், ராஜம் சற்றுத் தெளிவான குரலிலேயே, "ஒண்ணுமில்லை அம்மா. பயப்படாதே! எனக்கு அழுகை வந்ததே தவிர, அது சந்தோஷம் ஜாஸ்தியாகப் போனதனாலேதான்" என்று சொல்லிக்கொண்டிருப்பது அவர் காதில் விழுந்தது. அவள் குரலில் இப்போது சந்தோஷமும் தொனிக்கவில்லை. துக்கமும் தொனிக்கவில்லை. என்ன பாவம் தொனித்தது என்று யாரும் நிச்சயமாகச் சொல்லிவிட முடியாது.

'இந்தச் சிறுசுகளுடைய விஷயமே பெரிய புதிராகத்தான் இருக்கிறது' என்று முணுமுணுத்துக்கொண்டே வக்கீல் நாராயணஸ்வாமி ஐயர் வாசல் திண்ணைக்குப் போனார். அவருடைய சம்பந்தியையோ, மாப்பிள்ளையையோ காணவில்லை. தெருவிலே வேறு எந்தத் திண்ணையிலாவது அவர்கள் உட்கார்ந்து பேசிக்கொண்டிருந்தார்களானால், வாசலில் வண்டி வந்து நின்றதைக் கண்டவுடனே வந்திருப்பார்கள். எங்கேயாவது கடைத்தெரு, கோயில் என்று போயிருப்பார்கள் என்று எண்ணியவராகத் திண்ணையில் சாய்மானத்திலே சாய்ந்து கொண்டு உட்கார்ந்திருந்தார் சம்பந்தி.

அஸ்தமிப்பதற்கும் இன்னும் இரண்டு மணி நேரம் இருந்தது. ஆனால், மார்கழி மாதமாதலால் அவ்வளவாக வெளிச்சம் இல்லை. நல்ல கோடை நாட்களிலேயே வெயில் அதி உக்கிரமாகக் காய்ந்துகொண்டிருக்கும்போதுகூட சுவாமிமலை சர்வமானிய அக்ரஹாரத்திலே வெயில் அவ்வளவாகத் தெரியாது. இருமருங்கும் மரங்கள் ஓங்கி அடர்ந்து வளர்ந்திருந்தன. காற்று லேசாக வீசிக்கொண்டிருந்தது. மரங்களில் இலைகளின் சலசலப்புடன் நகரத்துப் பேர்வழியான வக்கீலுக்குப் பெயர் தெரியாத பல குருவிகளின் குரல்களும் இசைந்து ஒலித்துக்கொண்டிருந்தன.

நகரத்துக்கு ஒப்பிட்டால் சுவாமிமலை சொர்க்கலோகம் போலத்தான் தோன்றியது, வக்கீல் நாராயணஸ்வாமி ஐயருக்கு. இந்த நேரத்தில் அங்கே, அதுவும் வீதியிலே எவ்வளவு நிம்மதியாக இருந்தது. இந்த நிம்மதியே இன்பகரமானதுதான். சந்தேகம் என்ன?

ரெயில் பிரயாணம் செய்த களைப்பு - சாய்மானத்தில் சாய்ந்தபடியே, இந்த இன்பமான நிம்மதியை அனுபவித்தபடியே, நாராயணஸ்வாமி ஐயர் கண்ணை மூடிவிட்டார். தம் ஊராக இருந்தால் இப்படி இரண்டு நிமிஷங்கூட நிம்மதியாகக் கண்ணை மூடியிருக்க முடியாது. யாராவது கட்சிக்காரன் வந்து உரத்த

க.நா.சுப்ரமண்யம் | 177

குரலில் சட்டப் பாயிண்டு ஓத ஆரம்பித்துவிடுவான். அல்லது தெருவோடு போகிற பஸ் வீட்டு வாசலில் அரைமணி நேரம் நின்று அலறிவிட்டுப் போகும். இப்படி ஏதாவது நேர்ந்துகொண்டே இருக்கும்.

கண்ணை மூடிய நிலையில்கூட ஏதோ சிந்தனைகள் வக்கீல் ஐயாவின் மனசிலே இயங்கிக்கொண்டுதான் இருந்தன. அது சற்று அபூர்வமான நிலைதான் அவருக்கு. ஆனால், மாலைப் பொழுதும் அந்த நிம்மதியும் மார்கழிக் காற்றும் லேசான சிந்தனைகளில் கலந்து மிகவும் இன்பமாகத்தான் இருந்தன.

இந்த அரைகுறைத் தூக்க இன்பம் எவ்வளவு நேரம் நீடித்ததோ அவருக்கே சரியாகத் தெரியாது. பட்டாபிராமையரின் குரல் உரக்க அவர் காதில் ஒலிக்க அவர் விழித்துக்கொண்டார்.

"எப்போ வந்தேள்? நான் பொடி வாங்கிண்டு வர மேற்கே போயிருந்தேன். சிவராமன் இல்லையோ? எங்கேயாவது யாரோடயாவது அரட்டை அடிச்சிண்டிருப்பான். தூக்கம் வந்தால் பாயைப் போட்டுண்டு மாடியிலே படுத்துக்கப் படாதோ?" என்று சரமாரியாகக் கேட்டுக்கொண்டே நாராயணஸ்வாமி ஐயருக்குப் பக்கத்தில் வந்து உட்கார்ந்தார் பட்டாபிராமையர்.

"இல்லை" என்று ஏதோ தூக்கத்தால் குழம்பிய குரலில் ஆரம்பித்த வக்கீல் நாராயணஸ்வாமி ஐயர் சமாளித்துக் கொண்டு, "உங்கள் கடுதாசு எனக்கு விளங்கவில்லை. அதோடு ராஜமும் ஒரு கடிதாசு அனுப்பியிருந்தாள். அதுவும் புரியவில்லை. அதான் விஷயத்தைத் தெரிஞ்சுப்போம்னு உடனேயே கிளம்பி வந்துவிட்டேன்" என்றார்.

பட்டாபிராமையர் தயங்கினார். சாதாரணமாக எந்த விஷயம் பற்றியும் தயங்குகிற ஆசாமியல்ல அவர். இப்போது சற்றே தயங்கினார். ஒரு விநாடி யோசித்துவிட்டுச் சொன்னார்: "விஷயம் கொஞ்சம் விசித்திரமானதுதான். ஆனால், உங்களுக்கு எப்படிச் சொல்வது என்றுதான் தெரியவில்லை. உங்கள் சம்சாரத்தையும் அழைச்சிண்டு வந்திருக்கேளோல்லியோ?" என்று கேட்டார்.

"வந்திருக்கா. ஆனால் வந்தவுடனே ராஜம்..."

"ஆமாம். உங்க பெண் விஷயந்தான் இதிலே கொஞ்சம் விசித்திரமாகவும் புது மாதிரியாகவும் இருக்கிறது..." என்றார் பட்டாபிராமையர்.

ஆனால், இவர் இதைச் சொல்லிக்கொண்டிருக்கும் போது சிவராமன் வந்துவிட்டான் கேட்டுக்கொண்டே. "என் நிலைமைதான்

விசித்திரமாக இருக்கு" என்றான் அவன்.

"நீங்கள் ரெண்டு பேரும் பேசுவது புதிராக இருக்கே. எனக்கு எதுவும் புரியவில்லையே!" என்றார் நாராயணஸ்வாமி ஐயர்.

என்ன விசித்திரம், எது விசித்திரம், எப்படி விசித்திரம் என்கிற மாதிரியான கேள்விகள் அவர் மனசிலே ஊசலாடின. ஆனால், விஷயம் பூராவும் தெரியாத சந்தர்ப்பத்திலே எப்படி இந்தக் கேள்விக்குப் பதில் கூற முடியும்? அவர்களாகச் சொல்லும் வரையில் அவருக்கு எதுவும் தெரிய நியாயமில்லை. ஆனால், அவர்கள் சொல்லத் தயங்கினார்கள். ஏதோ சற்றுப் பெரிய விஷயமாகத்தான் இருக்க வேணும் என்று தோன்றிற்று வக்கீலுக்கு.

அன்று காலை முதலே அவர் மனம் ஏனோ எப்படியோ தயங்கித் திகைத்துக்கொண்டிருந்தது. சம்பந்தியும் மாப்பிள்ளையும் ஏதோ மர்மமாக வைத்துக்கொண்டு ரகசியமாகப் புதிர்கள் போடுவதிலே ஈடுபட்டிருப்பதைக் கண்டதும் அவர் மனக்குழப்பம் அதிகரித்ததே தவிர குறையவில்லை. இதெல்லாவற்றையும்விட விசேஷமாக ராஜம் முதலில் அவள் அம்மா கழுத்தைக் கட்டிக்கொண்டு அழுததும் பிறகு, சந்தோஷத்தினால் அழுததாகச் சொன்னதும் வேறு இருந்தன. இந்த மாதிரி ஆனந்த மிகுதியினால் அழுகிற சம்பவங்கள் கதைகளிலேதான் வரும் என்று வக்கீல் நாராயணஸ்வாமி ஐயர் நம்பியிருந்தார். கதை எழுதுகிறவனை மாப்பிள்ளையாகப் படைத்த தோஷத்தினாலேயே, கதை போன்ற சம்பவங்கள் தனக்கும் தன்னைச் சேர்ந்தவர்களுக்கும் நேரத் தொடங்கிவிட்டனவோ என்கிற சந்தேகம் வலுக்கத் தொடங்கிவிட்டது அவருக்கு.

அவர்களாகச் சொல்லமாட்டார்கள் போல இருந்தது. வக்கீல் தமக்குள்ளே சிந்திப்பதை நிறுத்திவிட்டு நேரடியாகவே கேட்டார்: "உங்கள் தம்பியின் உயில் கிடைத்துவிட்டது என்று எழுதியிருந்தீர்களே!" என்றார்.

"ஆமாம், கிடைத்துவிட்டது. ஆனால், அதற்கு முன் நடந்த இரண்டொரு விஷயங்களைப் பற்றி எங்கே ஆரம்பித்து எப்படிச் சொல்வது என்றுதான் எனக்குத் தெரியவில்லை" என்றார் பட்டாபிராமையர்.

அவருடைய பிள்ளை சிவராமன் எழுந்து உள்ளே போய்விட முயன்றான். ஆனால், "இரு சிவராமா, நீயும் உடன் இருப்பதுதான் நல்லது" என்று பட்டாபிராமையர் சொல்லவே, எழுந்த சிவராமன் திண்ணையில் தூணில் சாய்ந்துகொண்டு உட்கார்ந்தான். ஆனால், அவன் எதுவும் பேசவில்லை.

ரேழியில் யாரோ வரும் சப்தம் கேட்டது. புடவை சலசலத்தது. யாரும் வெளியே வரவில்லை. ஆனால், ஒருக்களித்து வைத்திருந்த கதவுக்கப்பால் யாரோ ஸ்திரீ ஒருத்தி வந்து நின்று வாசல் திண்ணையில் அவர்கள் என்ன பேசிக்கொண்டிருந்தார்கள் என்பதைக் கவனித்துக் கொண்டிருந்தது தெரிந்தது. வக்கீல் நாராயணஸ்வாமி ஐயர் திரும்பிப் பார்த்தவுடன் கதவுக்கப்பால் தெரிந்த புடவைத் தலைப்பிலிருந்து அப்படி நின்று கேட்டுக் கொண்டிருந்தவள் தம் மனைவிதான் என்பது தெரிந்தது.

பளிச்சென்று வேறு ஒரு விஷயம் ஞாபகம் வந்தது நாராயணஸ்வாமி ஐயருக்கு. காலையில் தம் மனைவி காலேஜில் படித்துக்கொண்டிருந்த அந்தப் பெண்ணைப் பற்றிக் கூறியது ஞாபகம் வந்தது. அந்தப் பவானி என்ற பெண்ணால்தான் ஆபத்து ஏதாவது நேரக்கூடும் என்று அவர் மனைவி எச்சரித்தது அவருக்கு ஞாபகம் வந்தது. அந்தப் பெண் பவானி ஊரிலும் இல்லைபோல் இருந்தது. அதாவது அந்தச் சமயம் அவள் வீட்டிலே இல்லை போலத்தான் இருந்தது. இருந்திருந்தால் இவ்வளவு நேரம் உள்ளேயே அடைபட்டுக் கிடக்கமாட்டாள் அவள். அவள் பேச்சும் வீடெங்கும் கலகலவென்று ஒலிக்கும். அவள் சாதாரணமாக வக்கீலுடனும் மற்றவர்களுடனும் பேசுவாள். முந்திய தடவை வக்கீல் நாராயணஸ்வாமி ஐயர் வந்திருந்தபோது அவள் சகஜமாகத்தான் பேசிக்கொண்டிருந்தாள்.

இந்த ஞாபகத்தைத் தொடர்ந்தே வக்கீல் நாராயணஸ்வாமி ஐயர் அடுத்த கேள்வியை உரக்கவே கேட்டுவிட்டார். "உங்கள் தங்கைப் பெண் – அந்தப் பவானி என்கிற பெண் ஊரில் இல்லையோ?"

"இல்லை" என்று சுருக்கமாகப் பதில் அளித்தார் பட்டாபி ராமையர். அவர் சொன்ன மாதிரியிலே மேலே ஏதோ சொல்ல விரும்பினார். ஆனால், அதைச் சொல்லத் தெரியாமல் தயங்கினார் என்கிற மாதிரி தொனித்தது.

"நல்லபடியாகத் தேறியிருப்பதாக..."

"ஆமாம், ஆமாம்" என்றார் மீண்டும் பட்டாபிராமையர் அதே குரலில்.

தெருவிலே நிழல்கள் நீண்டுகொண்டிருந்தன. காற்று லேசாக அடித்தது மாறிச் சற்றே வேகமாக விசிறிச் சுழன்று அடிக்க ஆரம்பித்துக்கொண்டிருந்தது. மார்கழிக் குளிர், காற்றிலே மிதந்து வரத் தொடங்கியது. நிம்மதியாக, ஜன நடமாட்டம் அதிகம் இல்லாதிருந்த தெருவிலே இரண்டொருவர் நடமாடத் தொடங்கினார்கள். வெற்றிலைக்காரச் சாயபு வெற்றிலை

கூவிக்கொண்டே போனான். எதிர்வீட்டுச் சாமா தன் எருமை மாட்டைக் குளிப்பாட்டுவதற்கு ஆற்றுப் பக்கம் "ஹைஹை" என்று ஓட்டிக்கொண்டே போனான். காலையில் கும்பகோணம் போய்விட்டுத் திரும்பிய அடுத்தவீட்டு ராமச்சந்திரரையர் பட்டாபிராமையர் வீட்டு வாசலில் உட்கார்ந்திருந்த வக்கீலைப் பார்த்துவிட்டு, "எப்ப ஸார் வந்தேள்?" என்று விசாரித்துவிட்டுப் போனார். கும்பகோணம் காலேஜில் படித்துக்கொண்டிருந்த பையன் ஒருவன் காலேஜ் விட்டு நேரே வீடு திரும்பியவுடன் சிவராமனைத் தேடிக்கொண்டு வந்தான். திண்ணையிலே புதுசாக ஒருவர் உட்கார்ந்து பேசிக்கொண்டிருப்பதைப் பார்த்தவுடன் திரும்பிவிட்டான். ஆனால், போகும்முன் அவன் சிவராமனிடம், "பாடத்திலே இரண்டொரு சந்தேகம் கேக்கணும்னு வந்தேன். நாளைக் காலையிலே வரேன்" என்று சொல்லிவிட்டுப் போனான்.

பட்டாபிராமையர் வீட்டுத் திண்ணையிலே மௌனம் நிலவியது, மூவருக்கும் இடையே. கொஞ்சம் அசாதாரணமான மௌனம்தான். அதில் இருவருக்கு அந்த மௌனம் அர்த்தபுஷ்டியான மௌனம். விவரம் அறியாத வக்கீல் நாராயணஸ்வாமி ஐயருக்கு ஒன்றும் புரியவில்லை. அவர் விஷயத்தை அறியாதவராதலால் என்னவோ ஏதோ என்று தவித்தார்.

அவர் தவிப்பு முதலில் சிவராமனுக்குத்தான் பரிதாபமாகப் பட்டது. தன் நீண்ட நேர மௌனத்தைக் கலைத்து அவன் தன் தகப்பனாரிடம் சொன்னான். "எப்படிச் சொல்வது என்று நாம் தவிக்கிறோம். என்னது என்று அறியாமல் அவர் தவிக்கிறார். பேசாமல் முதலில் சித்தப்பாவுடைய உயிலை எடுத்து அவருக்கு வாசித்துக் காண்பித்துவிட்டால் ஒரு தொந்தரவும் இராதே!" என்றான்.

"அதுதான் சரி" என்றார் பட்டாபிராமையர், தம்மைவிட்டது தொல்லை என்கிற தெம்புடனே, தெளிவான குரலில்.

"ராஜி" என்று உட்புறம் திரும்பிக் கூப்பிட்டான் சிவராமன்.

என்னவோ, ஏதோ என்று பயந்துபோயிருந்த வக்கீல் நாராயணஸ்வாமி ஐயருக்கு சிவராமன் அப்படி ராஜி என்று வழக்கம் போன்ற குரலில் கூப்பிட்டது மிகவும் ஆறுதலாகவே இருந்தது. எது என்ன ஆகியிருந்தாலும், அவர் பெண்ணின் வாழ்க்கைக்கு ஆபத்து வந்துவிடவில்லை. சிவராமன் தன் மனைவியிடம் பழையபடியேதான் பிரியம் வைத்திருந்தான் என்பது அவன் குரலிலே தொனித்தது. இலக்கிய ஆசிரியனின் மனைவியாக இருக்கத் தகுந்தவளா அவர் பெண் என்பது பற்றி,

அந்தப் பெண்ணும் அந்த மாப்பிள்ளையும் அடிக்கடி சண்டை போட்டு அபிப்பிராயங்கள் தெரிவித்துக்கொள்வது உண்டு என்று அவருக்கும் தெரியும். ஆனால், அது கடைசிவரையில் கொண்டுபோய்விடாது, நிஜச் சண்டையில முடியாது என்றுதான் அவர் எண்ணியிருந்தார். ஒரு வினாடி அவர் மனசிலே அது நிஜச் சண்டையில் முடிந்திருக்குமேயானால் என்ன பண்ணுவது என்று ஒரு கலவரம் ஏற்பட்டிருந்தது. அது சிவராமனின் “ராஜி” என்கிற குரலால் அடங்கிவிட்டது.

ராஜி ரேழிப்படி தாண்டி, “ஏன்?” என்று கேட்டுக் கொண்டு வந்தாள்.

அவர்கள் பார்வைகளில் வித்தியாசம் இல்லை என்று வக்கீல் திருப்தியுடனே கவனித்தார்.

“என் அலமாரியில் சித்தப்பா உயில் கடிதம் இருந்ததே கொண்டு வா ராஜி” என்றான் சிவராமன்.

ஒரு விநாடி அவனையே பார்த்துவிட்டு உள்ளே போனாள் ராஜம்.

“இருட்டியும் விட்டது. விளக்கேற்றிக் கொண்டு வா” என்றார் பட்டாபிராமையர்.

விளக்கும் கிருஷ்ணஸ்வாமி சர்மாவின் உயிலும் திண்ணைக்கு வந்த சமயம், கோயில் மணி கணகணவென்று ஒலித்தது. உயில் சாதாரண அரைக் கடிதாசில் நாலைந்து பக்கங்களுக்கு எழுதியிருந்தது. எவ்விதமான முத்திரைகளோ, உயிலுக்குத் தேவையான சின்னங்களோ அதில் இல்லை என்று கவனித்தார் வக்கீல்.

உயிலைக் கையில் வாங்கிய பட்டாபிராமையர் பூர்வ பீடிகையாகச் சொன்னார்: “இதில் உள்ள விஷயம் உங்கள் பெண்ணையும் என் பிள்ளையையும் பாதிக்கிறது” என்று ஆரம்பித்தார்.

சிவராமன் குறுக்கிட்டான்: “அவரிடமே கொடு; அவரே படிக்கட்டும்” என்றான்.

உயில் கடிதங்களை வக்கீல் நாராயணஸ்வாமி ஐயரிடம் கொடுத்துவிட்டார் பட்டாபிராமையர். நாராயணஸ்வாமி ஐயர் அந்தக் காகிதங்களைப் பிரித்துப் படிக்கத் தொடங்கினார்.

வக்கீல் நாராயணஸ்வாமி ஐயர் அந்தக் கடிதங்களை வாங்கி மனசுக்குள்ளாகவே படிக்கத் தொடங்கினார். ஆனால்

பட்டாபிராமையர், "இரைந்தே படியுங்களேன். உங்களுக்குப் புரியாத இடத்திலே கேட்டுக் கொள்ளலாம். எங்களுக்கும் இன்னொரு தரம் படித்த மாதிரி இருக்கும்" என்று சொல்லவே அவர் சர்மாவினுடைய உயில் கடிதங்களை உரக்கவே படிக்கத் தொடங்கினார்.

"நல்ல புத்தி சுவாதீனத்துடன் இருக்கும்போதுதான் நான் இதை எழுதுகிறேன். இதை ஆரம்பத்திலேயே சொல்லிவிடவேண்டியது அவசியமாகிறது. ஏனென்றால், எல்லோரும் உயில் என்றால் ஏதோ உள்ள சொத்துக்களைப் பலருக்குப் பங்கிட்டுத் தருவதுபற்றி ஏற்பாடு செய்வது தவிர, வேறு ஒரு காரியமும் செய்யக் கூடாது என்றுதான் சாதாரணமாக எண்ணுவார்கள். என் உயில் இந்த விஷயத்திலே சற்று விசித்திரமானது, அசாதாரணமானது, மற்றவர்கள் எல்லோரும் பணம் பொருள் என்றெல்லாம் உயிர் விட்டுக் கொண்டிருக்கிற காலம் இது. பணமும் பதவியும் தவிர வாழ்க்கையிலே வேறு எதுவும் முக்கியமல்ல என்று ஜனங்கள் உண்மையிலேயே எண்ணுகிற காலமாக இருக்கிறது இது. நான் என் பணத்தைப்பற்றி அதிகமாக எழுதாமல் இந்த உயிலில் என் கொள்கைகளையும் நம்பிக்கைகளையும் பற்றி எழுதுவது பலருக்கு அதிசயமாக இருக்கலாம்.

ஆனால், அதிசயப்படக் காரணம் ஒன்றும் இல்லை. செல்வம் அழியும்; உடல் நிலைக்காது; மனிதன் மண்ணாவான் என்கிற உண்மைகளை எல்லாம் பல கோடி வருஷங்களாகவே – கோடி என்று சொல்வது தவறாகவே இருக்கலாம்; மனிதன் இந்த உலகில் தோன்றிய நாள் முதலாகவே கவிகள் பாடி யிருக்கிறார்கள். ஞானிகள் சொல்லியிருக்கிறார்கள். ஆனால், அவர்கள் சொன்னதை எல்லாம் விழுந்து விழுந்து படித்து 'ஆஹா ஆஹா' என்று போற்றியவர்கள்கூடக் கவிதை படிக்காத நேரத்திலே, பணம் என்றால் வாயைப் பிளப்பவர்களாகத்தான் இருந்திருக் கிறார்கள். பணத்துக்காக எதையும் இழக்கத் தயாராக இருக்கும் பல பிரகிருதிகளை நான் கண்டிருக்கிறேன். அவர்கள் ஆத்மாவையும் உள்ளத்தையும் பணம் கரையான்போல அரித்துவிட்டிருக்கிறது. வாழ்க்கையிலேயே மற்றது எதுவும் அவர்களுக்கு முக்கியமாகப் படுவதில்லை. பணந்தான் அவசியம், மற்றது எப்படியானாலும் என்ன என்று இருந்து விடுகிறார்கள் அவர்கள்.

நானும் சமீபகாலம் வரையில் அப்படித்தான் இருந்தேன் என்பதை ஒப்புக்கொள்கிறேன். இளவயசிலே ஏதோ தூண்டுதலால் வீட்டைவிட்டு ஓடிப்போன எனக்கு, அதிக நாள் ஆவதற்கு முன்னரே பணத்தின் அருமையும் பெருமையும் தெரிந்துவிட்டன. பையிலே

பணம் இல்லாவிட்டால், யாருமே மனிதனை மதிப்பதில்லை என்பதை அறிந்துகொள்ள எனக்கு அதிக காலம் பிடிக்கவில்லை. அந்தக் காலத்துக்கு இந்தக் காலம் சற்று மாறுபட்டிருக்கிறது என்றுதான் சொல்ல வேண்டும். அந்தக் காலத்தில், அதாவது என் இள வயதில், நான் அடிபட்டு அடிபட்டு அறிந்துகொண்ட உண்மைகளை, பணத்தைப் பற்றிய உண்மைகளை, இந்தக் காலத்து இளம்பிள்ளைகள் தாமாகவே மூச்சுவிடும் காற்றுடன் கலந்து இழுத்துத் தங்களதாக்கிக் கொண்டு விடுகிறார்கள். அவர்களின் இருதயம் படபடவென்று சுபாவமாக அடித்துக்கொள்ளுவதற்குப் பதில் பணம் பணமென்று அடித்துக்கொள்ளுகிறது என்று சொல்வது மிகையாகாது.

இந்த நிலைமை நியாயமாகவே எனக்கும் ஒரு காலத்தில் பட்டிருக்கும். ஆனால், இப்போது எண்ணிப் பார்க்கும்போது என் கண்கள் கசிகின்றன. எவ்வளவு அநாவசியமான தேவைகளை எல்லாம் ஏற்படுத்திக்கொண்டு ஜனங்கள், செலவுக்குப் பணம் தேடித் திரிகிறார்கள் என்று எண்ணிப் பார்க்கும்போது என் மனம் ஸ்தம்பித்து நிற்கிறது. கலி முற்றுகிறது என்று சொல்வதன் அர்த்தம் இதுதான் போலும் என்று, நான் இப்பொழுது சில வருஷங்களாகவே சிந்தித்துப் பார்த்து வருகிறேன்.

சிவராமனைப் பற்றி இதுதான் என் திருப்தி. அவன் மற்றவர்களைப் போல இல்லை. பணம் என்கிற விஷயத்திலே, மற்றவர்களுக்கும் இருக்க வேண்டிய மனப்பக்குவத்தை, அவன் எப்படியோ பெற்றிருக்கிறான். அவன் வயசில் நான், இரவு பகல் தூங்காமல், பணம் பணம் என்று ஜபித்துக்கொண்டு பணம் தேடி ஓடி அலைந்துகொண்டுதான் இருந்திருக்கிறேன்.

இந்தியா முழுவதும் அலைந்திருக்கிறேன். குமரி முதல் காஷ்மீரம் வரையில் திரிந்திருக்கிறேன். ஏதோ சுமாரான நிலைமை ஏற்பட்டவுடன், வேறு பலருடன் தொத்திக் கொண்டும், பிறகு தனியாகவும், இந்தியாவுக்கு வெளியேயும் பல இடங்களுக்குப் போய் வந்திருக்கிறேன்.

அங்கெல்லாம், முக்கியமாக மேற்கத்தி நாடுகளிலே, பொருளையும் பதவியையும் பொன்னையுமே அடிப்படையாக வைத்துத்தான் நாகரிகமே எழுந்து வளம் பெற்றிருக்கிறது என்று சொல்வது மிகையாகாது. வேறு நேர்த்தியான சில அம்சங்கள் அவர்கள் நாகரிகத்தின் தொடக்க காலத்திலே இருந்திருக்கலாம். ஆனால், அவை இருண்ட காலம் என்று சொல்லப்படும் நாட்களிலே அடிபட்டுப் போய்விட்ட மாதிரிதான் எனக்குத் தோன்றுகிறது.

அந்த நாகரிகத்திலே ஒட்டிக்கொண்டு நமது நாகரிகத்தின் அடிப்படைகளை மறந்துவிட்டு, வௌவால்கள் மாதிரி ஊசலாடும் நமக்குப் பணமும் பொன்னும் பிரதானமாகப்படுவதிலே ஆச்சரியம் எதுவும் இல்லை.

நான் அந்த நாட்களில் பணத்தைப் பிரதானமாகத்தான் எண்ணினேன். அப்படி எண்ணிய மற்றவர்களைப் போல இல்லாமல் வெற்றிகரமாகப் பொருளீட்டவும் ஈட்டினேன். எவ்வளவோ பணக்காரர்கள் இருக்கிறார்கள். பரம்பரைப் பணக்காரர்கள் பலர். சொந்த முயற்சிகளால், சொல்ப ஆரம்பத்திலிருந்து பெரிய பெரிய காரியங்களைச் சாதித்துப் பொருளீட்டிப் பணக்காரர்களானவர்கள் சிலர். எவ்வளவோ முயன்றும், மற்றவர்களைப் பார்த்துப் பார்த்துத் தித்துமாத்துகள் பல செய்ய முற்பட்டும், எப்படியாவது பணம் சேர்த்துவிட வேண்டும் என்று முயன்று தோல்வியை ஒப்புக்கொண்டு ஏழைகளாகவே இருந்துவிட்டவர்கள் எத்தனையோ பேர்!

ஆனால், நான் கண்ட உலகில் பணத்தை துச்சமாக மதித்து அது உள்ளவர்களுக்குத் தனி மரியாதை செலுத்தாதவர்கள் அபூர்வமாகத்தான் இருந்தனர். லட்சத்தில் ஒருவர் என்று சொல்லலாம் – அதுகூட இல்லை. கோடியில் ஒருவர் என்றுதான் சொல்லலாம்.

இன்னொன்றுகூடப் பல விஷயங்களைப்பற்றிச் சிந்திக்க என்னைத் தூண்டியது. என் அனுபவத்திலே – அது எவ்வளவு விரிந்த அனுபவம் – இந்தியா பூராவையும் உலகில் சில பெரும் பகுதிகளையும் ஐம்பது வருஷங்களையும் தழுவியது – என்று எண்ணும்போது அது மிகவும் விரிவான அனுபவம் என்று யாரும் ஒப்புக்கொள்ளத்தான் வேண்டும் – நான் கண்ட வரையில் ஏழைகளுக்கு இருந்த நல்ல குணங்களில் ஒரு பாதி கூடப் பணக்காரர்களுக்கு இல்லை. சகோதரத்துவம், அஹிம்சை, உண்மை, தெய்வபக்தி. இவை எல்லாமே ஏழைகளிடம்தான் அடைக்கலம் புகுந்திருந்தன. இவை எல்லாம் நல்ல குணங்கள் என்று ஒப்புக்கொள்கிறவர்கள் நான் சொல்வதை ஏற்றுக் கொள்வார்கள். பணமே பிரதானம் என்று சொல்கிறவர்கள் உண்மை, அஹிம்சை, தெய்வபக்தி இவை எல்லாம் நல்ல குணங்கள் என்று ஏற்றுக்கொள்ளவே மறுத்தாலும் மறுக்கலாம் அல்லவா?

ஆனால், இவை நல்ல குணங்கள் என்கிற முடிவுக்குத்தான் நான் வந்திருக்கிறேன். என் முடிவு சரியோ தப்போ எனக்குத் தெரியாது. ஆனால், உலகத்து ஞானிகள் எல்லோருமே என் கட்சியில்தான்

இருக்கிறார்கள் என்பது மிகவும் திருப்திகரமான விஷயம்.

நான் நிறையத்தான் சம்பாதித்தேன் – நிறையவே செலவும் செய்துவிட்டேன். செலவு செய்ததுடன் ஒப்பிட்டுப் பார்க்கும் போது, மீதமாக நான் வைத்துவிட்டுச் செல்லும் லட்சத்துச் சொச்சம், மிகவும் சின்னத் தொகைதான். ஆனால், இந்தத் தொகையைப்பற்றியும் ஜனங்கள் – என் உறவினர்கள் எல்லோரும் என்று நான் சொல்ல மாட்டேன் – சிலர் பறப்பார்கள் என்பது எனக்குத் தெரியும்."

இதுவரையில் வாசித்துவிட்டுச் சற்று நிறுத்தினார் நாராயண ஸ்வாமி ஐயர். கிருஷ்ணஸ்வாமி சர்மா எழுதியிருந்ததில் மற்றதெல்லாம் எப்படியானாலும் இந்தக் கடைசிப் பகுதி தன்னைப்பற்றியே எழுதப்பட்டிருப்பது போல அவர் மனசில் பட்டதோ என்னவோ? ஆனால், அவர் பறந்தது யாருக்காக? தனக்காகவா? சுயநலத்தை உத்தேசித்தா? இல்லவே இல்லை. தன் பெண்ணும் மாப்பிள்ளையும் தங்களுக்கு உரியதைப் பெற்றுக்கொண்டு, எதிர்காலத்தில் சுகமாக வாழ வேண்டும் என்று ஆசைப்பட்டதனால்தான் அவர் பறந்ததெல்லாம். பணத்தைத் துச்சமாகக் கருத அவரும் தயாராகத்தான் இருந்தார். ஆனால், பணம் இல்லாதவர்களைத் துச்சமாகக் கருதி நடத்தக் கூடாது என்று ஜனங்களுக்கு கட்டளையிட யாராலாவது முடியுமா? உலகம் உள்ள அளவும், ஆத்மாவுக்கும் பொருளுக்கும், உண்மைக்கும் மாயைக்கும்போல உறவு இருந்துகொண்டேதான் இருக்கும். இந்த உண்மையை அறியாதவர்போல் சர்மா வளவளவென்று உயில் எழுதி வைத்துப் பிரயோஜனம் என்ன? இந்தக் கிருஷ்ணஸ்வாமி சர்மாவினுடைய உயிலுக்கு ஒரு முக்கியத் துவம் அவர் வைத்துவிட்டுப் போன லட்சத்துச் சொச்சத் தினால் உண்டானதுதானே! அவர் ஒரு காசுகூட வைக்காது போயிருந்தாரானால் யார் அவருடைய உயிலைப்பற்றி அக்கறை காட்டப்போகிறார்கள்?

அவருடைய சிந்தனைகளின் போக்கை அளந்து அறிந்து கொண்டவன்போல் சிவராமன், "பணம் இல்லாவிட்டால் இந்த உலகமே இயங்காது என்று பாவம், என் சிற்றப்பாவுக்குத் தெரியாமலே இருந்துவிட்டது அதிசயந்தான்!" என்றான்.

சிவராமனிடமிருந்து இந்த வாக்கியத்தை எதிர்பார்க்காத வக்கீல் நாராயணஸ்வாமி ஐயர் திடுக்கிட்டு நிமிர்ந்து பார்த்தார். சிவராமனின் முகத்தைப் பார்த்த பிறகே, அவன் முகத்தில் படர்ந் திருந்த பாவத்தைக் கண்ட பிறகே, அவன் கேலி செய்கிறான்

என்பது அவருக்கும் தெரிந்தது. அவன் கேலி செய்தது சரியாகத் தோன்றவில்லை அவருக்கு. 'அவன் சித்தப்பாவும் அவனும்! நம்ம பெண்ணைப் போய் ஏதோ ஒரு பைத்தியக்காரக் குடும்பத்திலே, தீர விசாரியாமல் கொடுத்துவிட்டோமே!' என்று அங்கலாய்த்துக் கொண்டார் அவர்.

"பாக்கியையும் படியுங்களேன்" என்று அவரைத் தூண்டி, அவர் சிந்தனைகளைக் கலைத்தார் பட்டாபிராமையர்.

வக்கீல் நாராயணஸ்வாமி ஐயர் மேலும் படித்தார்.

"எனக்குப் பணம் நிறையக் கிடைத்து, நிறையச் செலவும் செய்தான பிறகு, நான் பணத்தைப்பற்றிச் சிந்திக்கத் தொடங்கினேன்.

பணத்தைப் பற்றிய இந்தச் சிந்தனைகள் ஒருபுறம் இருக்கச் சற்றேறக்குறைய இதே சமயத்தில் எனக்கு வேறு ஓர் அனுபவமும் ஏற்பட்டது.

அக்காவைப் பார்ப்பதற்காக நான் ஒரு சமயம் சுவாமிமலை வந்திருந்தேன். லாகூரில் அக்கா என்னுடன் இருந்ததற்குப் பிறகு நான் அவளைப் பார்க்கவில்லை, அல்லவா? அவள் வயசும் தோற்றமும் என் மனசை உருக்கின. முன் ஒரு நாள் வீடும் வாசலும், தாயும் தந்தையும், உற்றாரும் உறவினரும், வெறும் தளைகள் என்று கருதி உதறித் தள்ளிவிட்டு வீட்டைவிட்டு வெளியேறிய நான், என்னையும் மீறிய ஓர் அன்புப் பிணைப்பு எல்லோருடனும் என்னைப் பிணைத்திருப்பதை அறிந்துகொண்டேன்.

தினம் காலையில் எழுந்ததும் அக்கா, சுவாமி அலமாரியண்டை போய்க் குத்துவிளக்கை ஏற்றி வைப்பதை நான் கவனித்தேன். ஒரு நாள் இப்படி ஏற்றி வைத்துவிட்டு அவள் அங்கிருந்து நகர்வதற்கு முன் அந்த விளக்கு அணைந்துவிட்டது. தன்னண்டையில் நின்று கொண்டிருந்த என்னைப் பார்த்து அக்கா சொன்னாள்: 'இன்று பொழுது என்னவோ சரியாக விடியவில்லை. ஏதாவது கெட்ட செய்தி வரும்' என்று. நான் நகைத்தேன். ஆனால், அன்று பிற்பகல் மூன்று மணிக்குச் சாத்தனூரிலிருந்து ஆள் வந்தது. தங்கை மங்களத்தின் புருஷன் காலையில் திடீரென்று இறந்துவிட்டார் என்று.

மங்களத்தின் புருஷன் இறந்ததுபற்றி நான் சிந்திக்கவும் இல்லை, வருத்தப்படவும் இல்லை. ஆனால், அக்கா அன்று காலையில் சொன்னதை என்னால் மறந்துவிட முடியவில்லை.

அன்றுமுதல், என்னையும் அறியாமலே, கோயிலுக்குப் போகத்

தொடங்கினேன். பணம் என்கிற பக்திக்குப் பதிலாகத் தெய்வம் என்கிற ஒரு பக்தி மனிதனுடைய உள்ளத்தை உருக்கும் சக்தி பெற்றிருந்தது என்பதை நான் கோயிலுக்குப் போக ஆரம்பித்த பின்தான் அறிந்துகொண்டேன்.

தெய்வம் கோயிலில் இருப்பதாக நான் நம்பவில்லை. ஆனால், தெய்வம் கோயிலுக்கு வந்தவர்களின் நம்பிக்கையிலே, உள்ளத்திலே, குடியிருப்பதை நான் நன்கு கண்டேன்.

காரணமே ஏதுமில்லாமல் நான் பல வாரங்கள் சுவாமி மலையில் தங்கியதற்கு இதுதான் முக்கிய காரணம். சுவாமிநாத சந்நிதியிலே நின்று கொண்டிருப்பதிலே எனக்கு எல்லையற்ற ஆறுதல் ஏற்பட்டது. ஜென்ம ஜென்மமாக என் உடலிலும் உள்ளத்திலும் ஏற்பட்டிருந்த காயங்கள் எல்லாம் ஆறிவிடத் தொடங்கிவிட்டதுபோல ஓர் உணர்ச்சி எனக்கு ஏற்படும். முக்கியமாக, சுவாமிநாத சுவாமிக்கு விபூதி அபிஷேகம் நடந்த பிறகு காணும்போது, இந்த உணர்ச்சி என் உள்ளத்திலே தலை தூக்கி நின்றது.

சுவாமிநாத சுவாமியின் சந்நிதிக்கு அடுத்தபடியாகக் கோயிலிலே என் மனசைக் கவர்ந்த இடம் நவக்கிரகங்களின் மேடைதான். பக்கத்திலிருந்த ஒரு தூணில் சாய்ந்துகொண்டு அந்த மேடையைச் சுற்றிச் சுற்றி வருகிறவர்களை எல்லாம் பார்த்துக்கொண்டே, காலம் போவது தெரியாமல் வெகு நேரம் நிற்பேன். நவக்கிரகங்கள் என்று எந்த சக்திகளை எல்லாமோ உருவப்படுத்திப் பூவுலகத்தை ஆள் வதற்குச் சிருஷ்டி செய்து விட்டிருந்தார்களே, மனிதர்கள்! அப்படிச் செய்தவர்கள் மனிதர்களா, தெய்வங்களா?

ஒரு நாள் இப்படித் தூணில் சாய்ந்துகொண்டு நான் நவக் கிரக மேடையைச் சுற்றிச் சுற்றி வருகிறவர்களை மாறி மாறிப் பார்த்துக்கொண்டு நிற்கையில், ஒரு பெண் வந்தாள். பதினாறு பதினேழு வயசு இருக்கும். சுவாமிமலைப் பெண் என்றுதான் தோன்றிற்று. நல்ல அழகுள்ளவள். கல்யாணமாகாதவள் போலத் தோன்றிற்று. பிராம்மணப் பெண்தான். அவ்வளவாக ஏழை என்றும் சொல்வதற்கில்லை என்று அவள் உடுத்தியிருந்த ஆடை யும் அணிந்திருந்த நகைகளும் எடுத்துச் சொல்லின. அவள் நவக்கிரகங்களின் மேடையை எட்டுத்தரம் சுற்றி வந்தாள். ஒன்பதாவது தரம் சுற்றி வருகிறபோது வியாழ பகவான் எதிரே அவள் வந்ததும் திடீரென்று வியாழ பகவான் விசுவரூபம் எடுப்பது போலத் தோன்றிற்று எனக்கு. கையிலே ஒரு தீப்பந்தத்துடன் அந்தப் பெண்ணை அவர் அணுகுவது போலவும், அவர் முகத்

திலே ஒரு கோரபாவம் படர்ந்திருப்பதாகவும் தோன்றிற்று எனக்கு.

என்னையும் மீறியே நான் வாய்விட்டு அலறிவிட்டேன். அந்தச் சமயம் இரண்டொரு பேர்வழிகளைத் தவிர, அங்கே வேறு யாரும் இல்லை. அந்தப் பெண் தவிர அங்கே வேறு யாரும் இல்லை. அந்தப் பெண் திடுக்கிட்டு என் பக்கம் திரும்பிப் பார்த்தாள். அவள் கண்கள் அந்த விசுவரூபம் எடுத்திருந்த வியாழ பகவானைத் தாண்டித்தான் என்னை நோக்கின. வியாழ பகவானுடைய விசுவரூபம் அவள் கண்களில் படவில்லை போலத்தான் இருந்தது.

திடீரென்று மருண்டு அந்த விநாடியின் தூண்டுதலில் அலறிவிட்ட நான், என் அசடு வழியும் முகத்தைத் திருப்பிக் கொண்டு, அங்கிருந்து நகர்ந்துவிட்டேன். அன்று திங்கட்கிழமை.

மூன்று நாட்களுக்குப் பிறகு நான் கீழத் தெரு வழியாகப் போய்க் கொண்டிருக்கும் போது யாரோ ஒரு பெண் இளவயசில் இறந்துவிட்டதாகக் கேள்விப்பட்டேன். தெருவழியாகப் போய்க் கொண்டிருந்தவர்கள் இரண்டு பேர் பேசிக்கொண்டு போனார்கள்! பாவம் என்பதைத் தவிர, அப்பொழுதும் நான் எதுவும் நினைக்கவில்லை.

ஆனால், கடைத் தெருவுக்குப் போகக் கிளம்பியிருந்த நான் கீழத்தெருவில் அந்தச் 'செத்த' வீட்டைத் தாண்டிக்கொண்டுதான் போகவேண்டியிருந்தது. நான் அதைத் தாண்டுகிற சமயத்திலே உள்ளேயிருந்து செத்தவளைத் தூக்கிக்கொண்டு வந்தார்கள். அந்தப் பெண்ணின் உருவமும் முகமும் எனக்கு நன்றாகத் தெரிந்தன. அதே பெண்தான்; சென்ற திங்களன்று நான் நவக்கிரக மேடையருகே கண்ட பெண்தான்!

"நான் ஜோசியம் படிக்கத் தொடங்கினேன்."

வக்கீல் நாராயணஸ்வாமி ஐயருக்குத் தான் வாசித்துக் கொண்டிருந்த விஷயம் அவ்வளவாகத் தெளிவாகப் புரியவில்லை என்றுதான் சொல்ல வேண்டும். புரியவில்லை என்பது அவர் முகத்திலேயே தெரிந்தது. 'உயில் என்று சொல்லிக்கொண்டு அந்தப் பிராம்மணன் பாட்டுக்கு ஜோசியம், கோயில் என்றெல்லாம் ஏதோ அளந்துகொண்டே இருக்கிறானே, இது என்னடா' என்று எண்ணினார்.

ஆனால், அவர் தொடர்ந்து வாசித்தார்.

"ஜோசியம் கற்றுக்கொள்வது என்பது எனக்குச் சுலபமாகவே வந்தது. சில மாதங்களுக்குள்ளாகவே அடிப்படைகளை எல்லாம் நன்கு கற்றுத் தெளிந்துவிட்டேன். சில விஷயங்களில் என்

ஜோசியம் பலித்தது என்றும் கண்டேன்.

ஜோசிய விஷயமாக இரண்டு அனுபவங்கள் இங்கே கூறலாம் என்று எனக்குத் தோன்றுகிறது.

வேணுவினுடைய அம்மா சாகக்கிடக்கிறாள் என்று ஒரு நாள் தந்தி வந்திருந்தது. வேணு ஊருக்குக் கிளம்புவதற்கு முன், என்னிடம் தன் தாயின் ஜாதகத்தைக் கொண்டு வந்து காட்டினான். நான் சற்று நுணுக்கமாகவே அதைக் கவனித்தேன். அவள் இறந்துவிடுவாள் என்றுதான் எனக்குத் தோன்றிற்று. அதை வேணுவிடம் சொன்னேன். வேணு ஊருக்குப் போனான். அவன் போய்ச் சேர்ந்து ஒரு வாரத்திற்கெல்லாம் அவன் தாய் இறந்துவிட்டாள். ஆனால், அவள் இறப்பதற்கு முன் ஒரு நாள் மாலையில் அவள் பிரக்ஞை இழந்து கிடந்தாளாம். அப்போது திடீரென்று விழித்துக்கொண்டு, 'யாரோ என் கண்ணுக்குள்ளே கோடு கோடாக் கிழிக்கிறாண்டா! கத்தியாலே கிழிக்கிறாண்டா!' என்று கத்தினாளாம். இது விஷயம் வேணு திரும்பி வந்த பிறகு தான் எனக்குத் தெரியும். என்றைக்கு அவள் தாய் அப்படிக் கத்தினாள் என்று விசாரித்து அறிந்துகொண்டேன். அதே தினந்தான் அவள் ஜாதகத்தைப் புதுசாகப் போட்டு ஏதோ கணக்குப் பண்ணிக்கொண்டிருந்தேன் என்பது ஞாபகம் வந்தது. நான் இங்கே கோடுகள் கிழித்தது, ஆயிரத்தைந்நூறு மைல்களுக் கப்பால் இருந்த அவள் கண்களில் கூரான கத்தி கொண்டு கிழித்த மாதிரி இருந்ததோ? வெகுநேரம் சிந்தித்தும் எனக்கு ஒன்றும் புரியவில்லை. ஆனால், உண்மையில் அப்படித்தான் என்றால், ஜோசியம் பார்ப்பது என்பது கடவுளுக்கு இஷ்டமில்லாத ஒரு காரியம் என்று ஏற்படும் என்று நான் எண்ணினேன். ஆனால், அதைப்பற்றி எவ்விதமான முடிவுக்கும் என்னால் வர முடியவில்லை.

ஜோசியத்தில் இன்னோர் அனுபவமும் ஏற்பட்டது எனக்கு. சிவராமனுடைய ஜாதகப்படி நான் எதிர்பார்த்ததெல்லாம் நடக்கவில்லை. மற்றவர்களுக்கெல்லாம் நான் சொன்னபடி நடக்கிறதே; இந்த ஒரு ஜாதகனுக்கு மட்டும் ஏன் நடக்கவில்லை என்று தீவிரமாக யோசித்தேன். சிவராமனுடைய ஜாதகம் சரியானபடி கணிக்கப்படவில்லையோ என்கிற சந்தேகம் எனக்கு. நான் புதுசாகக் கணித்தேன். சற்று மாறுபாடாகத்தான் வந்தது. நான் கணித்த ஜாதகப்படி சொல்லக் கூடியதெல்லாம் பலித்தது என்று கண்ட பிறகு நான் கணித்ததே சரி, பழைய ஜாதகம் சரியல்ல என்று தீர்மானித்தேன். சிவராமன் வேலையை விட்டுவிடுவான் என்று நான் எதிர்பார்த்தபடியே அவன் செய்ததும், நான் கணித்த புது ஜாதகப்படி சரியாகவே இருந்தது.

இந்த ஜாதகப்படி சிவராமனுக்கு இரண்டு மனைவிகள் உண்டு என்று ஏற்பட்டது.

என் ஆயுள் காலம் முடிவடைந்து கொண்டிருந்ததும் எனக்குத் தெரிந்தது. என்று, எந்த நேரத்தில், எப்படி உயிர் பிரியும் என்றுகூட என்னால் சரியாகத் தீர்மானித்து ஏற்பாடுகள் செய்ய முடிந்தது.

என்னுடைய இந்த உயிலை எழுதி பவானிக்கு அனுப்பி வைக்கிறேன். பவானியினுடைய ஜாதகப்படி அவளுக்கு மறுமணம் உண்டு என்பதும் நன்கு தெரிந்தது. பவானியும் சிவராமனும் மணந்துகொள்வது பொருத்தம் என்று எனக்குத் தோன்றியது. இருவருடைய ஜாதகங்களையும் பல கோணங்களிலிருந்தும் பார்க்கும்போது, இருவரும் மணம் செய்து கொள்வார்கள் என்று ஏற்பட்டது. அப்படியானால் சிவராமனுடைய முதல் மனைவி..."

இந்த இடத்தில் ஓர் ஏடு புரட்டவேண்டி வந்தது. அந்தச் சமயத்தைப் பயன்படுத்திக்கொண்டு வக்கீல் நாராயணஸ்வாமி ஐயர், "நன்னாருக்கு" என்றார்.

"மேலே படியுங்கோ" என்று வற்புறுத்தினார் பட்டாபிராமையர்.

வக்கீல் நாராயணஸ்வாமி ஐயர் படித்தார், முகத்தைச் சுளித்துக்கொண்டு, 'சூள்' கொட்டிக்கொண்டே.

"சிவராமனுடைய முதல் மனைவிக்குக் கல்யாணமாகிப் பதினைந்து பதினாறு வருஷங்கள் வரையில் குழந்தையே உண்டாகாது. சிவராமனும் அவளும் சதா எலியும் பூனையும் போலச் சண்டை போட்டுக்கொண்டேதான் இருப்பார்கள். பவானியைச் சிவராமன் கல்யாணம் பண்ணிக்கொள்வதால், அவர்கள் இருவருக்குமே நல்லது. ராஜமும் பவானியும் ஒத்துப் போவார்கள். அதற்குப் பிறகு சிவராமனுடைய பெயரும் புகழும் ஓங்கும்.

இதுதான் நடக்க வேண்டும் என்று நான் விரும்புகிறேன். சிவராமன் பவானியைக் கல்யாணம் செய்துகொள்ள வேண்டும். பவானிக்கும் குழந்தைகள் உண்டு; ராஜத்துக்கும் உண்டு. அவர்கள் நெடுநாள் சௌகரியமாகவே இருந்து குடும்பம் நடத்துவார்கள்.

உயில் என்பதில் இது மட்டும் போதாது என்பதற்காக என் சொத்து முழுவதும் சிவராமனும் பவானியும் கல்யாணம் செய்து கொள்ளுகிற நாள் முதல், அவர்கள் இருவருக்குமே சேர வேண்டியது என்று இதனால் முத்தண்ணாவுக்கும் தம்பிக்கும் தெரிவித்துக் கொள்ளுகிறேன். கிருஷ்ணஸ்வாமி சர்மா"

என்று பூராவும் படித்துவிட்டு வக்கீல், "அந்தப் பெண் என்ன சொல்றா?" என்று கேட்டார்.

முடிவுரை

வக்கீல் நாராயணஸ்வாமி ஐயருக்கு எவ்வளவு ஆட்சேபங்கள் இருந்தென்ன? அவர் பெண் முடிவு செய்துவிட்டாள். அவர் மனைவி, "ஜாதகத்திலே அப்படி இருக்கு என்றால், யார் என்ன செய்ய முடியும்?" என்றாள்.

பவானிக்கும் சிவராமனுக்கும் கொஞ்சமும் ஆடம்பர மில்லாமல் சுவாமி சந்நிதியில் இரண்டொரு வாரங்களுக் குள்ளாகவே கல்யாணம் நடந்தேறியது.

ராஜம் இப்பொழுதெல்லாம் சிவராமனுடன் வாயாடிக் கொண்டு நிற்பதில்லை. அவளுக்குப் பேசுவதற்கு ஆசாமி கிடைத்துவிட்டது.

சிவராமனுடைய நாவல் 'ஒரே குடும்பம்' வெளி வந்தவுட னேயே அமர்க்களப்படத் தொடங்கியது. கிருஷ்ணஸ்வாமி சர்மா சொல்லியிருந்தபடியே பவானியைக் கல்யாணம் செய்துகொண்ட நாள் முதலே அவன் கீர்த்தியும் புகழும் பெருகத் தொடங்கிவிட்டன.

'இலக்கிய ஆசிரியனுக்கு ஏற்ற மனைவி" என்று விளை யாட்டாகவும் வினையாகவும், ராஜம் பவானியைப் பரிகாசம் செய்த நாட்கள் எண்ணித் தொலையா. சிவராமனுக்கு எழுதுவதிலே சகல விஷயங்களிலும் உதவியாக இருந்தவள் பவானிதான். ஆனால், அதனால் சிவராமனுக்கு ஏற்கனவே ராஜத்தினிடம் இருந்த அன்பும் பிரியமும் அதிகரித்திருந்தனவே தவிர குறைந்தனவாகத் தெரியவில்லை.

பவானியும் புரிந்துகொண்டாள் போலத்தான் இருந்தது. "நான் உபயோகப்படுகிறேனே தவிர, அவருக்குப் பிரியம் எல்லாம் உன்கிட்டத்தாண்டியம்மா ராஜம்!" என்று சற்றுக் குறைப்பட்டுக் கொள்ளுகிற மாதிரியே சொல்லுவாள்.

சிவராமனுக்கே நிச்சயமாகத் தெரியாது. பவானி, ராஜம் இருவரில் யாரிடம் அவனுக்குப் பிரியம் அதிகம் என்பது அவனுக்கே தெரியாது.